'सॉलिट्यूड ऑफ थॉमस केव्हज'च्या लेखिकेची ही खिन्न वातावरणातील रहस्यमय कादंबरी. जर्मनीतून स्थलांतरित झालेली आपली आई, लहानपणी आपल्याला सोडून गेल्याने झालेल्या आपल्या नुकसानाकडे एक ब्रिटिश महिला पुन्हा पाहू लागते. १९६१मध्ये लंडनमध्ये राहत असलेल्या आठ वर्षांच्या ॲनाची आई, एका वाहन अपघातात मरण पावते. ॲना आणि तिचा भाऊ पीटर ह्या लहानग्यांना, आईच्या ह्या अचानक झालेल्या मृत्यूभोवती काही संशयास्पद वलय असल्याचे वाटते आणि मग दोघे मिळून ठरवतात, की आपली आई अशी जाणार नाही, तर ती रशियन गुप्तहेर होती, म्हणून तिला गायब केले गेले असणार. हॉस्टेलमधून सुट्टीवर आलेला पीटर, ॲनाला सांकेतिक लिपी शिकवतो. शिवाय ॲना आपल्या आईच्या जुन्या मित्रमैत्रिणींच्या वर्तणुकीत काही विसंगती होती का, त्याचा शोध घेते. ते जेव्हा आपल्या शेजाऱ्यांवर पाळत ठेवतात, तेव्हा त्यांचे हे वेड पराकोटीला पोहोचते. पोरवयातील ॲना, आपल्या आईच्या जीवनमृत्यूने गोंधळून जाते आणि आईचा भूतकाळ खोदून काढते, हे कथानक वर्तमानातील प्रसंगाबरोबर चपखलपणे गुंफले गेले आहे. मुले, त्यांचे बाबा, इतर मित्र हे चित्र हार्डिंगने अतिशय उत्तम रंगवले आहे. अचानक कोसळलेल्या संकटाला सामोरे जाणाऱ्या, त्यातून सावरण्याचा प्रयत्न करणाऱ्या ह्या मुलांच्या, मनाला भिडणाऱ्या ह्या गोष्टीतील भूतकाळ आणि वर्तमानकाळ यांच्या सरमिसळीमध्ये घातपाताचा सूचक धागा मात्र सुटल्यासारखा वाटतो.

– पब्लिशर्स वीकली

१९६१मधील हिवाळ्यातील एका गोठलेल्या सकाळी, कॅरोलिन वॅट धुक्यात गाडी बाहेर काढते आणि आपली आठ वर्षांची ॲना आणि दहा वर्षांचा पीटर, ह्या बछड्यांच्या आयुष्यातून गायब हेते. 'तुमची आई देवाघरी गेली', ह्या व्यतिरिक्त त्यांना आणखी फारसे काही सांगितले जात नाही. एरवी सरळ वाटणाऱ्या शेजारपाजाऱ्यांच्या, वर्तमानपत्रातील मथळ्यातून ठळकपणे समोर येणाऱ्या हेरगिरीच्या कथा आणि आपल्या आईच्या बोलण्यातून जाणवणारा जर्मन सूर, ह्यांची मनातल्या मनात सांगड घालून ही

मुले, 'आपली आईपण गुप्तहेर होती, तिच्या मृत्यूची बातमीदेखील खोटीच होती, ती कैद्यांच्या अदलाबदलीत सामील होती', अशा कल्पना करतात. ह्या वेडापायी पीटर झपाटला जातो. अ‍ॅनाला ह्या खेळातून बाहेर पडायचे असते, पण ती तसे करू शकत नाही. त्यांच्या घुम्या स्वभावाच्या बाबांच्या अबोलपणामुळे मुलांच्या संशयाला पुष्टी मिळते. हळूहळू मुले मोठी होतात आणि आताची प्रौढ अ‍ॅना, आपल्या आठवणींच्या साहाय्याने कॅरोलिनचा खरा शोध सुरू करते. ह्यात तिला जे सापडते ते कल्पनातीत, अगम्य असते. २००७मधील 'सॉलिट्यूड ऑफ थॉमस केव्ह्ज'नंतरची, हार्जिंगची ही मन हेलावणारी दुसरी कादंबरी. आपण आत्मशोध कसा घेतो, आपल्याला दुसऱ्याबद्दल किती तुटपुंजी माहिती असते, आपल्या जमेच्या बाजूंपेक्षा आपल्या त्रुटींमुळेच आपल्या व्यक्तिरेखा कशा साकार होतात, ह्याचे यथार्थ चित्रण ह्या पुस्तकात घडते.

– बुकलिस्ट

रेखीव बांधणी, हानी व स्वीकार ह्या दोन गोष्टींवरील वेदनामय, परिणामकारक पण तितकेच हळुवार भाष्य.

जॉर्जिना हार्डिंगच्या ह्या दुसऱ्या कादंबरीला अद्भुत रहस्याचा आणि नाट्यमयतेचा स्पर्श आहे.

एका हेर स्त्रीच्या कुटुंबावरची, विशेषतः तिच्या मुलांवरची कादंबरी.
आईच्या नाहीसं होण्याचा आणि ती हेर होती, या कुजबुजीचा त्यांच्यावर नेमका काय परिणाम होतो, आपल्या आईचा इतिहास नेमका काय होता. तिचा नेमकं काय झालं याचा शोध घेण्याची प्रेरणा तिच्या मुलीमध्ये कशी निर्माण होते. या सगळ्याची मांडणी या कादंबरीत आहे.

दैनिक लोकप्रभा, २०-५-२०१६

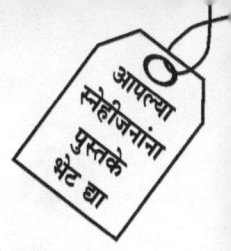

'द स्पाय गेम' या मूळ इंग्रजी पुस्तकाचा मराठी अनुवाद

हेरगिरीचा पोरखेळ

पीटरच्या आग्रहामुळे सुरू झालेला स्पाय गेम अखेर थांबला,
पण एका विलक्षण सत्यापाशी...

लेखिका
जॉर्जिना हार्डिंग

अनुवाद
उज्ज्वला गोखले

मेहता पब्लिशिंग हाऊस

THE SPY GAME by GEORGINA HARDING

Text Copyright © 2009 Georgina Harding

Translated in Marathi Language by Ujjwala Gokhale

हेरगिरीचा पोरखेळ / अनुवादित कादंबरी

TBC

अनुवाद : उज्ज्वला गोखले

मराठी अनुवादाचे व प्रकाशनाचे हक्क मेहता पब्लिशिंग हाऊस, पुणे.

प्रकाशक : सुनील अनिल मेहता, मेहता पब्लिशिंग हाऊस,
१९४१, सदाशिव पेठ, माडीवाले कॉलनी, पुणे - ४११०३०.

मुखपृष्ठ : चंद्रमोहन कुलकर्णी

प्रथमावृत्ती : नोव्हेंबर, २०१२

P Book ISBN 9788184984385

वेली आणि किय यांना

१

अगदी हाडे गोठवणाऱ्या थंडीबरोबर पडलेले त्या दिवशीचे सकाळचे धुके. दाराबाहेरची काळी फरशी निसरडी झाली होती. धुके म्हटले की, मला नेहमी माझी आई आठवते. एकदा अशाच दाट धुक्यात ती लंडनला गेली होती आणि रात्री उशिराच्या ट्रेनने परत आली होती. मी तेव्हा फारतर सहा वर्षांची असेन. स्टेशनहून गाडीने घरी पोहोचल्यावर हॉलमधल्या झगझगीत दिव्याखाली उभे राहून तिने आपल्या प्रवासाबद्दल सांगितले होते. बोलता बोलता तिने आपल्या डोक्याचा स्कार्फ काढून झटकला होता आणि त्या रेशमी स्कार्फबरोबर आलेले पांढरे कण सगळीकडे विखुरले होते. ते धुरके आहे असे मला वाटल्यामुळे मी तेव्हा खूप घाबरले होते.

"ते धुरकंच होतं.'' मी तिला सांगितले.

स्वत:बरोबर ती ते घरी घेऊन आली होती. धूर आणि धुके यांचा मिलाफ धुरके. आपण नक्की काय आणले ते बघण्यासाठी जणू माझ्या आईने आरशात पाहिले. तिच्या चेहऱ्यावर स्मितहास्य पसरले. मग स्कार्फमुळे चप्प बसलेले आपले केस तिने हाताने नीट केले.

"गेलं सगळं आता.''

लंडनच्या धुरक्यात असलेल्या विषारी पदार्थांमुळे त्याला एक प्रकारचा हिरवट पिवळा रंग असतो. जर तुम्ही नाकातोंडाला मास्क लावला नाही, तर या धुरक्यामुळे हमखास खोकला होतो आणि अशक्त माणसांच्या तर प्राणावरच बेतते. हे धुरके इतके प्रसिद्ध आहे की, कोणाच्याही बोलण्यात कधीही याचा उल्लेख आला, तर तुम्हालाही ते लगेच आठवेल.

गावी पडणारे धुके साधे होते. गावठी राखाडी रंगाचे. पालापाचोळ्याचा व गुरांच्या अंगाचा वास असलेले. रस्त्यापलीकडच्या शेतातल्या गायीची धार काढण्याचा आवाज त्यात मिसळलेला असायचा. ते विषारी नव्हते, फक्त बधिर होते. पूर्वायुष्यातील गतस्मृतींचा बधिरपणा. गवतात, जंगलात, दगडधोंड्यांत झिरपलेला; अंगात भिनलेला बधिरपणा. शेवटी गावाबरोबरच दऱ्याखोऱ्या, डोंगर आणि आपल्या जाणिवा दृष्टिआड करणारा. आपले अस्तित्वच पुसून टाकणारा.

पण त्या टेकड्या अगदी माझ्या नजरेसमोर नसल्या, तरी मला दिसत असत. घरांची ओळ संपल्यावर रस्त्याचा उभा चढ सुरू होत होता. पुढे घाट होता. दाट जंगलातून डोंगरापर्यंत आणि पुढे त्या पलीकडच्या मोकळ्या मैदानापर्यंत रस्ता गेला होता. वरती धुक्यात लपलेल्या टेकड्यांवर बर्फ असेल. गेल्या आठवड्याभराच्या पावसामुळे ओल्या झालेल्या रस्त्यांवरही बर्फ असेल. उतारावर बर्फाचे पुसटसे पट्टे असतील. वळणावरून रस्त्याच्या डांबरावर वाहत आलेल्या काळपट पाण्याच्या प्रवाहात दगडी रस्त्याच्या फटीत बर्फ असेल. नंतर मी बूट घालून जाईन आणि या बर्फावर नाचून त्याचा काचेसारखा चुरा करेन. पण आत्ता मी पायरीवरच अंथरुणातली ऊब गुरफटून उभी होते. चेहऱ्यावर थंडीचे सपकारे बसत होते आणि स्लिपर्समुळे पायही गारठले होते. त्यामुळे माझ्या डोळ्यांवरची उरलीसुरली झोप उडाली.

"ॲना, तिथे उभी राहू नकोस. थंडीने गारठशील.'' माझ्या आईच्या आवाजावर जर्मन भाषेचा पगडा होता.

"चल, आत पळ आणि आधी नीट कपडे घाल.''

मला उठवणारी थंडी. शीतयुद्ध चालू असतानाच्या जानेवारी महिन्यातला एक सोमवार. आईने माझा पापा घेतला, पण त्यापेक्षा मला बोचरी थंडीच जास्त जाणवली. तिचा फुंकरीसारखा पापा म्हणजे नुसता गालाच्या पावडरचा वास आणि लिपस्टिक लावलेल्या ओठांचा स्पर्शही होणार नाही, अशा बेताने तोंडाने काढलेला आवाज. मी दारातल्या पायरीवर तशीच उभी होते. तिने पुढे जाऊन आपली गाडी सुरू केली. मी अर्धवट झोपेत असल्यामुळे ते मला एखाद्या स्वप्नासारखेच वाटले. ती बाजूने गेली तेव्हाचा तिच्या पावडरचा सुवास माझ्या मनात धूसर आठवणीसारखा रेंगाळत राहिला. गाडीच्या काचा पुसून होईपर्यंत तिने गाडी तशीच चालू ठेवली. गाडीचा एक्झॉस्ट पाईप थडथडत धूर ओकत राहिला. मग ती आत बसली आणि दार लावता लावता हलकेच हात हलवून तिने मला टाटा केला आणि ती निघून गेली. धुक्यामुळे सगळेच अगदी अस्पष्ट दिसत होते. काही सेकंदांतच थंडीने तिच्या गाडीचे दिवेही गिळून टाकले.

एखाद्या छोट्या मुलाला जर अचानक घरात एकट्यानेच रहायची वेळ आली, तर तो जसा जबाबदारीने वागेल तशीच मीही वागले. मला सांगितले होते त्याप्रमाणे, शहाण्या मुलासारखी मी आत गेले आणि पुढच्या दाराच्या खालच्या

बाजूची मोठी कडी लावून टाकली. अनोळखी माणसांना मी घरात घ्यायचे नव्हते. मग मी माझ्यासाठी तयार ठेवलेले ब्रेकफास्ट सिरीअल संपवले. बराच वेळ दुधात भिजल्यामुळे ते अगदी मऊ पडले होते. नंतर पुन्हा एकदा आईने सांगितल्याप्रमाणे वर जाऊन मी, एक उबदार पेटीकोट, जीनची पँट आणि मोठ्ठे मोजे घातले. माझ्याकडे एक लोकरीचा हिरव्या रंगाचा स्वेटर होता. नंतर नंतर तो मला लहान झाला, त्याची सुते निघाली, ती सगळीकडे अडकत, तरीही तो जीर्ण स्वेटर मी पुढे खूप वर्षे जपून ठेवला होता. त्या दिवशी प्रचंड थंडी होती म्हणून मी तो स्वेटरसुद्धा घातला. नंतर तर हवा थंड असो वा उबदार असो, मी तो स्वेटर जवळजवळ रोजच वापरत असे. मग मी माझ्या नाईट ड्रेसची व्यवस्थित घडी घालून ती उशीखाली ठेवली. अंथरूण आवरून मी वर चादर पसरली आणि माझ्या मऊमऊ प्राणिमित्रांना त्यावर छानपैकी बसवले. खाली मार्गरिट धसकफसक करत घर झाडत होती तो आवाज येत होता. हॉलमधल्या खुर्च्या, टेबले सरकवून ती सगळी स्वच्छता करत होती. ('कामचुकार मुलगी,' आई कुठल्यातरी टेबलावरून हात फिरवून बोटाला लागलेली धूळ निरखत म्हणायची. 'धड बघत पण नाही, आंधळी आहे की काय ही?') मी त्या खोलीत गेले. माझ्याकडे मार्गरिटची पाठ होती. ती हूव्हरच्या वायरचे भेंडोळे सरळ करीत होती. स्वयंपाकघरात मला माझे दप्तर सापडले. हॉलमधल्या खुंटीवरचा माझा कोट घेऊन मी मागच्या दाराने बाहेर पडले. थंडीचा बोचरेपणा जाणवताच मी खिशात कोंबलेली माझी टोपी आणि हातमोजे बाहेर काढून चढवले. थंडीमुळे मान खाली घालून त्या धुक्यातून मी तरातरा सूझनकडे गेले. हा माझा पायाखालचा रस्ता असल्यामुळे पुढचे दिसत नसले तरी चालता येत होते. घराच्या मागून वळसा घालून दगडी रस्त्यावरून पुढे जायचे आणि त्यांच्या बागेचे फाटक उघडायचे. धुके खूपच दाट होते आणि वितळलेला बर्फ माझ्या बुटाखाली चिखलात मिसळत होता. मिसेस लेसींनी नेहमीप्रमाणे दरवाजा उघडून मला आत घेतले. मग थोड्या वेळाने आम्ही त्यांच्या गाडीतून शाळेत गेलो. मिसेस लेसींनी गाडी अगदी सावकाश चालवली. त्या सतत पुढची काच पुसत होत्या आणि स्टिअरिंग व्हीलवरून पुढे वाकून बघत होत्या. जणू काही असे दोन-चार इंच वाकल्यामुळे पुढचे जास्त चांगले दिसू शकणार होते. वर्गाच्या बाहेर, खिडकीशी, सुट्टीत, दुपारच्या जेवणाच्या वेळी खरंतर संपूर्ण दिवसच दुधट रंगाचे धुके होते. संध्याकाळी शाळा सुटल्यावर मिसेस लेसी आम्हाला घरी घेऊन आल्या, तेव्हाही गाडीच्या दिव्याच्या उजेडात धुकेच भरले होते. अंधार पडल्यावर फायरप्लेस पेटवली गेली आणि पडदे सरकवले गेले, तेव्हाही मला जाणवत होते की, अजूनही बाहेरचे धुके जसेच्या तसे आहे.

द टाइम्स, सोमवार दि. ९ जानेवारी १९६१. किंमत सहा पेन्स. मागे घडलेल्या या सगळ्या घटनांचा विचार करण्यासाठी मी मुद्दामहून त्या दिवशीचे वर्तमानपत्र वाचले. पहिले पान क्लासिफाईड या छोट्या जाहिरातींसाठी होते. द टाइम्सचे पहिले पान पण तेव्हा किती सामान्य होते. लहानमोठ्या याद्यांनी गच्च भरलेले, सात कॉलम्स असलेले. मोठे ब्रॉडशीट. जन्म, विवाह, मृत्यू, वैयक्तिक (पण तरीही किती रूक्ष, अलिप्त) मोटारगाड्या, जहाजे, शेतीविषयक इ. इ.

पाल्मर, ७ जानेवारी १९६१ रोजी एका अपघातात अचानक मृत्यू. हिल्डा बीट्राईस, लेफ्टनंट कर्नल सी.एच. पाल्मर यांची विधवा...

ब्ल्यू स्टार लाईनच्या एका जहाजाविषयी जाहीर सूचना :- लंडनला पोहोचेल. पुढे अर्जेंटिनासाठी निघेल. लिस्बन मार्गे ब्राझील, उरूग्वे. फक्त प्रथम दर्जा उपलब्ध.

सहाव्या पानापर्यंत बातमीचा मागमूसही नाही. *दोन गिर्यारोहक मृतावस्थेत सापडले. गाड्यांच्या उद्योगासंदर्भात सरकारचा निर्णय. रस्त्याच्या दुरुस्तीसाठी भरून ठेवलेल्या पाण्याच्या टाकीत मुलगा बुडाला. पोर्टलँडची गोष्ट मात्र इतर गोष्टीत हरवून गेलेली. प्रेसिडेंट द गॉलच्या विजयाची खात्री. गोपनीयतेच्या कायद्यानुसार पाच जणांवर आरोप. जनरल मॅकेओन लिओपोल्डव्हिलेमध्ये.* नेहमीच्याच वाक्यांची भाऊगर्दी, जास्त काही नाही. बातम्यांत तारखा ठळकपणे दिलेल्या होत्या. सरळसोट मथळे. रूढ पारंपरिक रचना. लोकांची नावे लिहिण्याची औपचारिकता. कशीतरी कोंबलेली छोटीशी चित्रे. मुख्यत्वे पंतप्रधान आणि इतर अतिमहत्त्वाच्या व्यक्तींचे खांद्यापर्यंतचे फोटो. हे सगळे अगदी सन्मान्य, पण बी.बी.सी.च्या तत्कालीन कॉमेंट्रीसारखे एकदम औपचारिक, वस्तुनिष्ठ आणि आखीवरेखीव. *कार्यालयीन गोपनीयतेच्या कायद्याखाली आरोप ठेवण्यात आलेल्या संशयितांना बो स्ट्रीट पोलीस स्टेशनमधील कोठडीत ठेवण्यात आले...*

हीच बातमी त्या दिवशी सकाळी रेडिओवरूनही देण्यात आली असणार. आईने निघण्यापूर्वी स्वयंपाकघरात ती ऐकली असेल, पण खरंतर ती घाईघाईने निघाली, त्यामुळे तिने ती गाडी चालवताना ऐकली असण्याची शक्यता जास्त होती. दाट धुक्यातून जाणाऱ्या गाडीत सगळ्यात जास्त एकाकी वाटत असणार. कंपनी म्हणून तिने रेडिओ लावला असेल. गाडी अतिशय हळू चालवत नसल्यामुळे त्या नेहमीच्या ओळखीच्या रस्त्यावरील प्रत्येक वळण तिला नवे भासले असेल. समोरून येणाऱ्या गाड्या दिसत नसल्यामुळे, फक्त त्यांचे दिवे अधांतरी अवस्थेत पुढे पुढे येत आहेत असे वाटत असेल. रस्त्यावरील खाचखळगे, वळणे शेवटच्या क्षणी दिसत असतील. रस्त्यावर विश्वास ठेवण्याशिवाय गत्यंतरच नसणार. गाडीपुढील हालचालींकडे बघत असल्यामुळे आणि रस्त्याकडे पूर्ण लक्ष असल्यामुळे,

बाकीचे आवाज नुसते तिच्या कानावर पडत राहिले असणार. या टेकड्या मागे पडल्यावर तरी पुढच्या दरीतला किंवा डोंगरावरचा धुक्याचा पडदा बाजूला होईल अशी वेडी आशा तिला वाटली असणार.

*टाइम्स*च्या अंदाजानुसार पश्चिम इंग्लंडकडचे धुके जास्त दाट होते, पण आता हळूहळू निवळत चालले होते. सुरुवातीला बर्फमय रस्ते, सतत बदलणारे हवामान, हलकासा वारा असे भाकीत होते. त्या दिवशी वारा होता की नव्हता हे मला नीट आठवत नव्हते, पण धुके नक्कीच निवळले नव्हते. तो सबंध दिवस मी ग्लुस्टरशायरमध्ये होते. हवा पूर्णपणे स्थिर होती. जणू सूर्य उगवलाच नव्हता.

जर तेव्हा मला कोणी सांगितले असते की, तू हा दिवस कायम लक्षात ठेव, कधीही विसरू नकोस, तर मी वेगळे काहीतरी केले असते. या परंपरा, रूढी समजण्याइतकी मी नक्कीच मोठी होते. उदा. जर माझी आई खरोखरची सैनिक असती आणि खरंच लढाई चालू असती, (ती जशी होती तशी नसती आणि योग्य बाजूने लढली असती) तर दारापाशी उभे राहून मी नीट पाहिले असते, तिच्या डोळ्यांतली चमक, तिचे हास्य, धीटपणा, लोकरीच्या भल्यामोठ्या कोटातली तिची नाजूक चण याविषयी व्यवस्थित लिहून ठेवले असते. आणखीन एखादा क्षण थांबून तिच्या गाडीचे लाल दिवे धुक्यात दिसेनासे होईपर्यंत पाहिले असते. एक छान ड्रेसिंग गाऊन आणि गुलाबी स्लिपर्स घातलेल्या उंच गोरटेल्या मुलीचे चित्र आठवणीत कोरून ठेवले असते. या मुलीच्या घरात फक्त एक उबदार पलंग होता, पण मायेच्या माणसांपैकी कोणीही नव्हते.

आणि नंतर मी शाळेत गेलेच नसते. घरीच बसले असते. मी एकटी. व्यत्यय आणायला आजूबाजूला मार्गारिटची लुडबूड सुद्धा नसती. मार्गारिट अगदी खास संसारी बाई होती. 'संसारी' हा नवीन शब्द मी मिसेस लेसींच्या उंच टिपेच्या आवाजात ऐकला होता. नीट अर्थ कळला नाही तरी मला तो आवडला होता, म्हणून मग मी तो मार्गारिटसाठी वापरला. ढब्बू मार्गारिट, तिचे ते जाडे जाडे पाय, तोंडावरचे व्रण.

आठव्या वर्षी किंवा आठवे वर्ष नुकतेच पूर्ण झालेले असताना घरात एकटे राहण्यात जास्त मजा होती.

मी एकटीनेच काहीतरी केले असते. पत्ते काढून हॉलमध्ये खाली कार्पेटवर फतकल मारून बसले असते आणि चक्क पेशन्स खेळले असते. मिसेस लेसींनी आम्हाला पेशन्स कसा खेळायचा ते शिकवले होते. फक्त पेशन्सला त्या चायनामॅन म्हणायच्या. त्यांनी सांगितले होते की, सिंगापूरमध्ये एक चिनी माणूस होता. तो

रस्त्याच्या कडेला फुटपाथवर पत्ते घेऊन बसायचा आणि येणाऱ्या जाणाऱ्यांना हा खेळ खेळायला बोलवायचा. तुम्ही त्याला पैसे द्यायचे आणि तो तुम्हाला पत्त्यांचा कॅट देणार. जर तुम्ही तेरापेक्षा जास्त पाने सोडवू शकलात तर तुम्ही जिंकलात. मग तुमचे पैसे तर परत मिळायचेच, शिवाय तो पत्त्यांचा कॅटही तुम्हालाच मिळायचा. तेरा पाने सोडवायची हे ऐकल्यावर विशेष वाटायचे नाही, पण ते अवघड होते. मिसेस लेसी म्हणायच्या की, हा चान्सचा भाग होता. तो चिनी गणितात हुशार होता. त्यामुळे त्याला चान्सचा हिशेब छान जमायचा. बहुतेक वेळा आपणच जिंकू हे माहिती असल्याशिवाय तो असा रस्त्यावर बसून हा खेळ खेळलाच नसता. तरीही कधीकधी खेळणाऱ्याचे नशीब फळफळायचे आणि तो खूश व्हायचा. मी पण पत्ते मांडले असते. पहिल्या गठ्ठ्यात सुलट्या पानाखाली सात पालथी पाने, पुढच्या गठ्ठ्यात सहा असे करत जायचे आणि खेळायचे. उरलेली पाने फक्त एकदाच सगळी उलटायची. तो चिनी या नियमाच्या बाबतीत फार कडक होता आणि उरलेली पाने पुन्हा उलटणे म्हणजे शुद्ध फसवणूक होती. मी पत्ते गोळा करून पिसून पुन्हा डाव मांडला असता.

सुटेपर्यंत मी पुन:पुन्हा खेळत राहिले असते. घरातल्या फायरप्लेससमोर पर्शियन गालिच्यावरच्या नक्षीप्रमाणे पत्त्यांच्या ओळी मांडत बसले असते. शेकोटीतली लाकडे जळत राहिली असती. (कोणत्या तरी अदृश्य व्यक्तीने ती माझ्यासाठी पेटवली असती.) त्या जळणाऱ्या लाकडांचा प्रकाश पडला असता. शिवाय दिव्याच्या उजेडाचे वर्तुळ असणारच होते. जसजसा दिवस चढला असता, तसतसा हिवाळ्यातल्या मंद सूर्यप्रकाशाचा कवडसा खिडकीतून आत आला असता.

मी पुन्हा ते छान कोरे करकरीत पत्ते मांडेन. पुन्हा गोळा करेन आणि मांडेन. हे करत असतानाच मला कुठेतरी जाणवत असेल की, कोणत्याही क्षणी एखादा पोलीस येईल किंवा पोस्टमन येईल. गणवेशातला कोणीतरी बातमी घेऊन येईल. आपली सायकल धरल्याप्रमाणेच तो ओठ घट्ट मिटून आपले शब्दही पकडून ठेवेल. आपल्या कुत्र्याच्या पिल्लाने अनोळखी माणसाच्या अंगावर जाऊ नये म्हणून त्याचा पट्टा जसा खेचून धरतात, अगदी त्याचप्रमाणे आपल्याकडच्या बातमीला तो वेसण घालेल. पण दरवाज्यात उभ्या राहिलेल्या सोनेरी केसांच्या मुलीला (वयाच्या मानाने अतिशय शांत, समजूतदार; माझ्या मते एखादी धीरोदात्त नायिकाच जणू) मात्र त्याच्या चेहऱ्याकडे पाहून त्याने न उच्चारलेले ते शब्द आधीच कळतील.

ती जर सैनिक असती तर हे पोस्टमनने आणलेल्या तारेतून स्पष्ट झाले असते. ही लढाई म्हणजे सुष्ट आणि दुष्ट यातील संघर्ष होता. आमच्या बाजूचे सैनिक हे हीरो होते, कारण मी टी.व्ही. वर तसे बघितले होते. ते १९६१ साल होते. त्या काळी टी. व्ही. रंगीत नव्हता. सगळे सरधोपट होते. आत्तासारखी नाटके नसायची.

तेव्हा मी साधारण आठ वर्षांची होते. शाळा सुटल्यावर मी बराच वेळ लेसींच्या घरी टाईमपास करायचे. तिथेच चहापाणी व्हायचे. मिस्टर लेसींनी घरी पोहोचून आपल्यासाठी जिन आणि टॉनिक असे ड्रिंक तयार केले तरी मी त्यांच्याचकडे असायचे आणि यात वेगळे काही नव्हते. त्या दिवशी त्यांनी बातम्या लावल्या आणि तेवढ्यात फोन वाजला. मग माझी गादी तिथेच सूझनच्या खोलीत घातली गेली. मी रात्री त्यांच्याकडेच राहिले. तुझ्या आईबाबांना यायला उशीर होईल. त्यांनी तुला आमच्याकडेच थांबायला सांगितले आहे. वरवर सगळे शांत असले तरी काहीतरी गडबड आहे, हे हास्य खोटे आहे, बोलण्याचा अर्थ वेगळा आहे, ही नि:शब्द जाणीव सतत पिच्छा पुरवत होती.

त्या आधी दोन दिवस, म्हणजे शनिवार दि. ७ जानेवारी १९६१ रोजी दुपारी तीन वाजून वीस मिनिटांनी दोन माणसे वॉटर्लू स्टेशनवरून तिकीट तपासनिसाच्या बाजूने बाहेर पडली होती. ती दोघे गाडीतून उतरल्यापासून एक माणूस त्यांच्यावर लक्ष ठेवून होता. प्लॅटफॉर्म चौदावरच्या इतर स्त्रीपुरुषांपेक्षा ही दोघे काही खास वेगळी विशेष लक्षात येण्यासारखी अशी नव्हती. त्याने आणि आधीपासून या दोघांवर पाळत ठेवण्यासाठी रस्त्यात आणि गाडीत हजर असलेल्या इतर आठ जणांनी त्यांचा फोटो पूर्वी पाहिलेला असल्यामुळेच त्यांना ओळखले असेल. कदाचित त्याने याच जोडगोळीवर यापूर्वीही नजर ठेवली असेल. ज्याच्यावर लक्ष ठेवायचे आहे त्याला कसे ओळखायचे; प्रत्येक व्यक्तीच्या चेहऱ्यामोहऱ्यात, पेहरावात कसा फरक असू शकतो; केसांचा, डोळ्यांचा, रंग, ठेवण, आविर्भाव, वजन, उंचीचा अंदाज या सगळ्यांचा विचार करून त्या व्यक्तीचे चित्र डोळ्यांसमोर उभे राहील अशा प्रकारे वर्णन कसे करायचे याचे पद्धतशीर प्रशिक्षण त्याला दिले गेले होते. इतरांसाठी या जोडीचे पटकन लक्षात येणारे वैशिष्ट्य म्हणजे त्यांचा अतिसामान्यपणा. त्या प्लॅटफॉर्मवरच्या दिव्यांच्या उजेडात आणि स्टेशनच्या छपरावरील घाणेरड्या काचेतून येणाऱ्या संधिप्रकाशात जवळजवळ सर्वच प्रवाशांचे सामान्यत्वच उठून दिसत होते. स्वेटर्स, ओव्हरकोट आणि मातकट रंगाच्या हॅट्स घातलेले लंडनमधले रूक्ष, भकास, थकलेले चेहरे.

टाइम्सखेरीज इतर वर्तमानपत्रेदेखील होती. मी त्याच तारखेचे गार्डिअन, टेलिग्राफ, डेली मेल पण मागवले होत्या. फक्त टाइम्स डिजिटल स्वरूपात

उपलब्ध होता. बाकी सगळ्याच्या फिल्म्स आहेत. या फिल्म्स म्हणजे जुन्या प्रकारची भेंडोळी होती. त्या व्हिडिओमध्ये बरोबर घालणे, फोकस करणे सगळेच कंटाळवाणे होते. एखाद्या वर्तमानपत्रातल्या आतल्या एखाद्या पानावर आत्ताच्या तुलनेत अगदी छोटासा भासेल असा फोटो होता. हा फोटो नीट छापलाही गेलेला नव्हता. फिल्मवर बघायला तर तो आणखीनच खराब वाटत होता. एका बाईचा आणि पुरुषाचा फक्त चेहरा. कधीच्या काळी फोटोसाठी एकत्र आलेली माणसे. आता हा फोटो पुरावा म्हणून दाखल झाला होता. अटक झाली ते दृश्य. फोटो एन्लार्ज करून बघितला तर, आपल्या नजरेसमोर त्याचे नुसत्या अर्थहीन ठिपक्यात रूपांतर होत होते. मी जिथे काम करत होते त्या लायब्ररीला एकही खिडकी नव्हती. वातावरण अगदी कोंदट होते. तिथल्या अंधाऱ्या केबिन्समध्ये एका वेळी बारा-पंधरा कंटाळलेली माणसे पेंगत पेंगत की बोर्ड बडवत होती.

बघे, कामे करणारे, आला गेला.

एकातून दुसऱ्या गटात परिवर्तन. येणारी-जाणारी डोकी. खांद्याला खांदा लावून हातमोजे घालून खिशात हात अडकवलेली, बॅगा-पर्सेस धरून जाणारी माणसे. प्रत्येकाच्या बुटांनी उमटणारी एकमेकांत मिसळलेली स्टेशनच्या फरशीवरील चित्रविचित्र नक्षी. कोणाचे कोण ते कळायला काहीही मार्ग नव्हता. एमआयफाईव्हच्या एजंट्सच्या डोळ्यांतदेखील एकाग्रतेची कोणतीही छुपी खूण नव्हती. गुप्तहेरांच्या मख्ख चेहऱ्यांवर उत्सुकता, आशानिराशा, प्रवासाचा शीण, रक्तात भिनलेला सावधपणा कशाचाच मागमूस नव्हता.

हा गर्दीचा लोंढा वॉटर्लू स्टेशनच्या दारातून बाहेर आला; तेव्हा पाळत ठेवणाऱ्यांची एकदम गडबड उडाली. आजूबाजूला बघत त्यांनी या गोंधळातून मार्ग काढला. जेव्हा ही जोडी गर्दीतून वेगळी झाली आणि त्यांनी दक्षिणेकडे मोर्चा वळवला तेव्हा यांना हायसे वाटले. मग ते पुन्हा थंडावले. त्या जोडीच्या लक्षात येणार नाही अशा बेताने खिशात हात घालून रमतगमत त्यांचा पाठलाग करू लागले. पोलिसांच्या गाड्या आल्या, तेव्हाही हे नुसते बघत होते. पण कोणाचेही त्यांच्याकडे लक्ष गेले नाही.

''पाठलाग संपलाय. स्कॉटलंड यार्ड तुमच्या सेवेला हजर आहे.'' गुप्तहेरांना पकडण्यात उस्ताद असणारा सुपरिटेंडंट 'मूनरेकर' स्मिथ म्हणाला.

एखादा पोलीस खरेच असे काही बोलला असता?

वर्तमानपत्रांनी आपले स्वत:चे खास शब्द बातमीदाराच्या मर्यादा या सगळ्यासकट त्या घटनेचा अर्थ त्यांच्या पद्धतीने समोर मांडला. यात मला माझ्या बाबांचे आणि

त्यांच्याबरोबरच्या इतरांचे बोल ऐकू येतात. युद्धाच्या छायेतच ही पिढी लहानाची मोठी झाली, पण ते सगळे विसरून नंतरच्या परिस्थितीशी त्यांनी छान जुळवून घेतले. युद्धपश्चात सुसंस्कृत जगाचा ताल त्यांनी पुन्हा प्रस्थापित केला. यावर कदाचित आधीच्या जीवनाची पुसटशी छाया असेल. बदल उंबऱ्यावर येऊन ठेपला असला तरीही आता यात काहीही फरक होणार नाही, याची स्वत:लाच खात्री पटवून देत सहा वाजता ड्रिंक, मग स्थलकाल यानुसार रात्रीच्या जेवणासाठी तयार होणे, नऊच्या बातम्या, रविवारचे भोजन हे अव्याहतपणे चालू राहिले असेल. वर्तमानपत्रातल्या लेखांप्रमाणेच त्यातल्या जाहिराती या त्या काळाच्या समर्पक प्रतिनिधी होत्या. रेखाचित्रे आणि फोटोंनी लक्षवेधक बनवलेल्या मॅनिकिन सिगार्स, मॅपिन अँड वेब लँड रोव्हर, गुड ओल्ड जॉनी वॉकर या उत्पादनांच्या अगदी साध्या निर्व्याज अशा जाहिराती प्रसिद्ध झाल्या होत्या. ब्रिटिश जाहिरातींचे वैशिष्ट्य म्हणजे त्यावरील खास ब्रिटिश छाप. परिचित नावे असलेली, सुरक्षित, लहानथोर प्रत्येकासाठी एक ठरावीक जागा असलेली. या चौकटीच्या बाहेर जे काही होते त्याचे अस्तित्वच नाकारण्यात आले होते.

मी तिथे आले तेव्हा माझ्या शेजारचा बूथ रिकामा होता. किंबहुना त्यामुळेच मी ही जागा निवडली. शिवाय ही ओळीच्या शेवटी होती. विद्यार्थिदशा संपल्यावर मी अशा प्रकारचे संशोधन केलेले नव्हते आणि त्याला आता खूपच दिवस झाले होते. साहजिकच माझे असे या फिल्मच्या वेटोळ्यांशी झगडणे कोणीही बघू नये, असे मला वाटत होते. त्यासाठी पुरेशी मोकळी जागा मिळणे आवश्यक होते. जीनची पँट आणि निळसर जाकीट घातलेली एक भारतीय तरुण मुलगी आता शेजारच्या जागी आली. टेबलावर आपली फाईल आणि वह्या ठेवून तिने फिल्म्सचा पहिला गठ्ठा काढला. आधी मी जशी बावचळल्यासारखी दिसत होते अगदी तशीच तीपण दिसत होती. बूथच्या एका बाजूला ज्या सूचना लिहून चिकटवून ठेवल्या होत्या त्या तिने वाचल्या. आटे फिरवून बटणे दाबून तिने ते मशीन चालू केले, पण फिल्म गुंडाळताना एका बाजूने सटकण्याइतकी गुंडाळली गेली.

"हे कसं चालू करायचं? काही माहितीये का?" अपराधी स्वरात ती कुजबुजली.

"कामचलाऊ माहिती आहे."

ती एखाद्या सुशिक्षित भारतीय मुलीसारखी बोलत होती. काळ्याभोर भुवया, जाडा चष्मा आणि हातात बांगड्या. होतकरू वाटत होती. कदाचित डॉक्टरेटची विद्यार्थिनी असेल. वयाने एवढी लहान नसणार. आपण मोठे झालो की, इतर मुली आहेत त्यापेक्षाही लहान वाटू लागतात. कदाचित लेक्चरर असेल. इथे येण्यासाठी काहीतरी खास कारण तर असणारच.

उठून तिला मदत करण्यात विशेष काही नव्हते. पण ते जमलेच नाही. शेवटी

लायब्ररिअनने येऊन आम्हाला वाचवले.

मग मात्र मी माझ्या कामाला पद्धतशीरपणे भिडले. अटकेच्या तारखा, कोर्टातली सुनावणी, निकाल, संबंधित व्यक्तींची नावे, संदर्भ गोळा केलेल्या सगळ्या माहितीची छाननी केली. न जाणो त्यात काही धागादोरा मिळायचा.

तिथे कँटीन किंवा जवळपास एखादा कॅफे असेल, खाण्यापिण्याची काहीतरी सोय असेल अशी माझी अपेक्षा होती. मी जेव्हा जेव्हा लंडनला येते तेव्हा मी जेथे जाईन तेथे कितीतरी हॉटेल्स मला दिसतात. बाहेर पडल्यावर लोक सगळीकडे खातपीतच असतात. एप्रिलमध्येसुद्धा बाहेर बसून मेडिटेरिअन पदार्थ खातात. सत्तरच्या आसपास काही वर्षे मी इथे राहत होते. तेव्हाच्या मानाने आता इथे खूपच बदल झाले होते. ही लायब्ररी जिथे होती, त्या भागाला लंडन म्हणणे अवघड होते. ते उत्तरेकडचे एक घाणेरडे उपनगर होते. नॉर्दन लाईनवरच्या एडग्वेरइतके दूर. ट्यूबच्या नकाशावरच एखाद्याला हे नाव वाचायला मिळते. या साधारणसे रस्ते असलेल्या वस्तीत संस्थेची लालचुटूक विटांची इमारत अगदी विसंगत वाटली. जवळ एकही दुकान नव्हते. फक्त एक पेपरवाला आणि चहाची कळकट टपरी. अशा ठिकाणी मी तीसेक वर्षांत गेलेले नव्हते. शिक्षण संपल्यावर तर नाहीच. तेव्हा मी जे मागवले असते तेच आत्ताही मागवले. कडक चहा आणि बेकन सँडविच. टोस्ट नाही. साधा पांढरा ब्रेड. ओशटपणा शोषून घेणारा. त्याक्षणी तरी मला हे संपविण्याइतकी भूक लागली होती.

टपरीवर वर्दळ होती. या परिसरात ही एकच टपरी असणार. ती भारतीय मुलगी एकटीच बसली होती. मीही त्याच टेबलाशी बसले.

तिने फक्त चहा घेतला.

"इथे काय मागवावं ते मला समजलं नाही." ती म्हणाली.

मी पण इथे किती परकी होते, हे तिला माहिती नव्हते. किती कमी वेळा मी लंडनला यायचे. तिच्यासारख्या माणसांना तर मी जवळजवळ कधीच भेटलेले नव्हते. ती मुसलमान असेल का हिंदू शाकाहारी? बेकन नक्कीच नाही. मी अंडी आणि वेफर्स सुचवले.

"मला संशोधनासाठी अनुदान मिळाले आहे." बाहेरच्या पावसात एक बस जात होती. तिकडे बघत ती भारतीय मुलगी म्हणाली, "लंडनमध्ये सहा आठवडे. यापूर्वी मी कधीही लंडनला आलेले नाही."

"अच्छा, हां, खरंतर तू लंडनमध्ये जमेल तेवढं फिरायला हवंस."

"कामातनं वेळ मिळाला तर बघेन."

"हिंडण्याफिरण्यासाठी तू खरंच थोडा वेळ काढायला हवास."

"तुझं इथे किती वेळाचं काम आहे?"

"सांगता येत नाही," मी म्हणाले. पण मला माहिती होते. मी तीन दिवस लंडनला राहून नंतर बर्लिनला जाणार होते.

"थोडे दिवस लंडनमध्ये आहे. मग मी जर्मनीला जाणारे. नंतर पोलंड. खुद्द पोलंड नाही, खरंतर रशिया."

"ऐकून तरी मजा येईलसं वाटतंय."

"तसं काही नाही. हा माझा नोकरीधंदा नाहीये. खरंतर मी माझा वेळ वाया घालवतीये. आता अशा प्रकारे दवडायला माझ्याकडे वेळ आहे एवढंच. माझी मुलगी मोठी आहे. तिचं माझ्यावाचून अडत नाही आणि माझा नवरा म्हणाला की, मी हे आतातरी करायलाच हवं. तसं काही फार महत्त्वाचं नाहीये. एक साधीशी कौटुंबिक बाब. आता फावला वेळ आहे तर याबद्दल थोडी माहिती मिळवावी असं वाटलं."

कोर्टात साक्षीपुराव्यांनंतर हे सत्य समोर आले की, ती पाळत ठेवलेली जोडी उगीचच मोठा वळसा घेऊन वॉटर्लूला पोहोचली होती. ही त्यांची लहर होती का चुकून तसे घडले, का कोणी पाठलाग करत असलाच तर त्याला चुकविण्यासाठी मुद्दामहून असे केले गेले ते कळले नाही.

ते सॅलिसबरीहून ट्रेनने आले होते. खरंतर त्यांना वेमाऊथहून सरळ येता आले असते. पहिल्यांदा सॅलिसबरीपर्यंत गाडी घेऊन जायचे, मग तिथे गाडी सोडून द्यायची. 'रस्त्यावर बर्फ होता म्हणून' असे ते म्हणाले. पण ट्रेनसुद्धा बॅसिंगस्टोकहून फिरवावी लागली. कारण मुसळधार पावसामुळे रूळ वाहून गेले होते. लंडनमध्ये काही खरेदी करायचा त्यांचा बेत असला तरी त्यासाठी त्यांच्याकडे फारसा वेळ उरला नव्हता. साडेचारला त्यांनी मीटिंग ठरवली होती ती गाठण्यापूर्वी ते फारतर तीन पेनींचे तिकीट काढून ईस्ट स्ट्रीटच्या मार्केटला – वॉलवर्थला – जाऊन येऊ शकले असते.

हॅरी होटन आणि इथेल एलिझाबेथ गी अशी त्यांची नावे होती. इथेलला बंटी म्हटले जायचे, असे वर्तमानपत्रवाल्यांचे म्हणणे होते. पोर्टलंड ॲडमिरॅलिटी अंडरवॉटर वेपन्स एस्टॅब्लिशमेंटमधे दोघेही नोकरीला होते. ड्रॉईंग ऑफिसच्या रेकॉर्ड्स विभागात बंटी अगदी खालच्या स्तरातील क्लेरिकल असिस्टंट होती, तर हॅरी पोर्ट ऑक्झिलरी रिपेअर युनिट या अगदी निरुपद्रवी अशा खात्यात क्लेरिकल ऑफिसर होता. इथे त्याला जहाजांचा तपशील, आरमाराच्या ताफ्यातील

बोटींची वाहतूक, नकाशे हे हाताळता येत होते. ते दोघेही कधीकधी लंडनची ट्रीप करायचे. एकदोन वेळा ते तिथे राहिलेसुद्धा होते. (एका वर्तमानपत्राने बंटीला 'मोकळी ढाकळी अविवाहित स्त्री' म्हटले होते. याचा छुपा अर्थ असा होता की, तिने हॅरीबरोबर शय्यासोबत केली होती आणि ज्या हॉटेलमध्ये ते जायचे, तिथे बोटात अंगठी वगैरे घालून ती हॅरीची पत्नी असल्याचा बहाणा करायची.

यावेळी मात्र त्यांचा रहाण्याचा इरादा नव्हता. कदाचित बंटीला घरच्या तीन वयोवृद्ध माणसांसाठी लवकर परतायचे होते. तिची ऐंशी वर्षांची आई बिछान्याला खिळलेली, तिची बेसी मावशी आणि तिचा जॉनकाका. (काही वर्तमानपत्रांत त्यांचे नाव जॅक असे दिले होते.) कदाचित हॅरीचा बेत वेगळा होता. लंडनमधल्या आपल्या खबऱ्याला भेटण्यासाठी याआधी तो एकदा एकटाच आला होता, तेव्हा त्याने दक्षिण आफ्रिकेच्या एका मुलीविषयी ऐकले होते. तो बंटीला फसवत होता, असा अर्थ यातून निघत होता. हॅरी पंचावन्न वर्षांचा टकलू इसम होता आणि पुष्कळ दिवस एका कॅरॅव्हॅनमधे रहात होता. अर्थात, लोकांनी गुप्तहेरांकडून अशाच वागणुकीची अपेक्षा ठेवली असती.

वॉटर्लू रोडला आल्यावर हॅरी आणि बंटीने ओल्ड व्हिकच्या कोपऱ्यावर रस्ता ओलांडला. तिथे एक काळा स्थूल माणूस पटकन त्यांच्यापाशी आला. त्याने शेकहँड केला. हा स्वत:ला गॉर्डन लोन्सडेल म्हणायचा (पण त्याचे खरे नाव होते के.टी. मोलोडी). त्याची स्वत:ची एक खास स्टाईल होती आणि इतरांकडे सहसा नसणारे चातुर्य होते. शिष्टाचार पाळण्यातही चार्म होता. चटकन बंटीकडे वळून त्याने तिच्या हातातली खरेदीची बास्केट घेण्यासाठी हात पुढे केला. कोणत्याही सभ्य माणसाने असेच केले असते. ही अगदी साधी बाब आहे असे वाटल्याचे ती म्हणाली होती.

मला ही जागा माहिती आहे. लंडनला मी राहत होते तेव्हा काही वेळा ओल्ड व्हिकला गेले होते. लंडन सोडल्यावरही एकदोनदा गेले असेन. मला तो रस्ता माहिती होता. आताही तो रस्ता बकालच वाटतो. वॉटर्लू रोडची घाणेरडी बाजू आणि थिएटरची लांबच्या लांब रंगहीन भिंत यामधला फुटपाथ. हा रस्ता आणि उंचच्या उंच भिंत यामध्ये वाहनांचा आवाज आणि धूर कोंडायचा. त्यावेळी बॉंब पडल्यामुळे तिथल्या इमारती उद्ध्वस्त झाल्या होत्या. त्यामुळे तेव्हा तिथे आणखीनच भकासपणा असणार. थिएटरमध्ये चालू असलेल्या सिनेमाच्या पोस्टर्सचा भिंतीवरचा रंग काय तो त्या ठिकाणाला थोडाफार जिवंतपणा आणत असेल तेवढाच. (जेव्हा

हे हेर बाहेरच्या थंडीत फिरत होते, तेव्हा थिएटरमधल्या जाहिरातींनुसार शनिवारी मॅटिनीला 'अ मिडसमर नाईट्स ड्रीम' हा सिनेमा त्या भपकेबाज, उबदार थिएटरमध्ये दाखवण्यात येत होता.)

लोन्सडेल मुरलेला व्यावसायिक असल्यामुळे बहुतेक त्याने या रस्त्याची निवड केली होती. अगदी सर्वसामान्य, फारसा गाजावाजा न झालेला म्हणून किंवा मग तो रस्ता अगदी रुंद आणि सरळसोट असल्यामुळे तिथे कानेकोपरे, रस्त्यात उघडणारे दरवाजे-चौक नव्हते. त्यामुळे कोणीही अचानक दत्त म्हणून समोर उभे ठाकू शकले नसते. या कारणास्तवच ते या रस्त्यावर भेटले असणार.

यापूर्वीही किमान तीन वेळा त्याने या जागी अशा भेटी घडवून आणल्या होत्या. दोनदा हॅरी आणि बंटी या जोडप्याला आणि एकदा एकट्या हॅरीला तो भेटला होता. एकदा तो हॅरीला दुसरीकडे कोठेतरी भेटला होता. या प्रत्येक प्रसंगी त्यांच्यावर नजर ठेवली गेली होती, त्यांचा पाठलाग केला गेला होता, काही पक्क्या जोड्यांनी, काही रिकामटेकड्यांनी, तर काही वर्तमानपत्र विक्रेत्यांनी त्यांचे संभाषण ऐकले होते. कधीकधी या लोकांच्या खिशात मायक्रोफोन्स आणि टेपरेकॉर्डर होते. आता गेली चार वर्षे याने याच्या बरोबर काम करणाऱ्यांनी किंवा त्यांच्या बॉसने आधी ठरवलेल्या सांकेतिक इशाऱ्यांद्वारे हॅरीला बोलावून घेतले होते. हे सांकेतिक इशारे अगदी हास्यास्पद वाटतील असे होते. आत्ताच्या तुलनेत तर हे अगदी चमत्कारिक आणि विचित्र होते. म्हणजे घडायचे असे की, पोस्टाने मिळालेल्या हूव्हरच्या ब्रोशरमधून किंवा नाईट्सब्रिजमधील स्कॉच हाऊसच्या अर्ध्या दुमडलेल्या जाहिरातपत्रकाद्वारे हॅरीला लंडनच्या मीटिंगला बोलावण्यात येई. या मीटिंग्ज उपनगरातल्या डिट्टन रोड वरील मेपोलसारख्या पबमधे किंवा तोलवर्थमधील टोबी जग मध्ये होत. तिथे येताना पंचची एक कॉपी हातात धरण्याविषयी सूचना त्याला दिलेली असे किंवा एका हातात वर्तमानपत्र आणि दुसऱ्या हातात मोजे, अशा खुणा ठरवल्या जात. ज्यायोगे त्याच्याशी संपर्क साधणारी व्यक्ती त्याला ओळखू शकेल.

जानेवारी महिन्यातल्या त्या दिवशी सूर्यदर्शन झालेच नव्हते आणि जवळजवळ अंधार पडला होता. गाड्यांच्या दिव्यांच्या प्रकाशात ओला रस्ता चमकत होता. थंडी असल्यामुळे बहुतेक ते भराभरा चालत होते. शिवाय त्यांच्यावर दडपण होते. कधी एकदा हे संपेल असे त्यांना झाले होते. त्या सगळ्यांच्याच दृष्टीने या मीटिंगच्या वेळी सगळ्यात जास्त धोका होता. बंटी त्या दोघांमधून चालत होती. लोन्सडेल तिची बास्केट घेऊन भिंतीच्या बाजूने चालत होता. ते एकमेकांशी बोलले का? बोलले असले तर कशाबद्दल? पुढच्या मीटिंगविषयी का प्रवासात होणाऱ्या उशिराबद्दल का प्रवासाचा ताप वाढवणाऱ्या या खराब हवामानाबद्दल? दोन ट्रक आणि एक बस बाजूने गेली तेव्हा त्या आवाजामुळे बोललेले नीट ऐकू येत नव्हते

म्हणून त्यांनी आवाजाची पट्टी वाढवली का?

आणि मग त्यांच्या भोवती गाड्यांचा गराडा पडला आणि आरडाओरडा करत लोक त्यांच्या दिशेने धावले.

"मी भानावर आले तेव्हा त्यांनी आमच्यावर झडप घातली होती." बंटी साक्षीदाराच्या पिंजऱ्यात उभी राहून म्हणाली होती. "त्यावेळी काय झालं ते मला धड कळलंही नाही. मला वाटलं की, ते इंग्लंडमधील बेलगामपणे वागणाऱ्या संतप्त तरुणांच्या (टेडी बॉईज) गटातील एक तरुण आहेत. त्यात मिस्टर (सुपरिटेंडंट) स्मिथ वेगळे उठून दिसत होते. मला कळेना की, हा सभ्य गृहस्थ या सगळ्या टेडी बॉईजच्या लफड्यात कसा. इतकी गडबड आणि गोंधळ होता की, मी एक अक्षरही ऐकू शकले नाही. ते कोण होते ते मला माहिती नव्हतं."

त्या वेळी ती फक्त 'ओह्' एवढेच म्हणाली.

हॅरीने 'काय?' असे विचारले.

लोन्सडेल काहीही बोलला नाही.

तिच्या खरेदीच्या बास्केटमध्ये आरमारी चाचण्यांचे तपशील देणारी चार पत्रके सापडली. प्रत्येकात बरेच फुलस्केप कागद होते. त्याचबरोबर डेव्हलप न केलेल्या फिल्म्स होत्या. या फिल्म्सवर युद्धनौकांची माहिती देणारी दोनशेतीस पाने होती. यात एचएमएस ड्रेडनॉट या ब्रिटनच्या पहिल्या अणुबाँब नौकेचाही समावेश होता. याशिवाय वर्तमानपत्राचा एक गठ्ठा आणि खायचे पदार्थ होते.

“पीटर बेटा, तू असा सबंध दिवस वाया कसा घालवू शकतोस? जा जरा मोकळ्या हवेत जाऊन ये.” असंच म्हणाली असती आमची आई. हे वाक्य ती इतक्या वेळा म्हणायची की, मला ही चाल पाठ झाली होती. तिचा सुरेल आवाज तर घरातल्या सगळ्या खोल्यांत घुमायचा.

पीटर होस्टेलमधून उन्हाळ्याच्या सुट्टीला आला होता. घरी आमचे आम्हीच आहोत अशी ही पहिली उन्हाळ्याची सुट्टी होती. पण साल कोणते ते मला आठवत नाही. आता मागचे आठवताना सगळे उन्हाळे सारखेच वाटतात.

पीटर बाहेर गेला नाही. त्याला बाहेर जायला भाग पाडणारे कोणी नव्हते. तो अगदी हडकुळा आणि पांढराफटक होता, त्यामुळे आईला काळजी वाटायची. आमचे बाबा जरी घरात असले, तरी त्यांचे या गोष्टीकडे लक्ष आहे असे वाटत तरी नसे. ते आमच्याशी प्रेमाने वागायचे, पण कधीकधी आमचे सूर जुळायचे नाहीत आणि मग हे निरर्थक भासे. आमच्यापेक्षा बागेतली माती, पालापाचोळा आणि रोपे त्यांच्यासाठी जास्त जिवाभावाची होती. अंधार पडेपर्यंत ते बागेतच आहेत असे वाटे. जेव्हा दिवस मोठा असे आणि रात्रीच्या जेवणाला वेळ असे तेव्हा आम्ही ब्रेड आणि पीनट बटर खाऊन बसत असू. मग कधीतरी त्यांच्या लक्षात येई की, आपण आता घरात जाऊन स्वयंपाक केला पाहिजे.

ते जेव्हा कामाला जात तेव्हा मी पण त्यांच्याबरोबरच उठे आणि त्यांना टाटा करे. पीटर थोडा उशिरा उठे. नंतर रोज मार्गारेट येऊ लागली. बऱ्याचदा सूझन आमच्याकडे खेळायला यायची किंवा कधीकधी आम्ही तिच्याकडे जात असू. मार्गारेट गेल्यावर मिसेस लेसी आम्हाला जेवायला वाढत. त्यानंतर आम्ही मनसोक्त भटकत असू. जर भूकबीक लागली किंवा आम्ही पडलो बिडलो तर मिसेस लेसी

जवळपास असतच. हा दिनक्रम इतक्या सहज अंगवळणी पडला होता की, मोठ्या माणसांनी इतर बाबींप्रमाणेच याबद्दल मुद्दाम चर्चा करून ठरवून सगळे आखले असेल असे आमच्या डोक्यातही आले नाही. आमच्यासाठी कोणाचीही कसलीही आडकाठी नव्हती. मोठी माणसे कल्पनाही करू शकणार नाहीत असा मोकळेपणा आम्हाला मिळाला होता. आई घरात नसल्यामुळे मिळणारे पोरके स्वातंत्र्य! दिवसभर आम्हाला विचारणारे कोणीही नव्हते. बाहेर पडण्यापूर्वी बूट घालायला कोणी भाग पाडत नव्हते. आमच्यावर कोणाचीही नजर नव्हती. मला आठवते की, माझी आई जेव्हा घरात होती तेव्हा मी तिच्या मागे सतत भुणभुण करत असे की, आता मी काय करू? आणि मग आई काहीतरी नामी शक्कल लढवेल आणि माझा कंटाळा घालवेल अशा समजुतीने मी तिच्या उत्तराची वाट बघत असे. आता हे काही नव्हते. आमचे आम्हीच होतो आणि आम्हालाच विचार करावा लागत होता. बोलायचा प्रश्नच नव्हता. आम्हाला जे वाटेल ते आम्ही करत होतो.

पीटर विमाने बनवायचा. दर शनिवारी सकाळी बाबा आम्हाला चेल्टनहॅमला घेऊन जायचे. तिथे पीटर विमानाच्या नवीन मॉडेलसाठी आवश्यक सामग्री आणि युद्धकथांवर आधारित चित्रकथेचे मासिक विकत घ्यायचा. नंतर पुढच्या शनिवारपर्यंत तो ते विमान तयार करायचा. पीटरकडे ब्रिटिश आणि जर्मन दोन्ही प्रकारची खेळातली विमाने होती. थोडी अमेरिकन बॉंबर्स होती. ही सगळी विमाने तो त्याच्या खोलीत आढ्याला टांगायचा. ही विमाने कधी बनवली गेली, त्यांनी कोणत्या लढाईत भाग घेतला, कोणत्या प्रकारची शस्त्रे या विमानात असत, ही संपूर्ण माहिती त्याच्याकडे होती. तो लहान होता तेव्हा त्याचे अंथरूण ही रणभूमी असे आणि आमच्या घरात सतत बंदुकींची ठो ठो, जखमी सैनिकांच्या किंकाळ्या असे त्याच्या लुटुपुटुच्या लढाईचेच आवाज घुमत असत.

त्या दिवशी घरात शांतता होती. आम्ही दोघेच तर होतो. पीटर त्याच्या खोलीत नवीन विमानाचे मॉडेल बनवण्यात मग्न होता. थोड्या वेळापूर्वी मी बाहेर उन्हात गाणे म्हणत फिरत होते. मला गायला खूप आवडायचे. मी अगदी घोळवून घोळवून गात होते, त्यामुळे गाणी संपतच नव्हती. आतून बाहेर बागेत आणि पुन्हा खिडकीतून आत असे माझे चालले होते. अचानक मी गायची थांबले आणि ते रिकामे घर मला खायला उठले.

''पीटर, काय झालं?''

पीटर अगदी खाली मान घालून बसायचा, त्यामुळे त्याचे केस डोळ्यांवर यायचे. त्याने विमानाचे थोडेसेच भाग बनवले होते. विमानाचे बाकीचे सुटे भाग

तसेच टेबलावर पडलेले दिसत होते. त्याचा चेहरा काळवंडलेला होता. त्याच्या हाताच्या मुठी रागाने वळलेल्या होत्या.

"विमान बनवायला चुकलं का?"

तोपर्यंत मला वाटतं आम्ही तिच्याबद्दल बोललोच नव्हतो. गंभीरपणे तरी नाहीच. मला तरी तसे काही आठवत नव्हते. नंतर लगेच पीटर घरी परत आला होता. आम्ही एकमेकांना भेटलो होतो. कितीतरी सुट्ट्या एकत्र घालवल्या होत्या. पण या विषयावर बोललो नव्हतो.

"आपल्याला काय माहीत, की ती खरंच वारली?"

त्याच्या डोळ्यांत विचित्र चमक होती, त्यामुळे मी त्याच्याकडे बघितलेच नाही. तो अगदी रडवेला झाला होता. मी त्याच्या हाताच्या बोटांकडेच बघत राहिले. ताणामुळे त्याची बोटे आणखीनच पांढरी पडली होती. त्याच्या हातात विमानाचा एक पंख होता. त्याने तो इतका घट्ट पकडला होता की, मला वाटले आता तो पंख तुटेल आणि मग मात्र तो खरंच रडेल.

"कारण त्यांनी आपल्याला तसं सांगितलं."

खरंच. पण मी त्याला असे सांगू शकले नसते. कारण त्यांनी सांगण्यापूर्वीच मला हे माहिती होते. तो फोन आल्यापासूनच माझ्या मनात हा विचार आला होता. तेव्हा मी सूझनबरोबर पत्ते खेळत बसले होते. टी.व्ही.वर बातम्या चालू होत्या. मिसेस लेसींनी हॉलच्या दाराबाहेर पॅसेजमध्ये फोन घेतला. "कधी?" त्यांनी कापऱ्या आवाजात विचारले होते. तो आवाज साधा नव्हता. त्यांनी लगेचच आपल्या आवाजावर काबू आणायचा प्रयत्न केला असला तरीही, गळती झालेला गॅस जसा झपाट्याने पसरतो, तसा या शब्दाचा प्रभाव शेजारच्या खोलीत जाणवला होता. का कोण जाणे, पण मिस्टर लेसी आपल्या बायकोच्या बोलण्याकडे लक्ष न देता सारखे अपशब्द वापरत होते. ते टी.व्ही. बघत होते आणि टी.व्ही.वर जे दाखवले जात होते त्यातल्या कशाचा तरी त्यांना राग आला होता.

"त्यांनी सांगितले म्हणून," पीटर परत म्हणाला, पण आता त्या शब्दात दम नव्हता.

पीटर जरा सावरला होता. नेहमीसारखा दिसत होता. त्याने आपल्या हातातला तो विमानाचा पंख खाली ठेवला. आपल्या बोटांना लागलेला डिंक तो काढू लागला. बोटाची सालडी निघाल्याप्रमाणे हा वाळका डिंक टेबलावर पसरलेल्या वर्तमानपत्रावर पडू लागला.

"ते असं म्हणाले होते. पण केवळ ते म्हणाले म्हणून खरं तसंच घडलं

असेल असं काही नाही.''

तो अधिकारवाणीने म्हणाला. एक मोठा भाऊ आपल्या धाकट्या बहिणीला सांगत होता. बहुतेक वेळा पीटर जे सांगे ते बरोबरच असे. माहिती, तिची सत्यता, नावे, तारखा, आकडे... मुलांना उपजतच सोप्या वाटणाऱ्या या ठाम दुनियेत तो वावरत होता. गाडीचे विमानाचे मॉडेल तो पटकन ओळखू शकत होता. एव्हरेस्टची उंची किंवा फ्रेडी ट्रुमनच्या बोलिंगची आकडेवारी त्याच्या ओठावर होती. त्याने हे उलगडून सांगायला हवे होते. मी काहीच न बोलता त्याच्या स्पष्टीकरणासाठी थांबले.

''ॲना, नीट विचार कर. ते नक्की काय म्हणाले? आठव.''

''त्यांनी तुला काय सांगितलं?''

''फारसं काही नाही. नुसतं बाबा मला घेऊन जायला येताहेत म्हणाले. मला जरा विचित्र वाटलं, कारण त्या दिवशी मंगळवार होता. मग बाबा आले. मेट्रनने पिशवी भरली आणि आम्ही गाडीत बसलो.''

आपण काय केले ते पीटरने सांगितले. त्याच्याशी काय बोलणे झाले होते त्याबद्दल चकार शब्द नाही. असे असेल तर मग मी तरी का सांगू.

ही बातमी मला सांगणे डॅफ्ने लेसीला भाग पडले. हे बोलणे त्यांना किती जड जात होते हे मला तेव्हाही जाणवले होते.

त्या सकाळी मिसेस लेसी जरा विचित्रच वागत होत्या. चिडचिड करत होत्या आणि त्यामुळे एरवीपेक्षाही जास्त वेडपट दिसत होत्या. आम्हाला आपले नेहमी वाटायचे की, त्या थोड्या वेडसर आहेत. मधेच त्यांची तंद्री लागायची. त्यांचे भडक रंगाचे कपडे, निस्तेज डोळ्यांभोवती थापलेला निळ्या रंगाच्या मेकअपचा थर या सगळ्यामुळे बघणाऱ्याला त्यांच्या विक्षिप्तपणाची खात्री पटायची. एकदा आम्ही प्राणी संग्रहालयामध्ये भुंगे, मधमाशा खाणारा एक प्राणी पाहिला होता. त्याचे डोळेपण अगदी तशाच रंगाचे होते. तेव्हा खरंतर सूझन आमच्याबरोबर तिथेच होती. तरी पीटरने माझ्या कानात सांगितले होते की, तो प्राणी मिसेस लेसीसारखा दिसत आहे. नशीब! सूझनला हे ऐकू गेले नव्हते आणि मग आम्ही खदखदून हसलो होतो.

रात्रीतून धुके पळून गेले होते. सकाळ छान स्वच्छ होती.

''मी नाश्त्यानंतर बेंजीला फिरायला घेऊन जाईन. ॲना, तू येशील ना माझ्याबरोबर?''

आम्ही लेसी कुटुंबाशी चांगले वागले पाहिजे असे आम्हाला सांगितले गेले

होते. कारण ते मलायाहून आले होते आणि एका जपानी शिबिरात राहिले होते. म्हणजे ते युद्धकैदी होते. मिसेस लेसींचा खूप छळ झाला होता. त्यांचे एक बाळही गेले होते. त्या खूप म्हाताऱ्या आणि अशक्त वाटत. त्या सूझनची आई आहेत असे वाटतच नसे. मागरिटने सांगितले होते की, सूझन ही त्यांची खरी मुलगी नव्हती.

कोणत्यातरी कारणावरून सूझनला घरीच थांबवले गेले. मी आणि मिसेस लेसी त्या छान कोवळ्या उन्हात बाहेर पडलो. आमच्याबरोबर त्यांचे कुत्रे होते. नवलाची गोष्ट म्हणजे बाहेर खूपच उबदार होते. रस्त्यावरील बर्फ वितळून तिथे छोटी छोटी डबकी तयार झाली होती आणि घरांच्या छपरावरून, झाडांच्या फांद्यांवरून पागोळ्या ठिबकत होत्या. आम्ही चालत होतो तो रस्ता पुढे वस्ती संपल्यावर भाज्यांच्या वाफ्यातून जाऊन एका शेतातल्या पाऊलवाटेला मिळाला. शेतात मेंढरे होती. मिसेस लेसींनी बेंजीच्या गळ्यात पट्टा अडकवला आणि मला तो धरायला दिला. कुत्र्याचा पट्टा धरून त्याला फिरवायला मला किती आवडे ते त्यांना माहिती होते. पुढे हळूहळू चढ सुरू झाला आणि शेवटी एक वळण आले. तेव्हा आकाश अगदी निरभ्र होते.

"मला तुला एक गोष्ट सांगायला हवी ॲना बेटा, काल तुझ्या बाबांचा फोन आला होता. काल रात्री ते परत येऊ शकले नाहीत. त्यांनी तुझ्यासाठी एक निरोप दिला आहे."

त्यांनी आपला हात माझ्या खांद्यावर वगैरे ठेवला नाही. मीही वर तोंड करून त्यांच्याकडे पाहिले नाही. मी खालच्या मळलेल्या पाऊलवाटेकडे बघत होते आणि माझ्या हातातल्या पट्ट्याला खेचणाऱ्या शेपूट हलवत चाललेल्या कुत्र्याकडे माझे लक्ष होते.

"तुझी आई देवाघरी गेली."

मी स्वर्गाचे चित्र डोळ्यांसमोर आणू शकले नाही. जंगलातली बीचची झाडे निष्पर्ण होती. वर पाहिले तर त्यांच्या फांद्यातून वरचे निळे निळे आकाश सुरेख दिसत होते. मिसेस लेसींच्या देवाचे घर मऊ मऊ हिरवळीवर असणार. केशरी जांभळ्या लालबुंद पाकळ्यांची खूप सुंदर फुले अवतीभवती असणार.

"ते म्हणाले की, अपघात झाला. अचानक तिथल्या तिथे. अगदी पटकन संपलं असेल सगळं."

मला नाही वाटत की, मी यावर काही बोलले.

मला माझ्यासमोर फक्त तो कुत्रा आणि बीचची झाडे दिसत होती आणि टेकडीखालच्या झाडीतून बाहेर पडताना गवतावर पडलेला हिवाळ्यातला झगमगीत सोनेरी प्रकाश मला दिसला. हेच माझ्या लक्षात राहिले. टेकडीचा स्वच्छ आकार, एका बाजूने खाणीतून काढलेल्या दगडांमुळे तयार झालेल्या कड्याचे त्या टेकडीला

लागलेले गालबोट, एका बोडक्या खडकातून उगवलेल्या एका काटेरी झुडुपाची काळी रेखाकृती, आडवी गेलेली एक दगडी भिंत याच गोष्टी मला नंतर आठवत होत्या.

आम्ही परत गावात शिरलो. तिथे एक चर्च होते. त्याच्या बाजूला खेळाचे मैदान होते. आम्ही तिथून जात असताना मिसेस लेसी एकदम म्हणाल्या की, आपण चर्चमध्ये जाऊया.

''का?''

''मला वाटलं, जरा प्रार्थना केली तर बरं वाटेल.''

मी यापूर्वी एकदा का दोनदाच चर्चमध्ये गेले होते. बाहेरून मला ते आवडले होते. त्या दगडांचा खरखरीत उबदार स्पर्श मला खूप आवडला होता. पण आतून ते अगदी रूक्ष होते. पांढऱ्या रंगाचे, गार गार, मोठ्या खिडक्यांचे, भिंतीवर मारलेल्या चुन्याचा दमट वास येणारे.

''पण आम्ही कॅथलिक आहोत. हे कॅथलिक चर्च नाहीये.''

म्हणून मग आम्ही न थांबता तसेच पुढे गेलो. मिसेस लेसींचा चेहरा एखाद्या रंगीत मुखवट्यासारखा ताणलेला दिसत होता.

* * *

''आपल्याकडे फक्त त्यांनी सांगितलंय तेवढंच आहे. पीटर म्हणाला, आपण स्वत: काही तिला बघितलं नाही. पाह्यलं का? ती निघून गेली एवढंच आपल्याला नक्की माहिती आहे. बाकी काही आपण जाणत नाही. आपण अंत्ययात्रेलासुद्धा गेलो नव्हतो.''

पीटर मुलगा होता. शिवाय माझ्यापेक्षा दोन वर्षांनी मोठा होता. होस्टेलला राहात होता. साहजिकच त्याच्या वयानुसार तो कणखर होता. पीटरने संशयाची बी पेरली. ही द्विधा मन:स्थिती हीच आमची शक्ती ठरणार होती.

''आपण तिचा विचार करतो तेव्हा आपल्या लक्षात येतं की, आपल्याला तिची तशी फारशी माहिती नाहीये. बरोबर आहे ना?''

''कारण ती जर्मन होती. बाबा तिला बर्लिनला भेटले होते ना!''

''हो, बरोबर आहे. पण आपल्याकडे थोडीतरी माहिती हवी ना. आपल्याला तिच्या आईवडिलांविषयी काही माहिती नाही. तिला ओळखणारं कोणी आपल्याला माहिती नाही. तिचं मूळ गाव वगैरे काहीही आपल्याला माहिती नाही.''

''हो, माहिती आहे.''

''काय?''

“तिचं मूळ गाव. तिने मला सांगितलं होतं. ते खूप मोठ्ठं गाव होतं. चेल्टनहॅमपेक्षाही मोठ्ठं. त्याचं नाव होतं कोनिग्जबर्ग, असं ती म्हणाली होती. पण असं गावच नाहीये. मी शोधलं. मी शाळेच्या नकाशातसुद्धा बघितलं, पण हे गावच अस्तित्वात नाहीये.”

“हे खरं नाहीये.”

“तू स्वत: बघ. माझ्यावर विश्वास नाहीये ना? मग खात्री करून घे.”

आम्ही हॉलमध्ये गेलो. बाबांच्या खुर्चीजवळच्या पुस्तकांच्या कपाटातून पीटरने नकाशा बाहेर काढला. तो खाली कार्पेटवर पसरून त्यातील युरोपचा भाग उघडला.

“काढ बरं शोधून.”

पालथी मांडी घालून बसल्यामुळे माझे पाय अवघडले. पण तोपर्यंत मी नकाशात ते गाव शोधत होते. दुपारी चांगलेच उकडत होते. बाहेर छान ऊन होते. पण मी घरातच बसले होते. रात्री सरकवलेले पडदे अजूनही उघडलेले नाहीत हे माझ्या लक्षातच आले नाही. मी आपला दिवा लावून नकाशा बघत होते. मग मात्र मी उठून ते जाड जाड पडदे सरकवले, दिवा मालवला आणि नकाशातले एखादे नवीन गाव बघितल्यासारखे खिडकीतून बाहेर पाहिले. काचेपलीकडे छान हिरवीगार झाडे आणि लख्ख ऊन होते. मी तिथे जाऊ शकले नव्हते. मग मी पुन्हा आत माझ्या जागेवर येऊन बसले. मी नेहमी पालथी मांडी घालून बसे.पण खूप वेळ असे बसल्यावर पाय दुखायचे. मग मी मांडी बदलून बसले. चार मोठी पाने मी धुंडाळली. मध्य युरोप, पूर्व युरोप, आकाशी निळा बाल्टिक, त्याला चिकटून असलेली स्कँडिनेव्हिआची वेडीवाकडी हद्द. खाली सगळे रंग होते. माझी आई म्हणाली होती की, तिचे घर समुद्राजवळ होते. घराच्या माळ्यावरील खिडकीतून जहाजे दिसत असत, असेही तिने सांगितले होते. बाल्टिक समुद्रकिनाऱ्यावरील पूर्व जर्मनी, पोलंड येथील सगळी नावे मी वाचली. किनाऱ्यापासून दूर असलेली नावे बघितली. नंतर पीटरने मोठेपणाचा आव आणून मला अनुक्रमणिका बघायला शिकवले. मग मी नकाशावर एक पट्टी ठेवली आणि पद्धतशीरपणे के अक्षराने सुरू होणारे सगळे कॉलम्स वाचले.

“कदाचित गावाचे नाव सी ने सुरू होत असेल,” मी म्हणाले आणि पुन्हा पहिल्यापासून सुरुवात केली.”

“नाही, तसं काही नाहीये. असूच शकत नाही. मला माहितीये.”

“तुला काय माहीत? तुला काही जर्मन येत नाही.”

“कोनिको कोनिम्ब्रिगा कोनिस्बाय कोनिस्टन त्याचे बरोबर होते. ते गाव तिथे नव्हतेच.”

“बघ, बघ.”

लेसींच्या घरून मी त्या दिवशी अगदी थोड्या वेळासाठी माझ्या घरी गेले होते.

संध्याकाळ होत आली होती. अंधार पडू लागला होता. घरातले दिवे लागले होते.

"तिथे कोणीतरी आहे. कोण आहे?" मी खिडकीतून दिवे पाहिले. तेव्हा माझ्या लक्षात आलं होतं, की तेव्हा मला माझ्याबरोबर कोणीही नको होतं. मिसेस लेसी, सूझन कोणीच नाही. जो बोलू शकेल असा कोणीही माणूस नको होता. मला नेहमीप्रमाणे एकटीलाच आत जायचे होते.

तो पियानो दुरुस्त करणारा होता.

दरवाजा उघडल्याबरोबर मला पियानोचा आवाज ऐकू आला. एक स्वर वाजवला गेला. पट्टी जुळवली गेली. पुन्हा तोच स्वर वाजला.

"पियानो दुरुस्त करणारा कशाला आलाय?"

"अगं पियानो दुरुस्त करायला," मिसेस लेसी म्हणाल्या. यात आश्चर्य वाटण्यासारखं काही नाही. एवीतेवी तो इथपर्यंत आलाच होता तर मग त्याला तसेच परत पाठवण्यात काहीच अर्थ नव्हता. म्हणून मग त्यांनी मार्गारेटला 'त्याला काम करू दे' असे सांगितले होते.

आम्ही फक्त एक बॅग भरायला आलो होतो. माझे बाबा पीटरला शाळेतून घेऊन येणार होते आणि मग आम्ही थोड्या दिवसांसाठी बाहेरगावी जाणार होतो. आत्ता ते पीटरबरोबर गाडीतच असतील असे मला वाटले.

आम्ही वर माझ्या खोलीत गेलो तेव्हा तिथेही तो पियानोचा आवाज ऐकू येत होताच.

"मी काय काय घेऊ बरोबर?"

परत परत तोच बेसूर आवाज कानांवर आदळत होता. पियानो दुरुस्त करणारा माणूस घरी आलेला मला कधीच आवडला नव्हता. संपूर्ण जगच तेवढ्यापुरते बेताल होत असे.

"तुम्ही समुद्रकिनारी जाताय," सूझन म्हणाली.

पियानोवाल्याचे काम संपल्यावर तो गेला आणि मगच आम्ही सगळे दिवे मालवले. मिसेस लेसींनी सगळी दारे-खिडक्या लावून अगदी कडेकोट बंदोबस्त केला. त्याच दिवशी नंतर केव्हातरी माझे बाबा आले आणि आम्ही रात्रीच निघालो.

गाडीत मी झोप काढली. अंधारात आपल्याला कोठेतरी घेऊन जात आहेत, गाडी थांबल्यावर पांघरुणातले आपले मुटकुळे कोणीतरी उचलले आहे, आपण कोणत्यातरी अनोळखी ठिकाणी पोहोचलो आहोत, पण तरीही डोळे उघडायची गरज नाही आपल्याला, तसेच दुसऱ्या अंथरुणावर ठेवले जात आहे. थोडावेळ का होईना किती छान सुरक्षित वाटते प्रवासात झोपल्यामुळे. दुसऱ्या दिवशी उठल्यावर मला समोर पहिल्यांदा समुद्र दिसला. भल्यामोठ्या खिडकीवरचा तो भरपूर चुण्या असलेला पडदा मी सरकवला. घरासमोर सरळ रेषेत अथांग दर्या होता. खोलीत दोन कॉट्स होत्या आणि पीटर दुसऱ्या कॉटवर झोपला होता. ही बहुतेक मुलांचीच खोली होती कारण टेबलावर काही अनोळखी मुलांचे शाळेत काढलेले फोटो होते आणि भिंतीवर डार्ट बोर्ड होता.

समुद्र फिक्या राखाडी रंगाचा दिसत होता आणि किनाऱ्यावर पांढरा फेस होता. यापूर्वी मी हिवाळ्यात कधी समुद्रकाठी आले नव्हते. खिडकीची काच लावलेली होती, त्यामुळे पलीकडचा तो क्षितिजापर्यंत पसरलेला शांत समुद्र अगदी निर्विकार वाटत होता. नाश्ता संपवून बाहेर येईपर्यंत मला त्याची गाज ऐकू आली नव्हती. घराच्या पायऱ्यांवरून मी पीटरच्या पुढे धावत सुटले. बाग ओलांडून पुढच्या पाऊलवाटेवरून थेट बीचवरच पोहोचले. फेसाळणाऱ्या छोट्या छोट्या लाटा माझ्या पायाला गुदगुल्या करत होत्या. मी वाळूतून पळायला लागले. एकामागोमाग एक लाकडी कुंपणे पार करून मी निष्पर्ण, उजाड झाडांपाशी येऊन थांबले. तिथे उभे राहून मी समुद्रात दूरवर बघितले. मला तिथे एक बेट दिसले. ते बेटच असणार, कारण मला त्याची दोन्ही टोके दिसत होती. मधले समुद्राचे पाणी मात्र राखाडी रंगाचे दिसत होते.पण मग सोनेरी ऊन त्यात झिरपू लागले, त्यामुळे त्याची झिलई वाढत गेली.

आम्ही तिथे चार-पाच दिवस राहिलो. त्या बेटाचे नाव होते 'आईल ऑफ वाईट' आणि त्याच्या पलीकडच्या खडकांना नीडल्स म्हणत. ते खडक खूपच

भक्कम आणि मोठे होते, त्यामुळे खरेतर हे नाव त्यांना साजेसे नव्हते. बाबांनी सांगितले की, खूप पूर्वीपासून ते त्या घराच्या मालकांना ओळखत होते. लढाईला सुरुवात होण्यापूर्वी, अगदी आईला भेटण्याच्याही आधी त्यांची ओळख झाली होती. पण मी तरी त्यांच्या तोंडून या लोकांविषयी याआधी कधी काही ऐकल्याचे आठवत नव्हते. हेन्री आणि मेडेलिन अशी या घरमालकांची नावे होती. या दोघांपैकी बाबांच्या ओळखीचे नक्की कोण होते ते मात्र त्यांनी सांगितले नाही. त्यांनी एवढेच सांगितले की, ते लोक स्वभावाने खूप चांगले होते आणि त्यांची मुले शाळेच्या होस्टेलमधे होती. मी तिथे डार्ट्स खेळायला शिकले आणि पीटरने धनुष्यबाण चालवला. आम्ही गॅरेजमधल्या टेबलावर पिंगपाँगही खेळलो. त्या चार-पाच दिवसांत एक दिवस माझे बाबा आणि हेन्रीकाका सूट वगैरे घालून कोठेतरी बाहेर गेले. आम्ही मेडेलिनकडे राहिलो. मेडेलिनने आम्हाला बीचवर फिरायला नेले होते. तिचे दोन गडद तपकिरी रंगाचे केसाळ शिकारी कुत्रे आमच्या पुढे धावत सुटले होते.

* * *

"बाबा, आपण पुन्हा तिथे जाऊया का?"

"कुठे मेडेलिनकडे?"

"मला खूप आवडलं तिथे. मला उन्हाळ्यात तिथे जायचंय, मग मला पाण्यात जाता येईल."

"बघू. कदाचित त्यांनी बोलावलं तर जाऊ." बाबा म्हणाले.

आम्ही पुन्हा कधीही तिथे गेलो नाही. हा प्रसंग नंतर मला एखाद्या फिल्मच्या तुकड्यांसारखा आठवत राहिला. याला फारशी सुसंगती नसल्यामुळे असे काही खरेच घडले का ते स्वप्न होते याचा संभ्रम वाटे. पुढे अनेकदा मला हेन्री आणि मेडेलिन नक्की कोण होते याच्याबद्दल आश्चर्य वाटले होते. जर मी पुन्हा दक्षिण समुद्रकिनारपट्टीवर गेले, बोर्नमाऊथपासून साऊथहँप्टनपर्यंत बोटीने सफर केली आणि आईल ऑफ वाईट कडे पाठ करून सगळे किनारे धुंडाळले तर मी त्यांना नक्की शोधून काढेन असे मला वाटे. अर्थात मुळात अशी कोणी माणसे अस्तित्वात असलीच तर! हेन्री आणि मेडेलिनला मी कदाचित ओळखणार नाही; पण मला खात्री होती की, मी ते घर शोधून काढू शकेन. बीचवरची वाळू संपते तिथेच होते ते घर. खूप जुने नाही, फारतर तीसेक वर्षांपूर्वीचे. पांढरेशुभ्र, वरच्या मजल्याला टाईल्स लावलेल्या, सबंध घराला मोठ्या खिडक्या, छपरालासुद्धा उभ्या खिडक्या, सगळीकडून समुद्र बघता येईल असे ते घर आणि ते वाळूतून वर जाणाऱ्या पायऱ्यांच्या बाजूचे पांढऱ्या, गुलाबी, निळ्या फुलांचे ताटवे आणि पायऱ्यांवरचा

वाळूचा पातळ थर, असे त्या छानशा सुरक्षित घराचे चित्र माझ्या डोळ्यांसमोर स्पष्ट येत होते. पण नंतर हे आठवले तर असे काही असू शकेल यावर कोणाचा विश्वास बसला नसता. आम्ही तिथे फक्त एकदा त्या वर्षी जानेवारी महिन्यात गेलो होतो, तेव्हा तर सगळे निष्पर्ण होते. मग मला तिथल्या फुलांचा रंग कसा आठवू शकत होता?

खात्रीलायक माहिती कमी आणि बाकी सगळा विचारांचा गुंता. वर्तमान जर माझ्या डोळ्यांसमोर इतके झपाट्याने बदलत असेल, तर भूतकाळातले काय खरे असणार आणि काय खोटे? मलाच शाश्वत काय ते शिकायला पाहिजे होते. निदान त्याच्या जवळपास तरी पोहोचायला हवे होते. आम्ही राहत होतो ते घर नक्की तिथेच होते. तिथल्या प्रत्येक वस्तूवरून माझा हात फिरला होता. मी शाळेत असल्यापासून आणि नंतरही तिथली देखभाल मी स्वत: केली होती. दुसरीकडे गेल्यावरसुद्धा हे काम मीच केले होते. रोज झोपण्यापूर्वी मी संपूर्ण घर, बाग, वरच्या मजल्यावरच्या खोल्या सगळे माझ्या डोळ्यांसमोर आणत असे.

माझ्या खोलीत एक घोडेस्वाराचे चित्र होते आणि शेल्फवर मी जमवलेले काचेचे प्राणी ठेवले होते. पीटरच्या आणि बाबांच्या खोलीत पिवळ्या चादरी घातल्या होत्या. एक जास्तीची खोली होती, पूर्ण रिकामी. एका खोलीत आम्ही इस्त्री करत असू. त्याच खोलीत एक गोलाकार खिडकी होती. मी तिथे लपून वाचत बसायचे.

खालच्या मोठ्या खिडक्यांतून बाहेर बागेत जाता येई.

घरी परत गेलो तेव्हा आम्ही तिघेच होतो. घरात सगळे व्यवस्थित स्वच्छ आवरलेले होते. आलेली पत्रे हॉलमधल्या टेबलावर ठेवली होती. कोपऱ्यातल्या टीपॉयवर सगळी वर्तमानपत्रे, मासिके होती. आम्ही नव्हतो तरी मागरिट बहुतेक रोज येत होती. तिने दाराखिडक्यांच्या कड्यासुद्धा घासून-पुसून चकचकीत ठेवल्या होत्या. घरभर त्या स्वच्छतेचा वास रेंगाळत होता. आवरलेले, झाडून पुसून साफ केलेले. इतक्या सफाईने अख्खे घर पुसले गेले होते की, पटकन माझ्या लक्षातच आले नाही की, त्या घरातल्या माझ्या आईच्या अस्तित्वाच्या सगळ्या खुणा नष्ट झाल्या होत्या. हँगरला लावलेला तिचा कोट, थंडीत बाहेर जाताना ती वापरायची, ते फरचे बूट, स्वयंपाकघरात तिने ठेवलेली बॅग आणि डायरी, बाथरूममधल्या तिच्या शँपूच्या बाटल्या सगळ्या गोष्टी नाहीशा झाल्या होत्या. तिने केलेली फर्निचरची रचना, कुशन्स, ॲश ट्रे ठेवायची तिची पद्धत सगळ्यावरून फिरणारा तिचा हात आणि प्रत्येक खोलीतला तिचा वावर जाणूनबुजून सगळ्याला तिलांजली दिली

गेली होती.

पण हे सर्व मागरिटला एकटीला जमणे शक्यच नव्हते. तिच्या बरोबर आणखी कोणीतरी असणार हे माझ्या लक्षात आले. बाबा नसतील तर मिसेस लेसी किंवा दुसरी कोणीतरी मी ओळखत नसलेली व्यक्ती. जे घडले त्याच्याशी काहीही संबंध नसलेल्या माणसाने पद्धतशीरपणे सगळे हाताळले होते. एकएक वस्तू बाहेर काढली होती, निवडली होती. तिचा स्पर्श झालेल्या सगळ्या गोष्टी, तिचे कपडे बाजूला काढून ठेवले होते. तिच्या ड्रेसिंग टेबलवरील लिपस्टिक, नेलपॉलिश, कापूस, पावडरच्या डब्या गोळा करून टाकून दिल्या होत्या. त्यानंतर मागरिटने मंदपणे तिथे सांडलेली पावडर आणि बाटल्यांच्या खाली उठलेल्या गोल रिंगा पुसल्या असणार.

लहानपणी मी जर कधी गृहपाठात चूक केली, तर आई ते चुकीचे लिहिलेले खोडायला मला मदत करत असे. माझे मी जर खोडायचा प्रयत्न केला तर वहीच्या पानावर काळा ढग तरी उमटायचा किंवा ते पान चुरगळायचे. क्वचित फाटायचे देखील! माझी आई जेव्हा खोडायची तेव्हा ती ते पान आपल्या छान नेलपॉलिश लावलेल्या लांबसडक बोटात ताठ धरायची आणि एकाच दिशेने हळुवारपणे खोडायची. जर मी पेन्सिल फार दाबून लिहिले नसेल, तर ते पान इतके साफ व्हायचे की, त्यावर आधी काही लिहिले होते याची नामोनिशाणीही शिल्लक राहायची नाही.

आता ते घर तसे झाले होते. तिथे कसलीच खूण नव्हती. घरातली तिची येजा, ऊठबस प्रयत्नपूर्वक आठवायला लागत होती.

त्यांनी तिला आमच्या आयुष्यातून पार खोडून टाकले होते.

तिच्या खोलीत तिच्या बेडरूममध्ये तिच्या ड्रेसिंग टेबलपाशी आणि तिथल्या स्टुलापाशी तिची गैरहजेरी थोडीफार जाणवेच. पण विशेष म्हणजे माझ्या खोलीत तिची उणीव, सगळ्यात जास्त भासत होती. तिथल्या भिंतींपाशी अर्धवट उघड्या कपाटापाशी तिचा वावर प्रकर्षाने जाणवत असे. विशेषत: तिचा आवाज, बोलण्याची ढब, आवाजातून जाणवणारे वात्सल्य घराच्या गाभ्यात ओतप्रोत भरलेले होते. माझ्या कानात तो आवाज सतत घुमायचा. पण घरात तर नि:शब्द शांतता नांदायची. एखाद्या लांबवलेल्या तानेसारखी ही शांतता अंगावर यायची. शेवटी श्वास घेणे अवघड व्हायचे. मी धावत धावत धापा टाकत माझ्या बाबांच्या खोलीत गेले. पाहिलेत आईची खोली आता किती सहज बाबांची खोली झाली होती. तिथे त्यांची कॉट होती. त्यावर जागा होती. चादरी अगदी थंडगार पडल्या होत्या. पण बाबांच्या जवळ ऊब होती. थोड्याच वेळात पीटर आत आला आणि कॉटची दुसरी बाजूसुद्धा उबदार झाली.

मी यापूर्वी कधीही बर्लिनला आलेले नव्हते. चाळीस वर्षांत मला कधी वेळच मिळाला नव्हता.

पीटरने एकट्याने प्रवासाला जायला सुरुवात केल्यावर तो आपल्या विद्यार्थ्यांच्या रेल्वे पासवर इथे आला होता. तिथून परतल्यावर त्याने या दुभंगलेल्या शहराच्या तडे गेलेल्या विकल अवस्थेबद्दल सांगितले होते. पण का कोण जाणे, त्याला पॅरिस, ॲमस्टरडॅम किंवा रोमपेक्षाही बर्लिन आवडले होते. नंतर अनेकदा तो अपूर्व ओढीने या शहरात आला होता.

बर्लिनची भिंत पडल्यावर तर खूपदा तो इथे येऊन गेला होता. पुढे खूप वर्षांनी एकदा इथून परतल्यावर, लगेच त्याने कधी नव्हे ते माझ्याकडे आमंत्रण लावून घेतले होते. मला भेटल्यावर त्याने त्या बर्लिनच्या पडलेल्या भिंतीच्या दगडाचा एक तुकडा मला दिला होता. (तो खरेच काहीतरी चितारलेला काँक्रिटचा एक तुकडा होता. पुढे तो कोठे गेला कोण जाणे. कदाचित माझ्या नवऱ्याने एव्हाना तो टाकूनही दिला असेल. माझा नवरा अतिशय व्यवस्थित आहे. ज्या गोष्टीचा काही उपयोग नाही त्या गोष्टीला त्याच्याकडे थारा नाही.)

मी ही ट्रीप ठरवत आहे हे कळल्यावर तो म्हणाला होता की, काय सापडावे अशी तुझी अपेक्षा आहे कोण जाणे. हे सगळं इतकं पूर्वी घडलेलं आहे ना.

* * *

एकट्याने प्रवास करायची सवय करायला लागते. अशा वेळी आपल्याशी बोलायला, आपले ऐकायला कोणाचीच साथ नसली तर प्रवासात एक पोकळी

जाणवते. कधीकधी एखादा विचित्र अनुभव एकदम अंगावर येतो. नवरा, मुले, कुटुंब याशिवाय हिंडायची सवय नसल्यामुळे अगदी उघडेबोडके वाटू लागते. सकाळचा स्वच्छ सूर्यप्रकाश, विमानतळावर पकडलेली बस, ट्रॅम पकडताना उडालेली धांदल, परमुलखात, स्थानिक भाषेचा गंध नसताना घेतलेले, पंच केलेले तिकीट प्रत्येक ठिकाणी आपल्या मनावर एक दडपण येते. निदान हॉटेलतरी शोधायला सोपे होते. खालती काउंटरवरचे सोपस्कार उरकून मी हॉटेलच्या खोलीत गेले. पण बॅगा न उघडता थोडा वेळ तशीच कॉटवर बसून राहिले. खोली ठीक होती. माझ्या अपेक्षेपेक्षा मोठी होती आणि साफसफाईपण केलेली दिसत होती. मी खिडकीजवळची कॉट घेतली. भिंतीजवळची दुसरी कॉट मी वापरणार नव्हते. ती कॉट मी वापरलीच नाही हे हॉटेलवाल्याच्या लक्षात आले तर तिथली चादर बदलायचा त्याचा त्रास कदाचित वाचला असता.

साईटसीईंगचे काम मी नंतर करणार होते. नाहीतरी विमानतळावरून तिथपर्यंत येणारी बस या शहरातल्या बऱ्याचशा प्रसिद्ध ठिकाणांवरूनच आली होती. माझ्या सुदैवाने मला डोम ऑफ राइशटॅग, ब्रॅडनबर्ग गेट, अंतेर ड लिंदेन, अलेक्झांडरप्लाझ ही ठिकाणे निदान बाहेरून ओझरती दिसली होती. ती नक्की कोठे आहेत ते मला कळले होते.

तिथल्या पहिल्या संध्याकाळी तरी मी हॉटेलच्या आजूबाजूच्या जवळच्याच रस्त्यांवर हिंडलेले बरे, असे मला वाटले. फिरता फिरता मी एका छोट्याशा चौकापाशी आले. तिथे सभोवताली खूप झाडी होती आणि काही हॉटेल्सही होती. बोचरा वारा असल्यामुळे हॉटेलच्या बाहेर असलेल्या टेबलांवर कोणीही बसलेले नव्हते. चालताना मी कुडकुडत होते, पण आजूबाजूला इतकी हॉटेल्स होती, की नक्की त्यामुळे नक्की कोठे बसावे हेच ठरवता येत नव्हते. थोडा वेळ पायपीट केल्यावर मला ही जागा दिसली. साधारणपणे बाकीच्या हॉटेल्ससारखीच असली तरी इथला मेन्यू बाहेर फळ्यावर लिहिला होता. मी तिथे पोहोचले तेव्हाच नेमकी दोन माणसे दरवाज्यातून बाहेर पडत होती. त्यांनी उघडलेले दार अगत्याने आमंत्रण देत आहे असे मला वाटले. आत छोटीशी उबदार खोली होती. टेबलावर स्वच्छ पांढरे टेबलक्लॉथ पसरलेले होते आणि वाफाळलेले गरमागरम सूप सर्व्ह केले जात होते.

वाचायला माझ्याकडे एक पुस्तक होते. रिबेका वेस्टने लिहिलेली 'द मीनिंग ऑफ ट्रेझन' या पुस्तकाची १९६५ ची आवृत्ती. एकटी बाई प्रवास करते तेव्हा तिने असे टेबलावरील काट्याचमच्यांबरोबर पुस्तक उघडून बसणेच अपेक्षित असते. साठच्या दशकातील गुप्तहेरांच्या केसेसची एकदम नवीन माहिती या पुस्तकात होती. फिल्बी बर्गेस आणि मॅक्लिन ब्लेक व्हॅसल प्रोफ्युमो द पोर्टलंड रिंग. मला ह्यूटन गी लोन्सडेल क्रोगर्स यांची पोर्टलंड रिंगची केस खास करून वाचायची होती. नंतर हॉटेलवर परत गेल्यावर माझ्या खोलीत मी निवांतपणे वाचायला सुरुवात करणार होते. तिथे खाताना समोरचे पुस्तक हा फक्त एक बहाणा होता.

पोर्टलंडबद्दल बाकी सगळे विसरले गेले तरी लोक क्रोगर्सची गोष्ट विसरू शकले नसते. ह्यूटन आणि गी यांचा राग आला तरी त्यांना समजून घेणे शक्य होते. लोन्सडेल रशियन व्यावसायिक होता. त्यांची गुपितेही आता कालबाह्य झाली होती. क्रोगर्स हे मात्र आजतागायत एक अनाकलनीय गूढ होते.

त्यांच्या अशा संपूर्णपणे खोट्या जगण्याबद्दल खरेच खूप कुतूहल होते. व्यक्तिशः हेलन आणि पीटर हे न्यूझीलंडचे जोडपे. उपनगराच्या जीवनशैलीत सहजगत्या सामावून गेलेली सर्वसामान्य मध्यमवर्गीय विश्वासू, इतरांना रुचतील अशी माणसे. त्या काळात ब्रिटिश लोकांची न्यूझीलंडवासीयांकडून अशाच राहण्यावागण्याची अपेक्षा होती. कॉमनवेल्थच्या विशेष प्रथेप्रमाणे ही माणसे आपल्या राहत्या जागेला मानणारी होती. तुमच्या देशवासीयांपेक्षा तुम्ही यांच्यावर भरवसा ठेवू शकत होतात, कारण एकतर न्यूझीलंड आणि कॅनडा या देशांत अगदी कमी माणसे रहात होती. शिवाय हे प्रदेश तसे, जुनी मूल्ये मानणारे होते, त्यांच्या देशांचा विचार केल्यावर पूर्वीचे ब्रिटनच किती छान होते, असेच तुमच्या मनात आले असते.

जानेवारीच्या ज्या शनिवारी वॉटर्लूला पोलिसांनी त्या बाकीच्या तिघांना पकडले, त्याच दिवशी पोलीस यांनाही पकडून घेऊन गेले आणि त्यानंतर त्यांच्या घरात सापडलेल्या वस्तूंवरून त्यांचे खरे स्वरूप उघडकीला आले.

रुइसलिपमधल्या एका छोट्या कसब्यात त्यांचा एक साधारणसाच बंगला होता. मोठ्या खिडक्या असलेल्या पांढऱ्या सिमेंटच्या या घराच्या पोर्चच्या बाजूच्या दर्शनी भागात विटा होत्या. जाणाऱ्या-येणाऱ्या कोणालाही या घरातल्या माणसांच्या जीवनशैलीबद्दल सहज अंदाज बांधता आला असता. घाऊक प्रमाणात बनवलेली एकसारखी दिसणारी बाहुलीघरे असतात, तसेच हे घर दिसत असे. एखाद्या छोट्या

मुलाने आपल्या खजिन्यातल्या काही गोष्टी या घरात मांडल्या – म्हणजे बाहेर एक सोफा, कॉफी टेबल, त्यावर रॉन्सनचा लायटर, मर्फीचा रेडिओ, पुस्तकांचे शेल्फ, बाथरूम, स्वयंपाकघरात दोन ड्रॉवर्स असलेले एक कपाट अशी सगळी ठरावीक पद्धतीने आखीवरेखीव रचना केली – तर हे घर तयार होईल. हिवाळ्यातल्या शनिवारी संध्याकाळी साडेसहा वाजता घरातले दिवे लावलेले असलेच पाहिजेत. टी.व्ही.वर डिकन्स ऑफ डॉक ग्रीन लावून घरातली माणसे सोफ्यावर बसून तो कार्यक्रम पाहत असायला हवीत. पूर्ण अंधार पडलेला नसल्यामुळे पडदे नीट बंद केलेले नसणार. त्या फटीमधून थोड्याफार फरकाने हाच देखावा बघायला मिळाला असता.

बाहेरून असेच दिसत असले तरी वस्तुस्थिती वेगळी होती.

मर्फीच्या रेडिओच्या मागच्या बाजूला हेडफोन्स लपवलेले होते आणि त्याच्यावर हाय फ्रिक्वेन्सी बँड लावून परदेशातील प्रसारण ऐकण्याची सोय केलेली होती.

रॉन्सनच्या लायटरला तळाशी गुप्त कप्पा होता. तिथे तारखा आणि सिग्नलचे आराखडे असलेल्या वायरलेस कम्युनिकेशन्सच्या काही निगेटिव्ह फिल्म्स ठेवल्या होत्या. त्यातल्या इशारतीच्या खुणा या रशियन गावांच्या आणि नद्यांच्या नावांवर आधारित होत्या.

पुस्तकांच्या शेल्फमधल्या बायबलमध्ये लाइटवर चालणाऱ्या सेलफोनचे सुटे भाग सापडले होते. या फोनने मायक्रोडॉट्स बनवता येत असत.

बाथरूममधल्या पावडरच्या डब्यात मधल्या भागात पावडर होती आणि बाजूच्या पूर्ण उंचीच्या सखोल पोकळ भागात मायक्रोडॉट्स रीडर लपवलेला होता.

बेडरूममध्ये एका खोक्यात मायक्रोस्कोप ग्लास स्लाईड्स तर एका ड्रॉवरमध्ये पस्तीस मिलीमीटर फिल्मचे नळकांडे, एक खूप लांबच्या लांब वायर आणि हजारो यु.एस. डॉलर्स ठेवले होते. इतरत्र कॅमेरे, टेपरेकॉर्डर्स, फोटो डेव्हलप करायची सामुग्री, बाथरूममध्ये फोटो डेव्हलप करताना लागणारे काळे पडदे हेही सापडले होते.

स्वयंपाकघरातल्या फ्रीजखालच्या चोरखणात आणखी डॉलर्स, कॅमेरे, लेन्सेस, मायक्रोडॉट्स बनवायसाठी लागणाऱ्या विशिष्ट लेन्सेस, परदेशी बनावटीचा प्लग असलेला ट्रान्समीटर हे सगळे मिळाले.

माळ्यावर हेलनने सफरचंदांची अढी घातली होती. नीटसपणे एका ओळीत हवा खेळती राहण्यासाठी, मधे समान अंतर राखून मांडलेल्या या फळांच्या घमघमणाऱ्या वासात, रेडिओची चौऱ्याहत्तर फूट नऊ इंच लांब एरिअल सापडली.

हत्यारे-उपकरणे-पुरावे, याचे लोकांना खूप आश्चर्य आणि कुतूहल वाटले.

त्यांना ही चारचौघांसारखी सर्वसामान्य माणसे वाटली होती आणि नंतर घरात सापडलेले हे पुरावे क्लुएडोच्या रंगलेल्या सामन्यासारखे वाटले.

शेजाऱ्यांशी नेहमी हसून बोलणारी, मुलांना खाऊ देणारी, कुत्र्यांना आठवणीने हाडुक टाकणारी, जाताजाता सहज तुमची बाजारहाटाची कामे आपणहून करणारी अगदी घरेलू मध्यमवर्गीय हेलन बेडरूममधल्या वायरने छतावरची एरिअल स्वयंपाकघरातल्या ट्रान्समीटरला जोडते आणि रेडिओग्रॅमच्या मागे लपवलेले हेडफोन्स कानांना लावून मॉस्कोतील 'व्होल्गा या अझोव' किंवा 'लेना या अमुर' या स्टेशन्सशी संपर्क साधते ही अशक्य कोटीतली गोष्ट वाटत होती.

त्यांची खरी नावे होती मॉरीस आणि लोना ऊर्फ लिओंतिना कोहेन. ते न्यूझीलंडचे रहिवासी नसून अमेरिकन होते. रोझेनबर्गचे चेले आणि कम्युनिस्ट. १९५० मध्ये जेव्हा रोझेनबर्ग पकडले गेले, तेव्हा कोहेन्स भूमिगत झाले. तेव्हापासून १९५५ मध्ये इंग्लंडला येईपर्यंत या मध्यंतरीच्या काळात रशियातल्या कोणत्यातरी देशात त्यांनी स्वत: हेरगिरीचे प्रशिक्षण घेतले होते. रेडिओद्वारा संपर्क प्रस्थापित करणे, मायक्रोडॉट्स बनवणे, जुन्या पुस्तकांचे दुकान चालवणे हे सगळे ते शिकले होते. थोडक्यात सांगायचे झाल्यास आवश्यक ती सगळी कौशल्ये आत्मसात करून कोहेनचे क्रोगर्स बनले होते.

हे करताना त्यांना कसे वाटले असेल? वाटते त्यापेक्षा प्रत्यक्षात वागणे कदाचित सोपे गेले असेल. आता ही भूमिका रंगवायची ठरवली आणि वठवली. सगळीकडे नवीन अवतारात वावरताना ती इतकी अंगवळणी पडली की, ते पूर्णपणे एकरूप झाले.

किंवा एखाद्या दिवशी तुम्ही लांबच्या एखाद्या शहरातल्या हॉटेलमध्ये झोपेतून उठलात आणि ठरवलेत की आता आपण अमुक व्यक्ती आहोत आणि मग खाली जाऊन नाश्त्याला त्या प्रांताचे खास पदार्थ खाल्लेत.

कदाचित एखाद्या परक्या व्यक्तीने तुम्हाला या नवीन भूमिकेत स्वीकारले, नव्याने कोणाशी मैत्री जुळली की, मग दिवसांमागून दिवस आयुष्य नव्याने सुरू राहते. अशीच अनेक वर्षे उलटतात. मग तुम्ही कोण असता? आपले आपण असताना, कोहेन किंवा क्रोगर्स, आपापसात कोण म्हणून वावरायचे? पीटर क्रोगर आणि मॉरीस कोहेन हे एकच व्यक्तिमत्त्व होते का? हा तोच मिसिसिपी युनिव्हर्सिटीतून क्रीडा शिष्यवृत्ती मिळवणारा ब्रॉंक्सचा मुलगा होता का? त्याने कोहेनची बांधेसूद शरीरयष्टी राखली होती. खेळाच्या आवडीचे रूपांतर क्रिकेटप्रेमात झाले होते. कोहेनचे केस तसे विशिष्ट राखाडी नसले तरी तो मनमिळाऊ आणि

आकर्षक होता. आणि हेलन? केसचा निकाल लागल्यावर हेलनचे खरे नाव लोना होते हे जगजाहीर झाले. पण सगळ्यांना हेलन इतकी सच्ची वाटली होती की, त्यांना मित्र मानणाऱ्यांना हे सत्य पचवणे अतिशय कठीण गेले. कदाचित ते वेगवेगळे पासपोर्ट अर्थहीन होते आणि ही एकच व्यक्ती होती. खरे पाहिले तर ती पूर्वीप्रमाणेच लिओंतिना पेटकाची मैत्रीण होती. ही अमेरिकेतल्या पोलिश स्थलांतरितांची मुलगी हेलन या न्यूझीलंडच्या गृहिणीची मैत्रीण असेल?

मी खोलीची चावी आणि गाईडबुक टेबलावर ठेवले आणि जेवणासाठी बुफेच्या रांगेत उभी राहिले. हॉटेलातल्या इतर लोकांनी मला बाजूने जाताना पाहून मान तुकवून ओळख दाखवली. मीही मान झुकवून प्रतिनमस्कार केला. त्यांनी बहुधा मी इंग्रज आहे हा अंदाज बांधला असावा. त्यांचा माझ्याविषयी काय हवा तो ग्रह होऊ दे, पण मी खरी कोण आहे ते त्यांना महिती नव्हते याची मला जाण होती.

हेलनसाठी ही लपवाछपवी कठीण होती असे सूचित केले गेले होते. कोर्टात केस मांडली गेली तेव्हा असे कळले की, क्रोगर्स रुईस्लिपच्या बंगल्यात राहायला आले, त्यापूर्वी ते कॅटफोर्डला राहत होते, तेव्हापासून लोक त्यांना ओळखत होते. शेजारपाजारच्या बायकांनी हेलनला खूप वेळा रडताना पाहिले होते. ती घरात एकटी असताना रडत बसे. नंतर जेव्हा ती बाहेर येई तेव्हा तिच्या सुजलेल्या डोळ्यांवरून लोकांना रडारड झाल्याचे समजत असे. लोकांच्या मते या जोडप्याला मूलबाळ नव्हते, हेच यांच्या दु:खाचे मूळ होते. हेलन क्रोगरच्या गोष्टीत ही कमी होती, यावर शेजाऱ्यांमध्ये चर्चासुद्धा व्हायची. त्यांना तिची कीव यायची. त्या छोट्याशा उपनगरातल्या विश्वात 'मातृत्व' हाच कोणत्याही स्त्रीच्या जगण्याचा उद्देश होता. त्यामुळेच तिची या जगाशी नाळ जोडली जाई असे त्यांना वाटे.

पण तिला मूलबाळ का नव्हते? का हाही तिच्या कामगिरीचा एक भाग होता?

कोर्टात बोलणारी स्त्री ही एकदाही आपल्या भूमिकेला न शोभेल असे बोलली नाही. तिने रुईस्लिपच्या बंगल्यातील आपल्या बाथरूमचे रूपांतर फोटो डेव्हलप करण्यासाठी आणि मायक्रोडॉट्स बनवण्यासाठी तात्पुरत्या डार्करूममध्ये केलेही असेल, पण ती जेव्हा बोलली तेव्हा एखाद्या अगदी सर्वसामान्य संसारी गृहिणीसारखीच बोलली. ज्या इतर स्त्रियांनी तिचे बोलणे ऐकले त्यांना तर ती आपल्यातलीच वाटली. लोन्सडेल घरात मदत करे म्हणून तो तिला आवडत होता, असे ती म्हणाली. लोन्सडेलला तिच्याआधी दोन तास वॉटर्लूला अटक झाली होती. लोन्सडेल तिला कोळसे वगैरे आणून देई, स्वच्छतेसाठी मदत करे आणि कधीकधी तिच्या फोटोग्राफीच्या छंदातही मदत करे. हे सत्य होते. पीटर क्रोगर या नावावरून

तरी हा गृहस्थ दर रविवारी फक्त शब्दकोडे सोडवण्यात, क्रिकेटची मॅच बघण्यात किंवा वाचनात वेळ घालवत असणार असे वाटले. एखाद्या शनिवार-रविवारी लोन्सडेलसारखा एखादा आकर्षक नौजवान पाहुणा म्हणून आलेला कोणाला आवडणार नाही? यामुळे हेरगिरी ही अगदी घरगुती बाब बनून गेली होती.

त्याच्या अटकेच्या वेळची गोष्ट. घर सोडण्यापूर्वी हेलनने एका गोष्टीची परवानगी मागितली होती. आता मी काही दिवसांसाठी बाहेर जाणार आहे, तर निघण्यापूर्वी मी स्वयंपाकघरातल्या बंबाचे निखारे विझवू का? हा प्रश्नही अगदी नैसर्गिक वाटला होता. फक्त तिने आत जाताना आपली पर्स उचलली हे खटकण्यासारखे होते. बंबाचे निखारे विझवताना एखादीला आपली पर्स कशाला लागेल? सुपरिटेंडेंट स्मिथने ती पर्स ताब्यात घेऊन उघडली तेव्हा त्याला आतल्या कप्प्यात सांकेतिक भाषेत लिहिलेली पाकिटे, भेटण्याच्या स्थळांची नावे आणि मायक्रोडॉट्स सापडले होते.

त्या सोमवारी पोर्टलंडच्या हेरांना अटक झाल्याची बातमी पाहून गॉडफ्रे लेसीने चक्क शिव्या घातल्या होत्या. मिस्टर लेसींचा स्वभाव खरंतर असा आक्रस्ताळा नव्हता. त्यामुळे त्यांचे हे विचित्र वागणे माझ्या लक्षात आले. त्यांच्यात माजी सैनिकाचा ताठा होता, पण ते अधिकारवाणीने बोलत नसत. त्यांचे शब्द अडखळत बाहेर पडत आणि ते नजरेला नजर देऊन बघूही शकत नसत. एरवी त्यांच्या चेहऱ्यावरील भरघोस मिशाच उठून दिसत. पण तेव्हा ते स्वत:च रागाने थरथरत होते. मी आणि सूझन समोर होतो आणि त्यांची बायको त्यांचे लक्ष वेधून घेण्याचा प्रयत्न करत होती, तरीही त्यांचे शिव्या देणे सुरूच होते. त्यांनी जिनचा घुटका घेतला. त्या पिढीला गुप्तहेर आणि देशद्रोह्यांचा किती तिरस्कार होता, ते त्यांच्या चेहऱ्यावरून आम्हाला स्पष्ट दिसून येत होते.

ते पुन्हा बडबडू लागले तेव्हा डॅफ्नेनी हॉलमधून त्यांना हाक मारली. त्यांच्या आवाजाला चांगलीच धार होती. पण ह्यांनी ती हाक बहुतेक ऐकलीच नाही. डॅफ्नेनी हाताने फोनचा माऊथपीस झाकला आणि पुन्हा ह्यांना हाक मारली. तरीही ते आले नाहीत, हे बघितल्यावर त्यांनी परत फोनवर बोलायला सुरुवात केली. त्या हॉलमधल्या टेबलाशी उभ्या होत्या. त्या काळी फोन हा गप्पा मारण्यासाठी वापरला जात नसे, त्यामुळे तिथे जवळपास बसायला खुर्चीदेखील नव्हती.

गॉडफ्रेंनी शिव्या देता देता शेजारच्या टेबलावरून जिनचा ग्लास उचलणे, टीव्ही सुरू असणे, डॅफ्नेचे फोनवरचे बोलणे, सूझनचे व माझे पत्ते खेळणे या सगळ्याचे माझ्या मनात एक सुंदर कोलाज तयार झाले होते. जणू काही एखादा विजेचा झटका बसला. कणन् कण प्रेरित झाला आणि प्रत्येक क्षण गोठला. सुरुवातीला यातील वेगवेगळ्या तुकड्यांचा अर्थ स्पष्ट नव्हता. ते एकमेकांवर

अवलंबून आहेत का नाहीत तेही कळत नव्हते. कोंगो, अल्जेरिया, मॅकमिलन, द गॉल आणि अशाच अनेक नावांचा व गावांचा उल्लेख माझे बाबा, लेसी पतीपत्नी, त्यांचे मित्र, माझ्या मित्रमैत्रिणींचे आईबाबा या सगळ्यांच्या बोलण्यात होत असे. पोर्टलंड केस आणि गॉडफ्रेचा संताप हासुद्धा फक्त मोठ्यांच्या दुनियेतील एक भाग आहे. इतर बातम्यांप्रमाणे कानावर पडले म्हणून ऐकायचे आणि सोडून द्यायचे असे मला वाटले होते.

पीटरने याचा अर्थ लावला. एवढा हुशार असूनही पीटरला सत्य आणि कल्पनेचे विश्व यातली सीमारेषा समजली नाही, ही त्याची घोडचूक ठरली.

असेच एक वर्ष गेले. पुन्हा उन्हाळा आला. खिडक्यादारे सताड उघडी टाकली जाऊ लागली.

पीटरच्या शाळेला माझ्याआधी सुट्टी लागली. एका आठवड्यापेक्षा जास्त वेळ तो एकटाच घरी होता. तेव्हा त्याने काय काय केले ते मला माहिती नाही. मला वाटते की, तो विचार करत, वाचत, विमानाची मॉडेल्स बनवत, क्रिकेटच्या मॅचेस बघत स्वत:च्या खोलीतच बसून असे. जेवायला फक्त शेजारी जाई. घरात इतर कोणी असले नसले तरी त्याला फारसा फरक पडला नव्हता. नेहमी तो घरात जसा वावरत असे, जे करत असे तेच त्याने यावेळीही केले.

एक कसोटी सामना चालू होता. खेळ सुरू असताना हॉलमधले पडदे सरकवलेले असत. समोरच्या टीव्हीच्या पडद्यावर पांढऱ्या गणवेशातील खेळाडू असत. पार्श्वभूमीला अनेक आवाज असत. तो हरवल्यासारखा तिथे बसलेला असे. खेळ संपल्यावर किंवा पावसामुळे थांबवण्यात आल्यावर तो हेरांविषयीची पुस्तके वाचत बसे. युद्धकथा वाचण्याऐवजी हेरकथा वाचण्याइतकी त्याची प्रगती झाली होती.

"ॲना, या माझ्या पुस्तकातल्या तारखा बघ."

वर्तमानपत्रासारखे फोटो असलेले गुळगुळीत कव्हरचे हे भलेमोठे पुस्तक त्याला भेट मिळाले होते.

"हे माझ्या वाढदिवसानंतर लगेचच आहे."

"तेवढंच नाहीये काही." पीटर नेहमीच असा चिडचिडल्यासारखा वागे. अगदी माझ्या खनपटीलाच बसे. "फक्त तारीख बघू नकोस, साल पण बघ."

"हो माहितीये मला. मला आधीपासून माहिती होतं. आई गेली त्याच्या थोडीशीच आधीची गोष्ट आहे ही. हो की नाही?"

मी बोलले तेव्हा हे शब्द खूपच विचित्र वाटले मला. बहुतेक त्याआधी कधी मी असे बोलले नव्हते.

"बरोबर. अगदी बरोबर. हाच मुद्दा आहे."

तो एवढा उतावळा का झाला आहे ते मला कळले नाही. जानेवारीतला एक दिवस. दोनच दिवसांपूर्वी काही स्त्रीपुरुषांना अटक झाली होती. त्यांचे सामान्य माणसासारखे हसरे फोटो बघितले होते. आमच्या ओळखीच्या लोकांसारखीच दिसत होती ही माणसे. गुन्हेगारांप्रमाणे अजिबात दिसत नव्हती.

म्हणून काय झालं?

''तुला समजत नाहीये का, अटक शनिवारी संध्याकाळी झाली. सोमवारपर्यंत याविषयी कोठेही बातमी नव्हती. ऑक्सफर्डला गेल्यावर तिथे वर्तमानपत्र पाहिल्यावर तिला हे कळले असणार किंवा जाता जाता तिने ही बातमी ऐकली असणार. कदाचित रेडिओवर ऐकली असेल.''

''पण या बातमीचा तिच्याशी काय संबंध?''

या घटनांमागचे कारण माझ्या लक्षात आले नव्हते. त्यामुळे मी मूर्खच असल्यासारखे त्याने माझ्याकडे बघितले. पीटरच्या विश्वात कोणतीही गोष्ट सहज विनाकारण घडत नसे. प्रत्येक घटनेला कार्यकारणभाव होता.

''तिचा अपघात नक्की कधी झाला? जाताना का परत येताना? तुला सांगितलं का काही?''

''मला नाही माहिती.''

मला आपले नेहमी असेच वाटले होते की, हा अपघात सकाळीच जाता जाता घडला असणार. धुक्यात गाडीचे लाल दिवे विरून गेले होते. मग पुढच्या निर्मनुष्य टेकडीवर कोठेतरी गाडी धुके आणि काळा मळका बर्फ. बास! यापेक्षा वेगळे काही झाले असेल, असे मला खरेच वाटले नव्हते. आता माझ्या लक्षात आले की, हे मुख्य रस्त्यावर ऐन रहदारीत सकाळी, दुपारी केव्हाही घडण्याची शक्यता होती.

''विचार कर. आपल्याला कळायला हवे. हे महत्त्वाचे असू शकेल.''

''ठीक आहे. पण आपल्याला माहिती नाहीये.''

डॅफ्ने लेसी फोनवर बोलावत होत्या.

''डार्लिंगऽऽ''

गॉडफ्रे त्यांच्याकडे लक्ष देत नव्हते. त्यांची नजर टीव्हीवर खिळलेली होती.

''एक मिनिट इकडे ये ना. मला तुला काहीतरी सांगायचंय.''

आम्ही भिकार-सावकार खेळत होतो. सूझनने राजा टाकला. तीन हात घेतले. गुलाम टाकला. एक हात घेतला आणि मी भिकारी झाले. सगळी पाने, पूर्ण कॅट सूझनकडे गेला.

''गुंड, मवाली!'' गॉडफ्रे लेसी म्हणाले. ते बातम्यांमधल्या कोणाबद्दल बोलत

होते, का आपली बायको बोलवत होती त्याविषयी म्हणत होते, ते कळलेच नाही. टीव्हीवरचा माणूस सांगत होता, की पाच माणसांवर कार्यालयीन गुप्ततेच्या कायद्याच्या कलम एकनुसार आरोप ठेवण्यात आला होता आणि त्यांना पकडून बो स्ट्रीट पोलीस स्टेशनमध्ये नेण्यात आले होते.

"गुंड!" ते पुन्हा म्हणाले.

टीव्हीवर हवामानविषयक अंदाज वर्तवायला सुरुवात झाली आणि गॉडफ्रे लेसींनी टी.व्ही. सोडून स्वयंपाकघरात जाऊन दार लावून घेतले. सकाळी पश्चिम दिशेला हवेचा जास्त दाबाचा पट्टा निर्माण होईल. रात्रीतून धुके नाहीसे होईल. उद्या आकाश निरभ्र असेल. मात्र थोडासा हिमवर्षाव होण्याची शक्यता आहे.

"मला नाही माहिती. पीटर, मला खरंच बाकी काहीही माहिती नाहीये."

मी त्याच्या अंगावर खेकसले. मी अशी अचानक ओरडेन हे माझे मलाच कळले नव्हते. मी इतक्या मोठ्यांदा किंचाळले होते की, तेव्हा घरात जर कोणी मोठी माणसे असती तर, कोण पडले की काय, कितपत लागले ते बघायला हातातले काम टाकून धावत आली असती आणि मग कोणालाही काहीही झालेले नाही हे त्यांच्या लक्षात आल्यावर आम्हाला जाब बिचारला गेला असता. बोलणी खावी लागली असती. कदाचित एवढ्यावरच सगळे थांबले असते. पुढच्या गोष्टींना सुरुवातच झाली नसती. पण घरात आमच्या दोघांव्यतिरिक्त कोणीही नव्हते.

"मला आणखीन काहीही माहिती नाहीये आणि नाहीतरी त्याने काही फरक पडत नाही. आता कशानेच फरक पडत नाही. या कशालाही अर्थच नाहीये. असं नव्हतं की, ती या लोकांना ओळखत बिळखत होती किंवा तिला काही माहिती होती."

पीटरला याविषयी जास्त काही माहिती असली तरी एकतर तो काही माहिती नसल्याचा आव आणणार होता किंवा मला काहीही सांगणार नव्हता. त्याने पुन्हा आपल्या पुस्तकात डोके खुपसले.

"तुला एवढी खात्री कशी काय वाटू शकते?"

मला वाटते की, बहुधा त्या दिवसानंतर आम्ही शोध घ्यायला सुरुवात केली किंवा कदाचित तसे नसेलही. कोणत्या एका क्षणी आम्ही शोध घ्यायला सुरुवात केली असे नसेल झाले. कदाचित आधीपासूनच आम्ही पुन्हा बारकाईने सगळे तपासायला सुरुवात केली असेल. मुले नेहमीच मोठ्या माणसांचे असे निरीक्षण करतात. डोळे विस्फारून एवढे काय बघतात कोण जाणे, असे मोठ्यांना वाटले तरी त्यांना कल्पनाही करता येणार नाही इतक्या गोष्टी मुलांनी टिपलेल्या असतात. मोठ्या माणसांना हे कळले असते तर अजिबात आवडले नसते.

आम्ही पण सगळे बघितले होते, पण आता यात काहीतरी पाणी मुरते आहे आणि त्याचा शोध घ्यायला हवा हा विचार मनात आल्यावर आम्ही याकडे जास्त जाणीवपूर्वक बघू लागलो. त्यानंतर हे निरीक्षण मुद्दामहून जास्त खोलवर जाऊन केले गेले.

अटक करण्यापूर्वी दोन महिने एमआयफाईव्हने क्रोगरच्या घरावर पाळत ठेवली होती. ज्या घरातल्या कोणत्या ना कोणत्या खिडकीतून क्रोगरच्या घराचा दर्शनी भाग दिसत असे अशा समोरच्या घरी हे एजंट रोज सकाळी जायचे. बहुतेक वेळा हे एजंट्स म्हणजे स्त्रिया असत. त्या मोहल्ल्यात अशा प्रकारे बायका आल्या गेल्या तरी कोणाच्या डोळ्यावर आले नसते. कारण तिथले बहुतेक पुरुष सकाळी कामावर गेले की दिवसभर तिथे बायकांचेच राज्य असे. फावल्या वेळात या सगळ्याजणी कॉफीबिफी पीत. देणग्या गोळा करणे, प्रदर्शने भरवणे अशी काहीतरी समाजकार्ये करायच्या. टेहळणीसाठी ज्या घराचा वापर केला जात होता, त्यापैकी एक घर मिसेस सर्च यांचे होते. त्या स्वतःला हेलन क्रोगरची मैत्रीण मानत. पाळत ठेवल्यावरसुद्धा त्या तिला नेहमी भेटत. तिला आपल्याकडे बोलवत.

नंतर इतरांना कळले होते की, त्यांना या गोष्टीचा खूप मनस्ताप झाला होता.

माझ्या बाबांवर मी सगळ्यात जास्त नजर ठेवून होते. मी त्यांना इतकी चांगली ओळखायला लागले होते की, त्यांचे क्वचित कधीतरी खूश होणे, त्यांचे दु:ख, त्यांचा वैताग, म्हणजेच त्यांचा प्रत्येक मूड मला आतून जाणवत असे.

ॲलेक वैट हे भाषातज्ज्ञ पेशाने एक शिक्षक होते. पाच युरोपियन भाषांवर त्यांचे प्रभुत्व होते. माझ्या आईपेक्षा ते दहा वर्षांनी मोठे होते. जेव्हा युद्ध सुरू झाले तेव्हा आपल्या अधू दृष्टीमुळे ते सैन्यात जाऊ शकले नाहीत. पण मग टेबलाशी बसून एक पेन्सिल हातात घेऊन त्यांनी सांकेतिक भाषेवर काम सुरू केले. त्यावेळी त्यांनी कामानिमित्त बगदाद, इटली, बर्लिन अशा ठिकाणांना भेट दिली होती. तरीही युद्धकालात संपूर्ण वेळ आपले वडील निव्वळ एक पेन्सिल घेऊन पांढऱ्यावर काळे करत बसले, याची पीटरला खूप शरम वाटे.

मी डायरी लिहायला सुरुवात केली, तेव्हा तारीखवाराप्रमाणे मी रोज काय काय केले आणि माझ्या मनात काय विचार आले ते लिहून ठेवत असे. शेवटची तारीख नसलेली कोरी पाने मी इतर लोकांवरील शेऱ्यांसाठी राखून ठेवत असे. ते कसे दिसले, त्यांनी काय केले, ते मी लिहीत असे. चांगल्या कडक पुठ्ठ्याच्या त्या डायरीत पहिल्या पानावर सोनेरी अक्षरात 'माझी डायरी, १९६२' असे कोरले होते. आतले लिखाण खासगीच रहावे म्हणून त्या डायरीला एक कुलूपदेखील होते. जवळजवळ सहा महिने मी हा उपद्व्याप केला आणि मग कंटाळून सोडून दिला. पुढे ती डायरी मी कोठेतरी ठेवून दिली आणि परत कधीच लिहिली नाही.

त्या डायरीतले पहिले वर्णन माझ्या बाबांचे होते. राखाडी-पांढरे केस. चष्म्याआडून सौम्य वाटणारे निळसर डोळे. उंच. मी जर त्यांना ओळखत नसते तर मी त्यांचे वर्णन कसे केले असते असा काहीसा विचार करून मी लिहिले की, ते विक्षिप्त असले तरी प्रेमळ आहेत. त्यांची प्रत्येक कृती, त्यांच्या चेहऱ्यावरचे भाव हे सगळे मी बारकाईने बघत असे. बाबांच्या प्रत्येक हालचालीचे मी किती सुरेख निरीक्षण केले होते याचा पुरावा म्हणजे, बाबांचे बागकाम आठवत असल्यामुळे मी स्वत: मातीत हात घालण्यापूर्वीच मला बागकाम म्हणजे नक्की काय असते हे माहिती झाले होते. मी जेव्हा आपल्या स्वत:च्या बागेत रोपे लावायची ठरवली तेव्हा बी पेरणे किंवा रोप लावणे, खत घालणे, कीटकनाशके फवारणे, तण काढणे, झाडे छाटताना एका हातात कात्री पकडून ती अचूक सफाईने चालवणे, गुलाबाचे कलम करणे ही सगळी कामे स्वत: पूर्वी अनेकदा केलेली असल्यासारखी मी सराईतपणे पार पाडू शकले होते. खरेतर मला हे कोणी शिकवले वगैरे नव्हते. फक्त बाबा जेव्हा बागेत काम

करत तेव्हा मी त्यांच्या आजूबाजूला थांबून त्यांचे काम निरखत असे. गंमत म्हणजे, त्यांच्या चेहऱ्याऐवजी मला त्यांचे चिखलाने माखलेले हातच आठवतात. त्यांच्या हाताचे अंगठे जरा जास्तच रुंद होते. मला ते कोठेही ओळखता आले असते.

आम्हाला जी माहिती हवी होती, जे प्रश्न पडले होते त्याविषयी मी बाबांना केव्हाही विचारू शकले असते असे मला वाटते. ते बागेत काम करत तेव्हा विचारणे सगळ्यात सोपे गेले असते. त्यांचे काम चालू असे आणि मी बाजूलाच उभी असे. त्यावेळी कसलेही दडपण नसे. त्यांच्या हातातले खुरपे सटासट तण उपटत असे. अशा वेळी कोणत्याही मुलाने आपल्या वडिलांना अनेक प्रश्न विचारून भंडावून सोडले असते.

"राणी स्वतःला 'मी' न म्हणता 'आम्ही' का म्हणते?"

"अननस वर तोंड करून वाढतो का खाली?"

"मशरूम ढग म्हणजे काय?"

मी त्यांना कोनिग्जबर्गद्दल विचारू शकले असते. ते आणि आई पोर्टलंडच्या त्या माणसांना ओळखत होते का, असेही अगदी सहज बोलता बोलता मला विचारता आले असते. एवीतेवी बाबा सरकारी खात्यातच काम करत. ते भाषातज्ज्ञ होते आणि आम्हाला माहिती होते की, त्यांच्या कामाविषयी अनेकदा खूप गुप्तता पाळली जात असे. त्यांची हेराबिरांशी ओळख असणे सहज शक्य होते. पण मी काहीही विचारले नाही. मी फक्त तिथे उभी राहत असे आणि वाफ्यातले तण, त्यांचे प्रकार, वैशिष्ट्ये जाणून घेत असे. हे तण उपटल्यावरही काही खोलवर गेलेली मुळे कशी मागे राहतात, तिथपर्यंत खणता येत नाही, त्यामुळे कालांतराने पुन्हा त्यातून नवीन गवताचे अंकुर कसे फुटतात, हे मी बघत असे. जेव्हा ओणव्याने वाकून काम केल्यामुळे थकले भागलेले बाबा ताठ उभे राहून पाठीला आराम देत, तेव्हा माझ्याकडे बघून हसत आणि माझ्या डोक्यावरून मायेने हात फिरवत. त्यावेळी मी कोणतेही प्रश्न विचारले नाहीत आणि माझ्यामुळे त्या क्षणांची अबोल शांतता भंगली नाही, हे जाणवल्यावर मला स्वतःलाच खूप बरे वाटे.

एक दिवस असेच त्यांचे काम चालू असताना सूझन आली आणि आम्ही नाटक नाटक खेळू लागलो. पण आम्ही फारसे नटलो नाही. तेव्हा आम्ही बहुतेक नऊदहा वर्षांच्या असू. लहानपणी आम्ही हा खेळ खूपदा खेळत असू. कधीकधी माझी आईपण यात सामील होई. ती आमचे अंबाडे घालून देई. फेटे बांधे. पट्टे नीट करे. आम्हाला कधी चेटकीण, तर कधी राजकन्या बनवे, तर कधीकधी जळक्या बुचाने आमच्या ओठांवर नाजूक मिशी रेखून आम्हाला सुलतानाचे रूप देई. त्या दिवशी अर्थात आमचे

आम्हीच खेळत होतो. एकतर आम्ही एवढ्या लहान नव्हतो, त्यामुळे अशा काल्पनिक भूमिका रंगवण्यात आम्हाला गम्य नव्हते. त्यापेक्षा आपण मोठेपणी कोण होणार तेच रूप साकारायचा आमचा प्रयत्न होता.

सूझनसाठी कोणीतरी मलायाहून एक पोशाख आणला होता, असे तिने मला सांगितले आणि तेच कपडे ती घेऊन आली होती. फिकट पिवळसर हिरव्या रंगाचा तो ड्रेस अगदी तलम होता. मलायात तिचे आईबाबा कॉकटेल पार्टीजना जायचे. तिने सांगितले होते की, या पार्ट्या रात्री खूप उशिरापर्यंत चालत. तिकडे चंद्र इंग्लंडमधून दिसणाऱ्या चंद्रापेक्षा मोठ्या आकाराचा दिसे आणि रात्रीसुद्धा बऱ्यापैकी उकडत असे. त्या पोशाखाला खांद्यांवर बांधायला लेस होती. त्याचा गळापण चांगलाच मोठा होता. त्यामुळे त्यातून सूझनचे फिकुटलेले निस्तेज गोरे अंग आणि काटकुळे शरीर चांगलेच उठून दिसत होते. तरीही त्या फॅशनेबल ड्रेसमुळे तेव्हा ती बोल्ड वाटली होती. खरेतर सूझन अगदी शांत, लाजरी मुलगी होती. तिचे केस पिंगट होते आणि आपल्या बुजऱ्या स्वभावानुसार ती पोक काढून चालत असे. पण आता हे कपडे घालून केस नीट बांधल्यावर ती एखाद्या नटीसारखी भासू लागली आणि तिच्या आईचीच सुधारित आवृत्ती वाटू लागली.

"हसू नकोस ना. एवढं कशाचं हसू येतंय तुला?"

"तू विनोदी दिसतीयेस एवढंच."

"आणखीन एक ड्रेस आहे. तू पण घालू शकतेस. आई म्हणाली की, मी तो ड्रेसपण खेळायला घेतला तरी चालेल."

"नको. आणखीन एक मस्त फरचा ड्रेस आहे. मला माहितीये कुठे आहे ते."

आम्ही माझ्या बाबांच्या खोलीत गेलो. ते बाहेर लॉन कापत होते. त्यांनी मशीन सुरू केल्याचा आवाज मी नुकताच ऐकला होता. आता चहाच्या वेळेपूर्वी काही ते आत आले नसते.

त्यांच्या कपाटात अगदी मागच्या बाजूला त्यांच्या कपड्यांच्या खाली आईचा एक पोशाख होता. बाकी सगळ्या गोष्टींची विल्हेवाट लावली तेव्हा हा मागे राहिला होता. ज्या कोणी सगळे घर स्वच्छ केले होते, त्या माणसाने चुकून किंवा जाणूनबुजून हा ड्रेस माझ्यासाठी मागे ठेवला होता. नुकताच लाँड्रीतून आणल्यासारखा तो एका चेनच्या पिशवीत नीट घडी करून ठेवला होता. तिच्या या ड्रेसबरोबरच तिचे फरचे जाकीटही होते. ड्रॉवरमध्ये मखमली पेट्यांत तिचे दागिने होते आणि रंगीबेरंगी स्कार्फपण व्यवस्थित घड्या घालून ठेवले होते. गडद निळ्या रंगाचा तो ड्रेस सूझनच्या ड्रेसइतका फॅशनेबल नव्हता, पण पूर्वी कधीतरी मी आईला त्या ड्रेसमधे बघितल्याचे मला अंधूक अंधूक आठवत होते. बाबांच्या त्या मोठ्या लाकडी कपाटासमोर उभे राहून स्वत:चे कपडे काढून मी तो पोशाख अंगात

चढवला. मग हँगरवरचे ते फरचे जाकीट बाहेर काढले.

"हे सिल्व्हर फॉक्स आहे. बर्लिनहून आणलंय. बाबांनी काळ्या बाजारातून विकत घेतलं."

"तुझ्या आईने कधी हा घातला होता का?"

"अर्थात घातला होता. नाटक, सिनेमा बघायला जाताना घालायची ना ती."

मी असे सांगितले खरे, पण माझी आई कधी नाटक-सिनेमाला गेल्याचे मला आठवत नव्हते. तिने हे कपडे घातल्याचेही मी पाहिले नव्हते.

या ड्रेसची चंदेरी फर जरा जास्तच लांब होती. पण सूझनच्या मांजरीइतका तो ड्रेस मऊमऊ होता. त्यावर एक वेगळाच वास रेंगाळत होता. बहुतेक ते आईचे सेंट होते. तो घातल्यावर मला सगळ्याचे वजन जाणवू लागले होते आणि त्याच्या रेशमी अस्तराच्या स्पर्शाने मला सुळकन पाण्यात शिरल्यासारखे वाटले होते.

"तू फिल्म स्टारसारखी दिसतीयेस."

सूझनने उंच टाचांच्या चपला आणल्या होत्या. त्या मोठ्या साईझच्या होत्या. माझ्या आईचा पाय लहान होता. पण तिचे सगळे चपलाबूट तर टाकून दिले गेले होते. त्या चपलांमुळे आम्ही उंच दिसत होतो आणि मेकअपमुळे मोठ्या वाटत होतो. आम्ही स्वत:ला त्या मोठ्या आरशात निरखून पाहिले. एक पिंगट केसवाली – फिकट पिवळसर हिरवी, एक सोनेरी केसवाली – गडद निळी फरवाली. लालचुटूक लिपस्टिक, उंच टाचांच्या चपला. सूझनने मोज्यांचे बोळे करून आपल्या ड्रेसच्या आत छातीवर ठेवले आणि ती ओठांचा चंबू करून मस्त पोझ घेऊन उभी राहिली. मी तिच्यामागे उभी राहून आरशात माझे प्रतिबिंब बघत होते. फरचे जाकीट आणि डार्क निळा ड्रेस. माझ्या आईचा रंग वेगळा होता, पण माझी उभे रहाण्याची ढब, हसणे, खोटीखोटी सिगारेट काढण्यासाठी पुढे केलेला हात या स्टाईलमुळे मीपण अगदी माझ्या आईसारखीच दिसते असे कोणी म्हणेल का असा विचार तेव्हा माझ्या मनात आला होता.

"मस्त दिसतीयेस." सूझन म्हणाली आणि तिने खोट्या खोट्या सिगारेटची केस माझ्यासमोर केली.

मी सिगारेट काढल्याचा अभिनय केला. सूझनने ती शिलगावली. फाटकन सिगारेट केस बंद करताना आमच्या दोघींच्या मधे धुरांची वलये उमटू लागली होती.

"ही रशियन सिगारेट आहे. मी नेहमी रशियन सिगारेटच ओढते." सूझन म्हणाली.

आमच्या हातात ग्लास होते. त्यातल्या स्ट्रॉला चेरीज टोचून ठेवल्या होत्या. आम्ही ते ग्लास ओठांपाशी नेले.

* * *

बाबांनी त्या क्षणी प्रथम आमचा अवतार पाहिला का ते आधीपासून आमच्यावर नजर ठेवून होते हे मी नंतर खात्रीने सांगू शकले नाही, पण त्यांची आमच्यावर एकटक खिळलेली नजर खुपत मात्र होती. आमच्या हातातले ग्लास खाली ठेवले गेले. आम्ही पुन्हा लहान निरागस मुली झालो. आम्ही घेतलेले आईचे सोंग गळून पडले आणि बाबा जाम भडकले. त्यांनी माझ्याकडे आणि मग सूझनकडे बघितले. मग परत त्यांची नजर माझ्यावर खिळली. आता ते ओरडणार असे मला वाटले. मला अर्थातच त्यांचा ओरडा खायला आवडला नसता.

ते बोलले तेव्हा त्यांचा स्वर अगदी मृदू होता.

"हे सगळं लगेच उतरवून ठेव. ताबडतोब!''

पूर्वी आम्ही लगेच तसे केले असते. पण आता आम्ही मोठ्या झालो होतो. त्यांच्यासमोर कपडे बदलायची आम्हाला लाज वाटत होती. आमच्या त्या कपड्या- मेकअपमध्ये आम्ही पुतळ्यासारख्या उभ्या राहिलो. ते आमच्याकडे भूत बघितल्यासारखे बघत होते. त्यांच्या बोटाला काहीतरी लागले होते. बोटातून रक्त येत होते आणि त्यांनी आपला मळका रुमाल त्या जखमेवर दाबून धरला होता. त्यावर बँडएड लावण्यासाठी ते आत आले होते. त्यांनी क्षणभर पुन्हा एकदा आमच्याकडे पाहिले आणि ते निघून गेले.

नंतर सूझन निघून गेल्यावर ते बागेतून पुन्हा आत आले. त्यांनी आपले हात स्वच्छ करता करता मला विचारले की, मी ते कपडे जागेवर ठेवलेत की नाही.

"बरोबर केलंस. शहाणी माझी बेटी ती. वस्तू जागच्या जागी ठेवल्यावर त्या तिथेच राहिलेल्या बऱ्या असतात. आता त्या परत बाहेर काढायची गरज नाही. ठीक आहे ना सोनू?''

* * *

"आपण बाबांना काही नाही विचारू शकत. काहीच नाही. त्यांना या विषयावर बोलायचंच नाहीये.'' नंतर मी पीटरला सांगितले.

"तू विचारलंस तरी बोलायचं नाहीये? तू तर सतत त्यांच्यावर प्रश्नांची सरबत्ती करत असतेस.''

"नाही,'' मी म्हणाले, "त्यांना त्या आठवणी नकोयत.''

पुढच्या उन्हाळ्यात आम्ही फ्रान्सला गेलो. बाबा म्हणाले, ''आपण समुद्रावर जाऊया. तू म्हणाली होतीस ना की, तुला पुन्हा समुद्रकिनारी जायचंय. चल.'' आम्ही फेरीतून ब्रिटनीला गेलो. समुद्राचे पाणी राखाडी रंगाचे दिसत होते. मी फेरीच्या मागच्या बाजूच्या कठड्याला टेकून उभी होते. फेरीमुळे कापले गेलेले फेसाळणारे पाणी अतिशय वेगाने मागे पडत होते. आम्ही इंग्लंडपासून लांब चाललो होतो. सीगल्स आमचा पाठलाग करत होते. आपला देश सोडून जायची ही माझी पहिलीच वेळ होती.

फ्रान्सला पाऊस होता असे मी डायरीत लिहिले होते. मुसळधार पावसात आमची गाडी जात होती. रस्ता अगदी सरळ होता. आम्ही किनाऱ्यावर आलो आणि वाळू तुडवत तुडवत युद्धातल्या मागे राहिलेल्या अवशेषांपाशी एकदाचे पोहोचलो. गंजलेले भंगार रणगाडे आणि इतर कचरा तिथे पडला होता. ॲरोमॅन्चेस, ओमाहा, उताह अशी तिथल्या किनाऱ्यांची सुंदर सुंदर नावे होती. इथेच दोस्त राष्ट्रांचे सैन्य उतरले. बाबांनी सांगितले, ''हजारो लाखो सैनिक आपापल्या बोटीतून या थंडगार पाण्यात उतरले आणि आपली बंदूक भिजू नये म्हणून ती डोक्यावर उंच पकडून किनाऱ्यावर आले.'' बाबांनी आणि पीटरने प्रत्येक मशीन, पाटी, नकाशा, म्युझिअम्समधले फोटो सगळे अगदी नीट पाहिले. मी किनाऱ्यावर फेसाळणाऱ्या लाटा बघत वाळूत खेळत बसले. जिथपर्यंत भरतीचे पाणी आले होते तिथल्या ओल्या वाळूत उमटलेल्या माझ्या पाऊलखुणा पुढच्या लाटेमुळे अक्षरश: निमिषार्धात विरून जात होत्या.

आम्ही पोहायला उतरलो तेव्हा पाणी एकदम थंडगार होते. तिथला सागरतळ उथळ होता. त्यामुळे आम्ही पाण्यात बरेच आत चालत गेलो, तेव्हा कोठे पाणी आमच्या कमरेपर्यंत आले आणि आम्ही पोहू शकलो. बंदुका, हेल्मेट्स, चिंधड्या

उडालेल्या सैनिकांचे हातपाय असे युद्धातले काही अवशेष वाळूत पुरले गेले असण्याची शक्यता होती, असे मी तेव्हा लिहिले होते. नुसत्या डोळ्यांना दिसत नव्हते, पण ते तिथल्या वाळूत होते आणि वाळूत असल्यावर पाण्यातदेखील असणारच होते. पुरेशा खोल पाण्यात गेल्यावर मी पोहायला सुरुवात केली आणि तिथल्या तळाला माझे पाय टेकू दिले नाहीत. एकदोन वेळा थोडे पुढे गेले तेव्हा मला पाण्याची ओढ जाणवली. किनाऱ्यापासून ते पाणी मला दूर नेऊ पहात होते. बाबांनी मला हाक मारली. मग झपाझप पोहत ते माझ्यापाशी आले आणि त्यांनी मला बाहेर काढले. पाण्यात उलटसुलट प्रवाह होते आणि त्यामुळे मी आत ओढली जात होते, असे त्यांनी सांगितले. पाण्यात परत जाणाऱ्या लाटेचा खालचा भाग म्हणजेच 'अंतर्प्रवाह', यामुळे मी आत खेचली जात होते.

याविषयीही मी माझ्या डायरीत लिहिले होते. समुद्राच्या तळाशी अमेरिकन्स असतील अशी माझी ठाम समजूत होती. आम्ही उतरलो होतो त्या हॉटेलात चहाबरोबर मिळणाऱ्या साखरेच्या छोट्याशा पॅकेटवर निरनिराळ्या सागरकिनाऱ्यांची चित्रे छापलेली होती. सापडतील ती वेगवेगळी चित्रे गोळा करून मी माझ्या वहीत चिकटवली होती. त्याचबरोबर आम्ही जी काही प्रेक्षणीय स्थळे बघितली तिथली तिकिटेसुद्धा मी वहीत चिकटवून ठेवली होती.

"हे काय करतीयेस?" माझा हा उद्योग बघून पीटरने विचारले.

"नोंद ठेवतीये. म्हणजे नंतर मला हे सगळं आठवेल."

पीटर हॉटेलमधल्या इतर ब्रिटिश मुलांबरोबर खेळत होता. ते तिघेजण होते. संध्याकाळी विशेषत: जेवणाच्या वेळी त्या गोंधळेकर कुटुंबाच्या हास्यविनोदाने, आरड्याओरड्याने, सांडण्यालवंडण्याने हॉटेल अगदी दुमदुमून जाई. एकदम राकट, दांडगट मुले होती ती. मला ती अजिबात आवडली नाहीत. रोज सकाळी या कुटुंबाच्या बाजूच्या टेबलाशी बसून चमच्याचमच्याने कॉफी पिणाऱ्या आजोबांची मला कीव यायची. बिच्चारे. मिस्टर अल्फोन्स. हे मी त्यांना ठेवलेले फ्रेंच नाव होते. ते आजोबा अगदी बारीक होते आणि दरवेळी बाहेर पडताना हॅट घालायचे. उन्हाचा स्पर्शही न झाल्यामुळे त्यांचा चेहरा एकदम पेपरसारखा पांढराफटक दिसायचा. एकदा हॉटेलच्या किचनवर धाड घालताना या मुलांनी मला बरोबर येऊ दिले. आम्ही लिफ्टने तळघरात गेलो आणि उचकापाचक सुरू करतोय ना करतोय, तेवढ्यात एका वेटरने आम्हाला बघितले आणि तिथून हाकलले. हॉटेलच्या त्या भागातल्या सगळ्या गोष्टी चकाचक पांढऱ्याशुभ्र होत्या. परत वर जाताना मिस्टर अल्फोन्स लिफ्टमधे चढले. त्यांना बघून आम्ही आणखीनच चेकाळलो. आमच्या त्या धांगडधिंग्याने त्यांचे कान नक्कीच किटले असतील.

"तुझी आई कुठाय?" त्यांच्यापैकी एका मुलाने विचारले. त्यांची आई सतत

हॉटेलच्या लाऊंजमधल्या एका खिडकीजवळ बसलेली असे. तिथून ती समुद्राकडे एकटक बघत असे किंवा मग पत्रे लिहीत बसे.

''ती गुप्तहेर आहे. सध्या भूमिगत राहून काम करतीये.'' पीटरनेच परस्पर उत्तर दिले होते.

ती वारल्याचे त्याने सांगितले नाही, याचे मला बरे वाटले.

मोठेपणी जेव्हा मला ही ट्रीप आठवे, मी त्यावेळचे फोटो पाही, तेव्हा माझ्या बाबांना या ट्रिपच्या वेळी किती मनस्ताप झाला असेल हे मला राहून राहून जाणवत असे. बाबांनी तेव्हा भरपूर पुस्तके वाचली होती. ते आमच्याबरोबर किनाऱ्यावर भटकलेही होते. पण नंतर पाऊस सुरू झाला होता आणि आमचे फिरणे थांबले होते. शिवाय आम्हाला तिथले जेवण आवडले नव्हते म्हणून आम्ही खूप भुणभुण केली होती.

आम्ही परत यायला निघणार होतो त्याच दिवशी हवेचा नूर एकदम बदलला होता. सकाळी उठल्यावर पडदे सरकवून बाहेर बघण्यापूर्वीच मला छान हवा पडली असल्याची खात्री वाटली होती. आकाश निरभ्र होते आणि सकाळच्या कोवळ्या उन्हात समुद्राचे पाणी चमकत होते. आम्ही गावात जाऊन दुपारच्या जेवणासाठी ताजाताजा खरपूस ब्रेड, चीझ, टोमॅटो, पीच असे सगळे सामान आणले होते. येताना आम्ही गाडी किनाऱ्यालगतच्या वाळूतून आणली होती. चढउताराचा हा रस्ता वळणावळणाचा होता. एका क्षणी समोर समुद्र असे तर पुढच्याच वळणावर तो अदृश्य होई. मग आम्ही खाली उतरून चालत चालत एका खडकावर गेलो होतो. या पाऊलवाटेच्या दोन्ही बाजूला समुद्राचे पाणी खळाळत होते. त्या खडकावर आमची पिकनिक झाली. तिथे दुसरे कोणीही नव्हते आणि तिन्ही बाजूंना फक्त पाणी होते. समोरच्या दिशेला अमेरिका होती आणि तो देश व आम्ही यामध्ये फक्त अथांग दर्या होता. अमेरिका दिसावी म्हणून मी डोळे फाडफाडून क्षितिज न्याहाळले होते. आणखीन थोडा प्रयत्न केला तर अमेरिकेच्या खाणाखुणा दिसतील असे मला वाटले होते. तिथूनच तर हे सैनिक आले होते. असे कितीसे अंतर होते? ते इथे समुद्रात उतरले तर तरंगत तरंगत परत जायला कितीसा वेळ लागला असता? मला आत खेचणाऱ्या त्या प्रवाहाने एव्हाना त्या सैनिकांना घरी पोहोचवले असेल का? असेच विचार तेव्हा माझ्या मनात घोटाळत होते.

बऱ्याच वेळाने आम्ही हॉटेलवर परतण्यासाठी वळलो. त्यावेळी तिथे भरतीला सुरुवात झाली होती. ती पाऊलवाट पाण्याखाली गेली होती.

''ॲलेक,'' माझी आई म्हणाली असती. ती एका विशिष्ट प्रकारे वेगळ्याच

सुरात ॲलेक म्हणे. दुसरे कोणीही अशी हाक मारत नसे. ''किती छान! पण नेहमीप्रमाणे अवास्तव!''

त्या पाऊलवाटेवरही आता पाणी आले होते. अफाट दर्या आमच्यासमोर पसरला होता. खालच्या भूभागाचे नामोनिशाण शिल्लक नव्हते. पाणी वेगाने वाढत चालले होते. आम्ही उभे होतो तिथपर्यंत आता लाटा उसळत होत्या. बाबांनी माझ्याकडचे ब्लँकेट घेतले आणि घट्ट गुंडाळून इतर गोष्टींबरोबर बॅगेत कोंबले.

''माझ्यामागे या.'' आम्ही तिघेही अंदाज घेत घेत पाण्यात शिरून चालू लागलो. उंचाडे बाबा सगळ्यात पुढे होते. प्रत्येक पाऊल ते अगदी जपून टाकत होते. त्यांच्यामागे एक मुलगी आणि मग मुलगा. हे चित्र माझ्या मनावर कोरले गेले.

पाणी आमच्याबरोबर धसमुसळेपणा करत होते. हां हां म्हणता ते माझ्या कमरेपर्यंत आले.

''बाबा, आता शक्य नाही.''

मग आम्ही तिघेही वळून परत माघारी आलो.

मुलाला त्या नवनिर्मित बेटावर सोडून बाबा मुलीला खांद्यावर घेऊन पुन्हा पाण्यात शिरले. पाणी त्यांच्या छातीपर्यंत आले. माझे पाय पाण्यात बुडत होते. मी मागे पाहिले. पीटरला बेटावरच उभे केले होते. त्याच्या चहूबाजूंनी पाणी उचंबळत होते. वरवर चढत होते. त्याच्या दिशेने झेपावत होते. आम्ही जसजसे चालत होतो, तसतसे त्याच्या आणि आमच्यामधील अंतर झपाट्याने वाढत होते.

''भरतीच्या वेळी ते पूर्णपणे पाण्याखाली नाही ना जात?''

''नाही. नक्की नाही. तिथे गवत उगवलं होतं की!''

मग पाण्याची पातळी कमी झाली आणि आम्ही पाण्याबाहेर आलो. त्यांनी मला खाली उतरवले आणि ते पीटरला आणायला परत गेले. आता मुख्य किनाऱ्यावर मी एकटीच होते. बाबा मधे पसरलेल्या त्या पाण्यातून चालत होते तर पीटर त्या बेटावर होता. या पाण्यामुळे तिघांचीही फारकत झाली होती. तसे पाहिले तर आम्ही तिघेही खरेच एकमेकांपासून दुरावलो होतो. प्रत्येकजण स्वतःनेच तयार केलेल्या बेटावर होता. भूभाग गिळंकृत करणाऱ्या एका अथांग दर्याचे गहिरे पाणी आमच्यामधे पसरलेले होते. पण तेवढ्यात सगळे अडथळे पार करून बाबा पीटरपाशी पोहोचले आणि त्यांनी पीटरला पाठुंगळीला घेतले.

पीटरने आमची पिकनिकची बॅग आपल्या डोक्यावर धरली होती. त्यामुळे त्या सगळ्या वस्तू बचावल्या.

रात्री जेवणाच्या वेळी मला खूप मोठे धाडस केल्यासारखे वाटत होते.

कदाचित तो दिवसच तसा होता. आम्ही मोठा पराक्रमच केला होता. आमच्या ट्रीपचा तो शेवटचा दिवस होता, हेही कारण असू शकेल.

"आई ज्या किनाऱ्यावर गेली, तोदेखील असाच होता का?"

"ती जर्मनीत होती. बाल्टिक समुद्र. तो अगदी वेगळा आहे."

आम्ही खेकडे खात होतो. तिथे हे पदार्थ छान मिळायचे. पण ते मांस बाहेर काढणे मला जमत नव्हते म्हणून बाबा त्यातला खाण्यासारखा भाग काढून माझ्या प्लेटमध्ये वाढत होते. बोलतानाही ते माझ्याकडे बघत नव्हते. त्यांचे संपूर्ण लक्ष हातातल्या खेकड्याकडेच होते. त्यांनी उत्तर व्यवस्थित दिले पण मूळ प्रश्नाला छानपैकी बगल दिली.

"हा अटलांटिक महासागर आहे. बाल्टिक मात्र सगळीकडून वेगवेगळ्या देशांनी वेढला गेलाय. त्याची फक्त गाज सागराची आहे. तिथली भरतीसुद्धा अगदी छोटी असते. इतर समुद्रांच्या मानाने बाल्टिकच्या पाण्यात अगदी कमी क्षार आहेत, कारण बाल्टिक समुद्राला अनेक नद्या येऊन मिळतात."

"म्हणजे काय?" पीटरने विचारले.

"तो जवळजवळ गोड्या पाण्याच्या सरोवरासारखा आहे. थंड असला तरी पोहायला उत्तम."

गहिरा, खोल; पण एखाद्या तळ्यासारखा सागर. त्यात डुंबणारी, पोहोणारी, काठावर पहुडलेली अनेक माणसे. माझी आई जिथे गेली होती त्या जागेचे एक चित्र माझ्या पियानो टीचरच्या घरी होते. तिच्या टेबलवर एक फोटो होता. पण त्या फोटोत फक्त बीचवरची माणसेच होती. त्यांच्या पुढचा पार क्षितिजापर्यंत पसरलेला समुद्र आपणच कल्पनेने उभा करायचा.

"मिसेस कॅनकडे याचा एक फोटो आहे.'

"कशाचा?"

"आई जिथे गेली होती त्या ठिकाणचा."

"त्या पण तिथे गेल्या होत्या?"

"त्या दोघी एकदा याविषयी बोलत होत्या."

"बाल्टिकच्या किनाऱ्यावरची काही रिझॉर्ट्स लोकांना खूप आवडायची. ती अगदी प्रसिद्ध होती. कदाचित अजूनही असतील. मला आत्ताची काही माहिती नाही."

तेवढ्यात पीटर मधेच बोलला.

"मिसेस कॅन ज्यू आहेत."

"नाही." मी म्हटले, "त्या जर्मन आहेत. त्या जर्मनीहून इथे आल्या."

"बरोबर आहे. त्या ज्यू आहेत आणि जर्मनीहून इथे आल्या." पीटर म्हणजे

अगदी पीटर होता. क्षणभर थांबून त्याने मला विचारले, ''त्या बाहेर पडल्या, पण इतर ज्यू लोक जे त्यांच्यासारखे देश सोडून गेले नाहीत आणि जर्मनीतच राहिले, त्यांचे पुढे काय झाले ते माहितीये का तुला?''

''काय झाले?''

''जर्मन लोकांनी त्या सर्वांना ठार मारले. त्यांना गॅस चेंबर्समध्ये कोंडून जीवे मारले आणि मग त्यांच्या शरीरातल्या चरबीपासून साबण बनवला.''

''बास. पीटर, जास्त बोलायची गरज नाहीये.'' बाबा म्हणाले.

''ठीक आहे, पण हे सत्य आहे.''

''पुरे आता.''

पीटरच्या चेहऱ्यावरील 'पण' मला स्पष्ट दिसत होता. मात्र तो गप्प राहिला. बाबांनी त्याला थांबवले होते. खेकड्याच्या चिमट्यासकट त्यांनी आपला हात टेबलावरील नॅपकीनवर जोरात आपटला. त्या धक्क्याने टेबलावरील ग्लासेस हिंदकळले. आणखीन काहीही न बोलता त्यांनी फक्त पीटरकडे रोखून पाहिले.

पीटर वेडाच होता. असा माणसांपासून साबण बनवत नसतात हे तर सगळ्यांनाच माहिती होते.

कितीतरी गोष्टी डोळ्यांदेखत घडल्या, कानावर पडल्या तरी या मोठ्या माणसांच्या लक्षातच येत नसत. मी बघितलेल्या, मला जाणवणाऱ्या अनेक गोष्टी माझ्या बाबांना दिसत नव्हत्या. त्या उन्हाळ्यात जेव्हा आम्ही घरी होतो तेव्हा मी बाबांबरोबर फिरायला जात असे. आम्ही घरी असताना कधी पाऊसबिऊस पडला नाही. एकंदरीतच तेव्हा पाऊस कमी झाला असे ते म्हणाले. आम्ही फ्रान्समध्ये होतो तेव्हाही उगीच चारदोन शिंतोडे आले होते. त्यामुळे आम्ही परत येईपर्यंत बागेतल्या जमिनीला भेगा पडल्या होत्या आणि हिरवळ करपून गेली होती. गावाच्या वेशीजवळील शेतातल्या पायवाटेवर आम्ही फिरायला जात असू. गव्हाची पेरणी झाली होती. पण तिथेही कोरड पडलेली जमीनच बघायला मिळत होती. नुकतेच मी भूकंपांबद्दल ऐकले होते, ते आठवल्यावर मला वाटायचे की, जमिनीतली ही प्रत्येक भेग आता आणखी फाटेल आणि आमच्या पायाखाली स्फोट होईल. पण बाबा माझा हात धरून बिनधास्तपणे पुढे चालत असायचे. त्यांना कोणत्याही संकटाची चाहूल लागलेली नसायची. ही शेतजमीन भेगाळत होती आणि मृत झाली होती, हे त्यांना दिसायचेच नाही. पीटरसुद्धा मनोमन असाच उकलत चालला होता आणि ही गोष्टदेखील त्यांच्या ध्यानात येत नव्हती.

* * *

"जे. एडगर हूव्हरच्या मते कम्युनिस्टांनी जवळजवळ तीनेक लाख गुप्तहेर पश्चिमी देशात ठिकठिकाणी पेरले आहेत. हे तर बरेच मोठे भूमिगत सैन्य आहे."

"कोण हा जे. एडगर हूव्हर?"

"अमेरिकेच्या एफबीआयचा प्रमुख.''

पीटर नेहमी एफबीआय, एमआयफाईव्ह, मॉस्को सेंटर अशाच गोष्टींबद्दल बोलायचा. साध्या गोष्टींविषयी तो बोलायचाच नाही. मी माझ्या डायरीत हे लिहिले होते. मी लिहिले की, पीटर अतिशय हडकुळा होता आणि त्याच्या केसांची झुलपे नेहमीच डोळ्यांवर यायची. सतत मान खाली झुकवून तो विमानाचे मॉडेल बनवत असे किंवा एखादे पुस्तक वाचत बसे, नाहीतर जमिनीकडे एकटक बघत राही. नजरेला नजर देत नसे. (माझ्याकडे असलेल्या सगळ्या फोटोंतही तो असाच आला आहे. नेमका फोटो काढताना भलतीकडेच बघत आहे, चेहऱ्यावर आडवा हात धरलेला आहे किंवा डोळ्यांवर ऊन आल्यामुळे चक्क चकणा बघत आहे, असेच त्याचे फोटो होते.) त्याच्याशी रक्ताचे नाते असल्यामुळे मी त्याची मनस्थिती थोडीफार समजू शकत होते, पण तरीही अनेकदा मला तो अनोळखीच वाटे. तो खूप हुशार होता. सगळे म्हणायचे की, तो बुद्धिमान आहे. तो भराभर वाचायचा. सगळ्या घटना, प्रसंग, आकडेवारी त्याच्या लक्षात राहायची. तो कधीही हे सगळे परत सांगू शकत असे. हे खरे असले तरी अनेक साध्यासाध्या गोष्टी त्याला समजायच्या नाहीत. जणू जुन्या घटना, प्रसंग हे त्याला वास्तवापेक्षाही जवळचे वाटायचे.

त्याच्याकडे असलेल्या पुस्तकांतून त्याला जगातल्या तमाम गुप्तचर शाखांबद्दल माहिती मिळत असे. या फौजांची ऑफिसे कोठे आहेत, त्यांची कार्यप्रणाली काय आहे, तिथे कोणता अधिकारीवर्ग आहे हे सर्व त्याला घरबसल्या समजे. गुप्तहेरांचे जाळे कसे विणले जाते हे त्याने मला छानपैकी आराखडा काढून समजावून सांगितले होते. मॉस्को सेंटर हे या बाबतीत सगळ्यांचा बाप होते, असे तो म्हणाला होता. सेंटरचा डायरेक्टर हा या जाळ्याचा केंद्रबिंदू होता. सगळ्या प्रांतांत या जाळ्याचा अतिशय पद्धतशीर विस्तार केला जाई. गरजेनुसार निरनिराळे फाटे निर्माण केलेले असत आणि आवश्यकतेनुसार हे फाटे अगदी शेवटच्या पायरीवरदेखील संयुक्तपणे काम करत. या साखळीतला शेवटचा दुवा म्हणजे फिल्ड ऑपरेटर आणि जिथे दोन किंवा अधिक फाटे एकत्र येत, त्या संगमावर संपर्क अधिकारी असे. फिल्ड ऑपरेटर फक्त या शेवटच्या अधिकाऱ्याला ओळखत असे. त्याच्या दृष्टीने इतर ऑपरेटर्स किंवा डायरेक्टर वगैरे कोणीही अस्तित्वातच नसे. बऱ्याचदा हा ऑपरेटर संपर्क अधिकाऱ्याला प्रत्यक्ष भेटलेलाही नसे. फक्त रेडिओ सिग्नल्सद्वारे किंवा पूर्वनियोजित जागी ठेवलेल्या निरोपांद्वारे संदेशांची देवाणघेवाण केली जाई. हे सगळे काम सांकेतिक भाषेतच चाले. प्रत्येक ऑपरेटरला आपल्या क्षेत्रात एक विशिष्ट नाव दिलेले असे आणि सेंटरसाठी प्रत्येकाचे वेगळे नाव ठरवलेले असे. अगदी आवश्यक तेवढीच माहिती प्रत्येकाला दिलेली असे. त्यामुळे कोणतीही गोष्ट बाहेर फुटण्याचा कमीत कमी संभव असे. प्रत्येक ऑपरेटर हा आपापल्या क्षेत्रात

स्वतंत्रपणे काम करे. पण त्याचवेळी एका अदृश्य धाग्याने त्याची नाळ सेंटरशीही जोडलेली असे. जेव्हा जाणतेअजाणतेपणे कोणाचाही या जाळ्याला धक्का लागे तेव्हा ती कंपने सर्वदूर पसरत. पण त्यामुळे फक्त एकच ऑपरेटर खऱ्या अर्थाने प्रभावित होई. अशावेळी त्या ऑपरेटरला वेगळे काढले आणि त्याचे काम थांबवले की भागत असे. याचा इतरत्र चाललेल्या कामावर काहीही दुष्परिणाम होत नसे.

"ते त्यांना वाचवत नाहीत?" मी विचारले.

"शाखेचा जास्तीत जास्त भाग वाचवणं महत्त्वाचं असतं."

तो म्हणाला होता की, आपल्याकडेसुद्धा अशी सांकेतिक भाषा असली पाहिजे. आम्ही अशी भाषा ठरवली तर तो शाळेत परत गेल्यावर आम्ही एकमेकांना पाठवलेली या भाषेतली पत्रे इतर कोणी वाचू शकले नसते.

"पण तू तर मला पत्रच पाठवत नाहीस. नेहमी बाबांनाच पाठवतोस. पण मला नाही."

"जर मला गरज वाटली आणि मी तुला पत्र लिहिलं, तर आपल्याला सांकेतिक भाषा लागेल ना. म्हणून आधीपासूनच असलेली बरी."

त्याच्या अशा खाली मुंडी घालून भिरभिरत्या नजरेने बोलण्याच्या सवयीमुळे या गोष्टीची निकड माझ्या मनावर बिंबवली गेली.

"मी सरळ साध्या पद्धतीने नाही का लिहू शकत?"

"अर्थात. साध्या साध्या बाबतीत तू असं लिहू शकतेस. पण काही अडचण आली, तर सांकेतिक भाषा वापरता येईल."

"काही शब्द आपण कीवर्ड्स म्हणून ठरवू या," तो म्हणाला. "तुला हे शब्द कायम लक्षात ठेवायला लागतील." त्यानुसार प्रत्येक अक्षर सुटे करून घ्यायचे आणि परत परत आलेली अक्षरे काढून टाकून, हे कीवर्ड्स वापरून क्रमाने बदलून, सगळी अक्षरे पुन्हा लिहायची. मी सुचवलेले वाक्प्रचार त्याच्या पसंतीला उतरले नाहीत, म्हणून मग त्यानेच मला एक नाव सांगितले 'विन्स्टन चर्चिल.' चर्चिल शब्द जिथे संपेल तिथपासून सांकेतिक भाषा पुन्हा सुरू होईल. बाराखडीचा क्रम तसाच राहील. आम्ही कोठून सुरुवात केली आहे हेच कळले नाही तर अर्थातच काय लिहिले आहे ते लोकांना कळलेच नसते.

"प्रत्येक वेळी तुला सगळे लिहून काढायला लागेल आणि सांकेतिक भाषेत मजकूर तयार झाला की, आधीचा कागद कोणाच्याही हाती पडू नये म्हणून फाडून टाकावा लागेल."

हे आत्मसात व्हावे, म्हणून जाण्यापूर्वी सरावासाठी, त्याने मला अनेक वाक्ये लिहायला लावली. चिठ्ठ्यांमागून चिठ्ठ्या लिहून, कागदाच्या दोन-दोन, तीन-तीन घड्या घालून खिशात घातल्या जात किंवा नाश्त्याच्या बाऊलखाली लपवल्या

जात. 'तुला हे वाचता येतंय का? समजत असेल तर एक संत्रं फ्रीजमध्ये ठेव. मार्गरिट जाईपर्यंत तिच्यावर लक्ष ठेव आणि मग मला शोध.' एकदा का ते कीवर्ड्स कसे वापरायचे ते नीट कळले की मग हे सोपे होते. नंतर प्रत्येक वेळी अर्थ लावताना कागदपेन्सिलची गरज भासत नव्हती.

पुढे त्याने यात थोडी भर टाकून आणखीन जास्त बारकावे सामील केले.

"तू लिहिशील तेव्हा हा निरोप तूच लिहिला आहेस हे मला कळण्यासाठी काहीतरी करावे लागेल. सुरक्षेचे उपाय योजावे लागतील."

"दुसरं कोण लिहिणारे?"

"तुझ्या पत्रात आणखी एखादी सांकेतिक गुप्त खूण समाविष्ट करावी लागेल." (समाविष्ट या शब्दाचा अर्थ कळला नाही तरी मी तो विचारणार नव्हते.) "सहजासहजी इतरांच्या लक्षातही येणार नाही असे काहीतरी अगदी साधे आणि लक्षात ठेवायला सोपे. अमेरिकेत लिहितात त्याप्रमाणे तारीख लिहिणे. आधी महिना मग तारीख किंवा मग साल उलटसुलट लिहिणे म्हणजे १९६२ ऐवजी १६९२ असे लिहायचे. त्यांना वाटेल की, चुकून असं लिहिलं गेलंय. कळलं का?

"मी वाचलेल्या त्या पुस्तकात रिचर्ड हॅनाय नावाचा एक माणूस आहे. तो हे हेरगिरीचे जाळे तोडतो. गुप्तहेर कसे बनायचे ते त्याला माहिती असते. तू पण हे वाच. आफ्रिकेत शिकार करताना तो हे शिकतो. ज्या हरणाची तो शिकार करत असतो ते हरीण मधेच निश्चल उभे राहून सभोवतालच्या निसर्गाशी कसे एकरूप होते ते हा बघतो. शत्रूला चकवायची नामी युक्ती. तुम्हाला माहिती असते की, ती हरणे तिथे बाहेर आहेत, पण दिसत मात्र काहीही नाही. गुप्तहेर असेच वागतात. आपल्या आजूबाजूच्या माणसांत, परिसरात ते पूर्णपणे मिसळून जातात. त्यांचे वेगळे अस्तित्व जाणवतच नाही."

"इथे तसं नाहीये तुझ्या गोष्टीसारखं. इथे सगळं अगदी सर्वसामान्य आहे. सगळेच तसे आहेत. अगदी साधारण."

"अगं वेडे, तेच तर महत्त्वाचं आहे. हाच कळीचा मुद्दा आहे."

आम्ही सगळे लिहून ठेवायला पाहिजे, असे तो म्हणाला. लिहिल्यावर त्यातून सगळे स्पष्ट होईल असे त्याचे म्हणणे होते.

"काय लिहायचे?"

"पुराव्यापासून सुरुवात कर. घरातली आईची आपल्या माहितीची प्रत्येक गोष्ट."

"पण फारसे काही शिल्लकच नाहीये."

सूझनबरोबर खेळताना मी घालून बघितलेले तिचे कपडे होते. दागिन्यांची पेटी होती. नाही. पेटी नाही. ती तर आजीची होती. पण त्यातले दागिने होते. बाबांनी तिला दिलेल्या छान छान गोष्टी. तिने स्वत: खरेदी केलेल्या काही स्वस्तातल्या चीजा. इतर सटरफटर वस्तू म्हणजे तिला बाबांच्या एका धार्मिक काकूने दिलेली जपमाळ. तिने पार जर्मनीहून आणलेली एक गमतीशीर काळी मनीमाऊ. मला ही माऊ माहिती होती. पीटरला याबद्दल काहीच माहिती नव्हते. ते मांजर फर आणि वायरचे बनवलेले होते. त्याचे डोळे मण्यांचे होते आणि गळ्यात सुरेखशा रिबिनीचा बो होता. मी पीटरला सांगितले की, तिने ते जर्मनीहून खिशात घालून आणले होते.

"तुला कसं माहीत?

"तिनेच सांगितलं होतं मला."

"त्याच्या रिबिनीवर एक नाव पण होतं. सोफी श्वाई."

"ते त्याचंच नाव असणार."

"शक्य आहे."

मला याबद्दल पीटरपेक्षा जास्त माहिती होती हे त्याला अजिबात आवडले नव्हते.

"मग आता आपण काय करायचं?"

"आता आपल्याला जे काही माहिती आहे जे आठवतंय ते सगळं लिहून काढायचं. माझ्याकडे गृहपाठाच्या वह्या आहेत. शाळेतून मिळालेल्या. या वह्यांत आपण ती कोणाकोणाला भेटली, तिनं कायकाय केलं ते लिहू या. ती किती वेळा बाहेर गेली, कुठे गेली प्रत्येक बारीकसारीक गोष्ट. तुला जे आठवतंय ते तू लिही. मला आठवेल ते मी लिहीन आणि मग आपण जे लिहिलं ते ताडून बघूया. हे करणार आहोत आपण आता. याविषयी काहीही बोलण्यापूर्वी आपण स्वतंत्रपणे लिहिणं महत्त्वाचं आहे. जर आपण याबद्दल आधी बोललो तर आपल्या आठवणींवर त्याचा परिणाम होऊ शकेल. आपण जे बघितलेलं नाही त्याबद्दल ऐकलं तर ते आपल्या डोळ्यांसमोर उभं राहतं आणि मग आपल्याला असं वाटू शकतं की, ते आपण स्वत:च पाहिलं आहे."

त्याने आपल्या खोलीतून काही वह्या आणल्या.

"सुरुवातीला जास्त ताण देऊन आठवायचा प्रयत्न करू नकोस. सरळ लिहायला लाग. मग बघू काय होतं ते. आपल्या आठवणी विचित्र असतात. काही गोष्टी सुप्त मनात दडलेल्या असतात. त्यांना आपल्या आपण बाहेर येऊ दे."

तो अतिशय गंभीरपणे आणि मनापासून बोलत होता. मला तर सगळे ऐकून भीतीच वाटली.

"तुला माहिती आहे की, तू तिच्याविषयी जे बोललास ती भूमिगत राहून काम

करायची वगैरे ते खरं नाहीये. तू असंच बडबडत होतास.''

त्याने एकदम माझा हात पकडला आणि पिरगळला.

''पण तू असं लिहिलंस तर काय फरक पडणारे? त्याने काही कोणाचं नुकसान होणार नाहीये.''

म्हणून मग मी त्यातल्या एकदोन वह्या उचलल्या आणि माझ्या खोलीत जाऊन लिहायला सुरुवात केली. माझ्या ड्रॉवरमध्ये कपड्यांच्या खाली नंतर मी या वह्या ठेवून दिल्या. जसं आठवेल तसं मी त्यात उतरवत होते. मला वाटले होते की, मी वह्याच्या वह्या संपवेन, पण माझी थोडीशीच पाने भरली. तुम्हाला वाटेल की, एखाद्याबद्दल असे लिहायचे झाल्यास लिहिण्याजोग्या कितीतरी गोष्टी असतील. पण त्या व्यक्तीच्या पश्चात या नोंदींना काही अर्थ उरत नाही. सगळे संपलेले असते. ती आम्हाला शाळेत सोडायची. स्वत: छानपैकी तयार होऊन खरेदीला जायची. (तिने जे जे केले ते मी लिहीत होते. ती कोण होती ते इथे येतच नव्हते ना.) सकाळी मार्गरिट आली की, ती मार्गरिटबरोबर एक कप कॉफी प्यायची. मग मार्गरिट कामाला जायची. मंगळवारी, बुधवारी किंवा कधीकधी गुरुवारी बुचरची गाडी यायची. कधी वाणीसामान यायचे, धोबीदादा यायचा. या अशासारख्या रोजच्या दिनक्रमातल्या गोष्टीच आम्ही लिहिल्या पाहिजेत असे पीटरला वाटायचे.

यापैकीच कोणीतरी संपर्क साधत असण्याची शक्यता होती. ''सामान आणि निरोप देण्याघेण्यासाठी रोजच्या येणाऱ्याजाणाऱ्यांपैकी कोणाशीतरी तिचा संपर्क असणार.'' असे पीटर म्हणाला.

''पण हा बुचर असणे शक्य नाही.'' असे त्याने सांगितले.

''का नाही?''

''तुला आठवतंय का रस्त्यावर एकदा त्याच्या गाडीखाली एक कुत्रं आलं होतं? मिसेस जोन्सचा छोटा टेरिअर कुत्रा. गाडी अंगावरून गेल्यामुळे तो जागच्याजागीच मेला. मी पाहिलं. हा माणूस आपणहून त्यांच्या घरी गेला आणि त्यांना सगळं सांगून त्याने आपली चूक कबूल केली. तो जर हेर असता तर त्याने अशा प्रकारे लोकांचं लक्ष स्वत:कडे वेधून नसतं घेतलं.''

धोबीदादा एका राखाडी खोक्यातून कपडे आणायचा. त्याला चामड्याचा पट्टा बांधलेला असायचा. या कपड्यांच्या घड्यांमध्ये किंवा कपड्यांची नोंद ठेवायच्या वहीत पत्रे, चिठ्ठ्या वगैरे ठेवणे अगदी सोपे होते. या धोबीदादाचा एक पाय अधू होता. जणू काही त्याने पायाला चुकीची इस्त्री केल्यामुळे तो असा वाकडातिकडा झाला होता. मी पीटरला सांगितले की, तो युद्धात जखमी झाला होता.

"तुला काय माहिती?"

"आईने सांगितले होते मला."

"तिला कसं माहिती होतं?"

दुसऱ्या दिवशी तो आला तेव्हा आम्ही त्याच्या गाडीपाशी गेलो आणि तो खाली उतरल्यावर तिथे रस्त्यावरच उभे राहून त्याच्याशी गप्पा मारायला सुरुवात केली. लंगडत लंगडत तो घरापाशी आला. "आता तुम्हा दोघांकडे बघायला कोणी मिळालंय का नाही?" त्याने विचारले. पीटरने घाईने हो म्हणून सांगितले. "घरी कायम कोणी ना कोणी असते," असेही तो म्हणाला, पण हे खरे नव्हते. ती दुपारची वेळ होती आणि मार्गरिट निघून गेल्यावर घरी कोणीही मोठे माणूस नव्हते. न जाणो काही विपरित प्रसंग घडला तर, म्हणून आमच्याच सुरक्षिततेच्या दृष्टीने तो असे म्हणाला हे मला कळले, पण काय घडू शकते या विचाराने मी घाबरले. त्या रात्री मी तो कडक इस्त्रीचा पांढरा शुभ्र पलंगपोस अंथरून झोपले, तेव्हा मला त्याचा स्पर्श एकदम थंडगार वाटला आणि त्या स्टार्चचा वास नाकात भिनला. डोळे मिटल्यावरदेखील हा पांढराफेक रंग माझ्या नजरेसमोर तरळत राहिला. जणू काही एखाद्या प्रखर दिव्यामुळे माझे डोळे दिपत होते आणि मला झोप लागणे शक्य नव्हते.

या दुकानदारांव्यतिरिक्त फारसे कोणी यायचे नाही. हे विचित्र होते हे आम्हाला यापूर्वी जाणवले नव्हते, पण आता लक्षात येत होते. आजीआजोबा, जवळचे लांबचे नातेवाईक, जुने दोस्त कोणीसुद्धा भेटायला यायचे नाही. "ती कुठून आली ते बघितले तर पूर्वीचे कोणी येणार नाही हे समजू शकते." पीटर म्हणाला; पण पूर्वीचे मित्रमैत्रिणी नसले तरी आता तरी कोठे कोण होते. आमच्या जन्मापासून घरी फारसे कोणी आलेले नव्हते. तीच बाहेर जायची. कधीकधी ती मुद्दामहून चांगले कपडे घालून चेल्टनहॅमला, ऑक्सफर्डला किंवा क्वचित लंडनलासुद्धा जाई. कदाचित तिथे तिला तिची दोस्तमंडळी भेटत असतील. ही कोण माणसे असतील त्याच्याबद्दल आम्ही तर्ककुतर्कही करू शकत नव्हतो. या मुद्द्यावर आमचे विचारच खुंटत होते.

"मिसेस लेसी असतील का? त्या दोघी मैत्रिणी होत्या." मी म्हटले.

"मिसेस लेसींच्या तोंडात तीळ भिजत नाही."

"मग मिस्टर लेसी?"

"ते जपान्यांबरोबर होते ना. ते पण तिच्यासारखेच आहेत. मनाने दुभंगलेले." पण समोरच्याला काहीही जाणवायचे नाही. छान नॉर्मल वाटायचे एखाद्या माजी सैनिकासारखे. ते तसे नव्हते. खोटं होतं ते. "अशा माणसाचा त्यांना उपयोग नाही. त्यांना नाही नेमणार ते."

अर्थात यापैकी काहीही आम्ही सूझनला सांगू शकलो नाही. या हेरगिरीच्या धाग्यामुळे आमचे एकमेकांशी विशेष नाते निर्माण झाले होते आणि आमच्या या

दुनियेत सूझनचा समावेश नव्हता. मला वाटते की, पीटरला हे आवडायचे.

निरनिराळे आकडे, कार्यप्रणाली, सत्यअसत्यता या बाबतीत पीटर खूप चलाख होता, पण कथा, कहाण्या, गोष्टी हे प्रकार त्याला तितके पटकन उमगायचे नाहीत. खरेतर एखादी गोष्ट गुंफणे किती सोपे होते हे त्याच्या लक्षात यायला हवे होते. त्याने दोनचार वेळा करून बघितले असते तर त्याला हे समजले असते. तुम्ही एक कथानक तयार करता आणि जेव्हा गरज भासेल तेव्हा ते वापरू शकता. हे खरे घडलेले आहे का खोटे आहे याने फारसा फरक पडत नसे. दुसऱ्याला ही गोष्ट सांगणे, हा सगळ्यात कठीण भाग होता. जसजसे तुम्ही सांगत जाल, तसतसे ते प्रसंग जास्तीत जास्त परिणामकारक वठायचे. पण मग हळूहळू त्यावरील तुमचे नियंत्रण मात्र सुटायचे.

माझ्याकडची निळी वही पीटरला परत द्यायचा मी प्रयत्न केला.

"मी यापुढे असलं काही करणार नाहीये. आपल्याला काहीही सापडलेलं नाही आणि सापडणारसुद्धा नाही. यात काही अर्थ नाहीये. नुसते खेळतच तर होतो आपण."

मुद्दाम त्याला दुखवण्यासाठी मी म्हटले. मला माहिती होते की, हा काही खेळबीळ चाललेला नव्हता.

"तू असलं काहीही करू शकत नाहीस. आत्ता या घडीला तर नाहीच नाही. तू असं करणार नाहीयेस."

आम्ही स्वयंपाकघरात बोलत होतो. "मी करणारे," मी ओरडले आणि ती वही सरळ त्याच्या पायाशी भिरकावली.

पीटर त्याच्या वयाच्या मुलांच्या तुलनेत लहानखुरा अशक्त असला तरी माझ्या दृष्टीने तो धटिंगणच होता. त्याने मला पकडले आणि माझा हात पिरगाळून पाठीमागे नेला. मला खूप वेदना झाल्या. आपला हात आता मोडणार असे वाटले. त्याने सर्व शक्तीनिशी मला टेबलावर वाकवले आणि आपल्या शरीराचा भार माझ्यावर टाकला. टेबलावर आजूबाजूला काचेचे ग्लासेस, चाकू, सुऱ्या अशा अनेक धारदार वस्तू होत्या. त्या माझ्या डोळ्यांना लागतील अशी मला भीती वाटली. त्यांची डोळे दिपवणारी धार माझ्या डोळ्यांच्या अगदी जवळ होती. मी जाम घाबरले होते. त्याने मला सोडावे म्हणून मी कोकलत होते. पण त्याची पकड इतकी भयानक होती की, मला वाटलेच नाही तो मला सोडेल.

"ठीक आहे." मी सुस्कारा टाकत म्हटले, "थांबव आता. मला दुखतंय. मी करीन तुला मदत." क्षणभराने तो मला रेटायचा थांबला. मग हळूहळू चावी संपलेल्या खेळण्यासारखी त्याची पकड सैल झाली आणि त्याने मला सोडले.

अचानक मुसळधार पाऊस आला. वळवाचा पाऊस होता तो. एवढा पाऊस झाला की, थेंबांच्या भाराने बागेतल्या गवताची पाती वाकली. सर एकदम सरळ रेषेत येत होती. त्यामुळे पाणी खिडकीतून आत येत नव्हते. खिडकीच्या काचेला नाक लावून पावसाची गंमत न्याहाळता येत होती. पाण्याच्या पडद्यामागे झाडांची काळी आकृती फक्त दिसत होती. ऐन उन्हाळ्यात झालेल्या या वर्षावाने त्या दिवशी विलक्षण शांत वाटले.

सूझनचा फोन आला, पण मी तिला सांगितले की, मला एक पुस्तक वाचून संपवायचे असल्यामुळे मी तिला लगेच नाही भेटू शकत. ''नंतर भेटूया.''

ती मला 'पुस्तकातला किडा' म्हणाली, पण नंतर भेटायला राजी झाली.

पाऊस जरा थांबल्यावर वळचणीला बसलेल्या एका कबुतराने हवेत झेप घेतली, पण त्या ओल्या हवेत भिजलेल्या पंखांनी उडणे त्याला कठीण जात असावे. कबुतराचे पंख ढगाळलेल्या आकाशाच्या रंगाचेच होते. मला आपण बाहेर जावे, कोणाला भेटावे अशी अजिबात इच्छा नव्हती. स्वयंपाकघरातल्या टेबलाशी बसून मी मार्गारेटच्या जाण्याची वाट बघत होते. मार्गारेटने भरपूर साबण पावडर घेऊन भांडी घासली आणि नेहमीप्रमाणेच ती विसळताना पाण्याची काटकसर केली. त्यामुळे शेल्फमधल्या भांड्यांवर वाळलेल्या पावडरचे ढग दिसू लागले. आई सतत तिच्या कानीकपाळी ओरडून तिला भांडी नीट विसळायला सांगे, पण ती इतकी हेकट होती, की ती स्वत:ला बदलेल अशी अपेक्षा करणेच चुकीचे होते. गोठ्यातली दुभती गाय जशी ढिम्म उभी राहील, तशी ती उभी होती. 'पिवळ्या हातमोज्यातली तिची लांबसडक बोटे गायीच्या आचळासारखी दिसत होती' असे मी लिहिले होते.

''एवढं काय लिहितीयेस तू?'' मार्गारेटने मागे वळून विचारले. एकदम

वळल्यामुळे तिच्या हातातल्या ताटलीवरच्या साबणाचे शिंतोडे सगळीकडे उडाले.

"डायरी लिहितीये. गुपित आहे माझं."

"तुम्ही दोघं आणि तुमची गुपितं! दिवसभर असं एकटं बसणं बरोबर नाहीये."

"छान आहे. मला आवडतं."

"मी तुझ्याएवढी होते तेव्हा घरात आम्ही पाच भावंडं होतो आणि आमचं घर तुझ्या या घराच्या जेमतेम निम्मं होतं."

"हे जसं आहे तसंच आम्हाला आवडतं." आपला मुद्दा पुढे ढकलायला मार्गारिटला वावच नव्हता हे माझ्या लक्षात आले. तिच्या धाकट्या बहिणीला लग्नापूर्वीच बाळ होणार होतं ही बातमी जगजाहीर होती. सूझन म्हणाली होती की, जॉईसला निदान बॉयफ्रेंड तरी होता, पण मार्गारिट दिसायला अगदीच सामान्य होती. शिवाय तिच्या चेहऱ्यावरील चामखीळ बघून कोणीही मुलगा तिचं चुंबन घ्यायला धजावला नसता.

भांडी विसळण्याचे काम झाल्यावर मार्गारिटने आपले हातमोजे काढून नळाला गुंडाळले.

"तू अजून इथेच आहेस? आता कशासाठी थांबलीयेस?"

"काही नकोय मला. मी अशीच बसलीये. डायरी लिहितीये."

"मला लादी पुसायचीये. तुला आता बाहेर जावं लागेल."

"कालच तर पुसलीस."

"हो. मला आजपण पुसायचीये. पाऊस थांबेपर्यंत तरी रोजच. बाहेर चिखल आहे आणि तुम्ही दोघं शंभर वेळा आतबाहेर करता. बूट काढायचे सोडाच, पण पाय साधे नीट पुसूनसुद्धा घेत नाही. मला हेच म्हणायचंय की, कसं वागायचं कसं नाही हे तुम्हाला सांगायलासुद्धा घरात कोणी नाहीये."

आणि तिने ते घाणेरडे फडके अगदी माझ्या पायांपर्यंत आणले. मी पाय वर घेऊन बसले म्हणजे तिला खालचे पुसता आले असते.

"ऊठ आता. तुला माहितीये, मला खुर्चीखालूनसुद्धा पुसायचंय."

मी डायरी उचलून तिला कुलूप लावले आणि कोरड्या फरशीवर जाऊन उभी राहिले.

पीटर हॉलमध्ये होता.

"गेली का ती?"

"अजून नाही."

"लवकर गेली तर बरं."

त्याच्या हातात स्क्रू ड्रायव्हर होता.

“हे काय, स्क्रू ड्रायव्हर कशाला घेतलायेस?”

शेवटी मागरिट जाते म्हणून सांगायला आली. घाईने त्याने तो स्क्रू ड्रायव्हर उशीमागे लपवला. तिने आपला रेनकोट घातला आणि ओल्या कार्पेटवर पाय उठवत ती बाहेर पडली. आम्ही दोघेही दारापर्यंत गेलो आणि मागरिट गेल्याची खात्री करून घेतली.

“चल. मला तुझी मदत लागणार.”

आमचा रेडिओग्राम चांगला लांबलचक होता. सोफ्याच्या मागची जवळजवळ अर्धी भिंत त्याने व्यापली होती. गोलाकार कोपरे, पॉलिशमुळे चमकणारे व्हिनीअर, पितळी बुचे लावलेले निमुळते पाय, वरच्या भागाचा टेबलासारखा करता येणारा वापर यामुळे इतर टेबल-खुर्च्यांसारखाच हा रेडिओग्राम घरच्या फर्निचरचाच एक भाग बनला होता. पण आईबाबांनी काही तो दिसायला चांगला होता म्हणून आणला नव्हता, तर त्याच्या आवाजाचा दर्जा उत्तम होता, यामुळे तो खरेदी केला होता. त्याला हात लावण्यापूर्वी आम्हाला त्याच्यासमोरचा सोफा हलवावा लागला. सोफा ठेवायला जागा करण्यासाठी बाजूच्या खुर्च्यांची आधी उचलबांगडी झाली. मग रेडिओग्रामवरचा दिवा, रेकॉर्ड्स, पुस्तके, ॲश ट्रे हे सगळे सामान उचलून आम्ही ते कार्पेटवर क्रमाने लावून ठेवले. म्हणजे ते परत जागेवर ठेवताना त्यांची रचना न बदलता आम्ही ते ठेवू शकलो असतो.

“तू नक्की काय करणारेस?”

पीटरने रेडिओग्रामच्या मागच्या बाजूचे स्क्रू काढायला सुरुवात केली. तो प्रत्येक स्क्रू नीट काढून ॲश ट्रे मध्ये ठेवत होता.

“अरे, अजून प्लग लावलेलाच आहे.” मी म्हटले आणि भिंतीतला प्लग खेचून काढला.

“वेडपटच आहेस. बटण बंद आहे ना! बटण बंद असताना शॉकबिक लागत नसतो.”

एकेक करत त्याने सगळे स्क्रू काढले. मग मागचा बोर्ड काढून जमिनीवर ठेवला. आत मला वाटले होते त्यापेक्षा कितीतरी जास्त मोकळी जागा होती. खरेतर तिथे फारसे काही नव्हतेच. प्रत्येक बाजूला एक स्पीकर होता आणि एका पुठ्ठ्यावर सोल्डरिंग करून चिकटवलेल्या काही रंगीबेरंगी वायर्स होत्या. काही बटणे होती. पीटरने सर्वज्ञाचा आव आणून थोडीफार खुडबुड केली, पण त्याला यातले काहीही माहिती नव्हते.

“क्रोगर्सनी रेडिओग्रामचा वापर केला होता. त्यांच्या रेडिओग्रामला ट्रान्समीटर जोडला होता आणि त्याची एरिअल छतावर होती. त्यांचा मॉस्कोशी थेट रेडिओ संपर्क होता. सगळ्यात महत्त्वाचं म्हणजे त्यांचा रेडिओग्राम बाहेरून बघितला तर आपल्या किंवा इतरांच्या रेडिओग्रामसारखाच सर्वसामान्य होता. फरक होता तो आतमध्ये. त्यांच्या रेडिओला एक हाय फ्रिक्वेन्सी बँड होता, त्यामुळे त्यांना संपूर्ण

जगातले कुठलेही संभाषण ऐकता यायचे. त्यात मागच्या बाजूला लपवलेले हेडफोन्सपण होते. त्यामुळे ऐकण्यासाठी त्यांना स्पीकर्सची गरज भासत नसे.''

''हां, पण इथे याच्या आत काहीही लपवलेलं नाहीये.''

क्रोगर्स हे कुटुंब म्हणजे गुप्तहेरांचे संपर्क स्थान होते, तर लोन्सडेल हा इथला संपर्क अधिकारी होता. तो हेरांची नेमणूक करायचा. त्यांना कामे वाटून द्यायचा. कोणी कधी कुठे भेटायचे ते ठरवायचा. निरोपांची, चिठ्ठ्यांची देवाणघेवाण करायचा आणि क्रोगर्स रशियाशी संपर्क साधायचे. निरोप आणि कागदपत्रांचे रूपांतर मायक्रोडॉट्समध्ये करून ते परदेशी पाठवायच्या पुस्तकात लपवायचे काम क्रोगर्स करत. जुनी सेकंडहँड पुस्तके विकणे हा त्यांचा व्यवसाय होता. हेच त्यांचे सोंग होते. हॉलंड, स्वित्झर्लंड आणि अशाच इतरांना संशय येणार नाही अशा अनेक ठिकाणी त्यांची पुस्तके पोहोचत. तिथून मग दुसरे कोणीतरी ही पुस्तके मॉस्कोला पोहोचवत असे. तिकडून येणारी पुस्तकेही याच मार्गाने त्यांच्यापर्यंत येत असत. लोन्सडेलने आपल्या पत्नीला लिहिलेली पत्रेसुद्धा मायक्रोडॉट्सच्या भाषेत पाठवली जात. बऱ्याचदा शनिवार, रविवारी एखाद्या साध्या मित्रासारखा तो क्रोगर्सना भेटायला जाई. आठवडाभरात त्याच्याकडे जमलेले सगळे निरोप, इतर सामान तो या भेटीत त्यांच्याकडे पोहोचवत असे. हेलन क्रोगर या लिखाणाचे मायक्रोडॉट्समध्ये रूपांतर करे. तिला अटक केली गेली तेव्हाही तिच्या पर्समध्ये मायक्रोडॉट्सच सापडले होते. या डॉट्सचे भिंगातून निरीक्षण केल्यावर ती लोन्सडेलच्या पत्नीने रशियातून त्याला लिहिलेली पत्रे होती व काही डॉट्स ही त्याची त्यावरील उत्तरे होती असे उघडकीला आले होते.

माझी आई या लोकांबरोबर आहे असे चित्र मी नजरेसमोर आणायचा प्रयत्न केला.

आपला जाडा स्वेटर घालून ती छानपैकी हसत आहे, पण धुक्यामुळे मागचा देखावा अस्पष्ट धूसर झाला आहे असे चित्र माझ्या मनात उमटले. हे विचार माझ्या मनात त्यावेळी पहिल्यांदाच आले का ते अनेक दिवस सुप्तावस्थेत होते आणि तेव्हा मला प्रथम जाणवले हे मला कळले नाही.

''ती या लोकांना सामील असेल तर ती देशद्रोही होती.''

''नाही. ती देशद्रोही नव्हती.'' तो म्हणाला.

''कशावरून? तुला काय माहिती?''

''ती ब्रिटिश नव्हती. मग इंग्लंडच्या बाबतीत तिला देशद्रोही नाही म्हणता येणार.''

''अच्छा, अशा प्रकारे!''

गॉर्डन लोन्सडेलपण. तो रशियन होता. त्यामुळे त्याने हेरगिरी केली तरी देशद्रोह नाही केला, म्हणून मग लोकांना त्याचा एवढा राग नाही आला. काहीजणांनी तर त्याला चक्क दाद दिली. त्याची पत्रे कोर्टात वाचून दाखवली गेली होती. त्यावरून सगळ्यांना त्याच्या रशियातल्या कुटुंबाबद्दल कळले होते. सातेक वर्षांत

तो आपल्या बायकामुलांना भेटलेला नव्हता. त्याच्या मुलीला शाळेत अभ्यासात प्रॉब्लेम्स होते. त्याच्या बायकोने त्याला आपल्या मुलीसाठी ड्रेस आणायला सांगितला होता. पण ड्रेसबिस तो मायक्रोडॉट्सच्या स्वरूपात पाठवू शकत नव्हता ना! एक सरळ, साधा, सच्चा रशियन वाटला होता तो. युद्धात समोर उभ्या असलेल्या देशाचा सैनिक. तुम्ही त्याच्याशी लढता, पण त्यात व्यक्तिश: दुष्मनी नसते. जसे तुम्ही तुमच्या आपल्या देशासाठी लढता, तसाच तोही लढत असतो. यात गैर काही नसते. बाकीचे हरामखोर मात्र देशद्रोही होते. ह्यूटन आणि गी. पैशासाठी त्यांनी देश विकायला काढला.

"त्यांना फाशी झाली का?"

"इंग्लंडमध्ये कोणाला आता फाशीबिशी देत नाहीत. ही शिक्षाच काढून टाकताएत."

आम्ही सगळे फर्निचर पूर्ववत जागेवर ठेवले. पीटरने प्लग लावून रेडिओ सुरू केला. नेहमीप्रमाणे पहिल्यांदा रेडिओने चित्रविचित्र आवाज केले, पण मग मात्र सगळे एकदम शांत झाले. रेडिओ बंदच पडला. साधी खरखरही ऐकू येईना.

"फक्त थोडं ट्युनिंग करायची गरज आहे."

पीटरने स्टेशन्स बदलण्यासाठी काटा फिरवण्याचा प्रयत्न केला.

"तू मोडलास बघ तो."

बटणे फिरवूनही काही ऐकू येईना तेव्हा पीटरचा चेहरा रागाने लाल झाला.

"हे काय केलंस तू?"

"एखादी रेकॉर्ड लावून बघूया."

रेडिओ ऐकू येत नव्हता म्हणून आम्ही त्याचा आवाज सगळ्यात मोठा करून ठेवला होता. पटकन हाताशी लागली ती एका ऑपेराची रेकॉर्ड आम्ही लावून बघितली. अचानक स्पीकरमधून एका बाईच्या किंचाळण्याचा आवाज आला आणि आम्ही सॉलिड दचकलो.

"हे तरी चालू आहे."

पीटरने रेकॉर्डप्लेअरची सुई उचलून जागेवर ठेवली. आता फक्त बाहेरच्या पावसाचाच आवाज ऐकू येत होता. थोड्या वेळापूर्वी पाऊस जरासा थांबला होता आणि सूर्याने ढगाआडून डोकावल्यामुळे ऊन पडले होते. आता परत अंधारून आले होते. न संपणारी कंटाळवाणी दुपार अंगावर येत होती.

"त्यांच्या लक्षातही येणार नाही." पीटर कुजबुजला. "हे आपल्या हातून घडलंय हे त्यांना कळणारसुद्धा नाही."

"पण कधी ना कधी त्यांना समजेलच. तेव्हा तू इथे नसशील. शाळेत परत गेलेला असशील. मग मी सापडेन. काय सांगायचंय मी तेव्हा?"

"तू काहीही सांगायची गरज नाहीये. फक्त कबूल करू नकोस म्हणजे झालं. मला माहीत नाही म्हणून सांग."

शाळेत परत जाण्यापूर्वी पीटर म्हणाला. ''एका ज्यू व्यक्तीच्या बाबतीत आपण विचारच केलेला नाही. हे माझ्या आत्ता लक्षात आलं. अमेरिकेतल्या रोझेनबर्गसारखे किंवा इथल्या क्रोगर्ससारखे बरेच कम्युनिस्ट हेर धर्माने ज्यू आहेत. आपण याआधी हिचा विचार का नाही केला?''

मी मिसेस कॅनचे नाव घेतले नाही, कारण त्या फक्त माझ्या परिचयाच्या होत्या. त्यावेळीही मला वाटले होते की, त्यांना कोणी यात गोवू नये.

''तू काहीही फालतू बडबडतोएस. तसा तू नाहीतरी नेहमीच फालतू बोलतोस. आई कधीही त्यांच्या घरी गेली नव्हती.

पण हे खरे नव्हते. आई तिथे गेली होती. ती पहिल्यांदा त्यांच्या हॉलमध्ये गेली होती तेव्हा तिथली नीटनेटकी रचना तिला आवडली होती हेही मला आठवत होते. ती खोली टिपिकल ब्रिटिशांच्या घरासारखी नव्हती. त्या रचनेवर जर्मन छाप होती. त्यांचा पियानोसुद्धा जर्मन होता. बाखस्टाइन. आईला ते आवडले असते. चकाचक पॉलिश केलेल्या त्या पियानोच्या पट्टीवरून हात फिरवायचा तिला मोह झाला असता. ती नाहीतरी नेहमी सगळ्या वस्तूंना स्पर्श करून बघायची.

दर मंगळवारी हवा चांगली असेल तर पायी, नाहीतर गाडीने आम्ही बाहेर पडत असू. मिसेस कॅनच्या दारात थोड्या गप्पा व्हायच्याच. त्या पायरीवर उभ्या असायच्या किंवा पाऊस असेल तर हॉलच्या खिडकीतून बोलायच्या. एकदा असेच बोलता बोलता कसा कोण जाणे, पण सागरतीराचा विषय निघाला. कदाचित त्या दिवशी आई त्यांच्या घरात गेली आणि तिने तो बीचचा फोटो पाहिला. किंवा

कदाचित एखाद्या छानशा निरभ्र दिवशी दोघींपैकी कोणीतरी आपल्या मनात रेंगाळणारी एखादी आठवण सांगितली असेल किंवा आपली त्या जागेबद्दलची असोशी व्यक्त केली असेल.

''आई त्यांच्याशी गप्पाबिप्पा मुळीच मारत नसे. ती फक्त मला तिथे सोडायची आणि परत फिरायची.''

''त्या दोघी जर्मन भाषेत बोलत नसत?''

''मला वाटतं की, त्या नेहमी इंग्रजीतच बोलायच्या. कदाचित मी आजूबाजूला असायचे म्हणून असेल.''

''पण त्या कशाबद्दल बोलायच्या?''

''हवा-पाणी, अशाच इतर सटरफटर गोष्टी.''

''कोणत्या गोष्टी?''

''माझी प्रगती. मी आणखी सराव कसा करायला हवा वगैरे वगैरे. विशेष काही नाही.''

पीटर माझ्याकडे मारक्या म्हशीसारखा बघत होता. जणू माझे काहीतरी सांगायचे राहून जात होते.

''खरंच पीटर. एवढंच आहे.''

''श्शाऽऽ मी तिथे असायला हवा होतो. नक्की काहीतरी बोलणे झाले असणार.''

''तू असतास तरी काहीही झालं नसतं. कोणीही असतं तरी फरक पडला नसता. अगदी घरगुती गप्पा चालायच्या.''

''सांकेतिक भाषा म्हणून एक प्रकार असतो, माहितीये का? ते समजण्यासाठी लक्षपूर्वक ऐकावं लागतं. त्यासाठी आपला कान तयार असावा लागतो.''

* * *

''त्यांच्याकडे कोण येतंय, कोण जातंय यावर लक्ष ठेव. काही वेगळं घडलं तर बघ. काहीही विचित्र वाटलं, रोजच्या ठरावीक कार्यक्रमापैकी कशात फरक पडला तर सांग.''

''काहीही वेगळं होणार नाही. मुळात तिथे फारसं काही घडतच नाही.''

पीटरचे त्यांच्याशी काहीही देणेघेणे नव्हते. मला त्यांना यात ओढायचे नव्हते. पण तो खूप गांभीर्याने बोलत होता. त्याच्या चेहऱ्यावरचा ताण स्पष्ट दिसत होता. त्याची नजर कुठेतरी खिळलेली होती. नाहीतरी तो आता घर सोडून शाळेच्या होस्टेलवर एकटाच राहणार होता. मला त्याची दया आली म्हणून मी हे करायला होकार दिला. शाळेच्या युनिफॉर्मच्या ढगळ्या पँटमधून त्याचे काटकुळे पाय अगदी

विचित्र दिसत होते. त्याने शाळेच्या नियमाप्रमाणे आपले केस अगदी बारीक कापले होते. उन्हाने त्याचा चेहरा थोडासा रापला होता. त्यामुळे मानेवरचा केसांच्या खालचा पांढरट भाग अगदी विसंगत दिसत होता.

"ॲनी, तू करशील ना एवढं? आणि काही वेगळं घडलंच तर मला पत्र लिही. कसं ते माहितीये तुला."

आम्ही सर्वांत शेवटच्या पायरीवर शेजारी शेजारी बसलो. हॉलमध्ये त्याच्या बॅग आणि होल्डॉलने जागा व्यापली होती. पुढचे दार उघडेच होते. बाबा गाडी काढायला गेले होते. गाडी अगदी गेटपर्यंत आणता येणार होती. पीटरच्या मुठी आवळलेल्या होत्या. एखाद्या ताणलेल्या रबरबँडप्रमाणे त्याच्या हातावरची कातडी ताणली गेली होती. मला एवढ्यात तरी असे लांबच्या शाळेत जायचे नव्हते, या विचारानेच माझा जीव भांड्यात पडला. बाबांनी येऊन बॅग उचलली तरी आम्ही तसेच बसून होतो. खरेतर त्यांच्या दृष्टीने ती खूप भारी होती. कशीतरी लळतलोंबत त्यांनी ती गेटपर्यंत नेली, मग परत येऊन होल्डॉल नेला.

पीटर बसला होता म्हणून मीपण बसले.

"सॉरी पीटर, पण आता निघायला हवं."

एवढे सामान उचलल्यामुळे बाबा धापा टाकत होते. अशावेळी त्यांचा चेहरा एखाद्या मुखवट्याप्रमाणे निर्जीव दिसायचा.

"रस्ता खराब आहे आणि आपल्याला उशीर करून नाही चालणार."

पीटरने मांडी आणखीन आवळून घेतली. त्यामुळे मला वाटले की, आता तो जायला उठणारच नाही. पण मग त्याने हाताने जिन्याचा कठडा पकडला आणि हातांवर भार देऊन शरीर वर खेचले. जणू तो अकरा वर्षांचा नव्हता, तर एक छोटा, अगदी मॉंटेसरीतला मुलगा होता.

काहीही न बोलता आम्ही बाहेर आलो. बॅग आत ठेवून बाबांनी गाडीची डिकी बंद केली. पीटरला पोहोचवायला आम्ही निघालो होतो. म्हणजे एका अर्थाने हा त्याचा प्रवास होता. त्यामुळे तो गाडीत पुढे बसला. परत येताना मी त्या जागी बसणार होते. त्याला शाळेत सोडून परत येईपर्यंत अंधार पडत असे. दिवसाढवळ्या गेल्यामुळे मला तो रस्ता, त्यावरील प्रत्येक वळण पाठ झाले होते. येताना मात्र अंधारात सगळे अनोळखी वाटायचे. मागच्या सीटवर बसून मी खिडकीला नाक लावले. कधीकधी मी खिडकीची काच खाली करून डोके बाहेर काढत असे. वाऱ्यामुळे माझे केस सुरेख उडायचे. पुढे बसलेले ते दोघे आणि मी यांच्यात एक अदृश्य पडदा असल्याचा मला भास व्हायचा. मला वाटायचे की, मी एखाद्या टॅक्सीत बसले आहे किंवा माझा शोफर मला घेऊन जात आहे. पळती झाडे बघण्यात मी रमायचे किंवा कधीकधी डोळे बंद करून मनातल्या मनात एक खेळ

खेळायचे. ही झाडेझुडपे, घरे, रस्ते हेच एखाद्या उलगडणाऱ्या टेपसारखे मागेमागे जात आहे आणि आमची गाडी मात्र स्थिर उभी आहे या कल्पनेत मी अगदी रंगून जात असे.

गेटपासून शाळेची लालचुटूक विटांची मोठमोठ्या खिडक्यांची इमारत बरीच आत होती. इमारतीच्या एका बाजूला एक टॉवर होता. खालच्या लांबलचक हॉलच्या दाराशीच आम्ही एकमेकांचा निरोप घ्यायचो. त्या हॉलचे छत चर्चच्या छतासारखे उंच होते. हॉलच्या दुसऱ्या टोकाला एक लाकडी जिना होता. तिथली स्वच्छ पुसलेली फरशी वाळलेल्या रक्तासारख्या काळपट लाल रंगाची होती. पीटर लगेच आत निघून जायचा. गणवेशातल्या सगळ्या सारख्याच दिसणाऱ्या मुलांमध्ये तो हरवून जायचा. या मुलांच्या गोंधळाचा आवाज तिथे घुमायचा आणि मला त्या गजबजाटातून कधी एकदा बाहेर पडू असे व्हायचे.

२

बाबा उकिडवे बसून बागेतली फुलझाडे न्याहाळत होते. रात्री पाऊस पडल्यामुळे माती भिजून अगदी मऊ झाली होती! त्यामुळे बाबा नुसते हातांनीच तण उपटू शकत होते. त्यासाठी त्यांना खुरपे वापरावे लागत नव्हते. या काढलेल्या गवताचा एक छान हिरवा ढीग तयार झाला होता. नंतर सगळा कचरा एकत्र करून एकदमच टाकता आला असता. मी सुपली घेऊन त्यांना थोडा वेळ मदत केली, पण मग मला कंटाळा आला आणि मी बाजूला झाले आणि नुसती बघत बसले. बाबांचे माझ्याकडे लक्षच नव्हते. त्यामुळे मला काय करावे ते सुचत नव्हते.

घरात नेण्यासाठी मी काही फुले तोडायला सुरुवात केली. वसंत ऋतूच्या सुरुवातीला जेवढी फुले येतात, ती बहुतेक सगळी फुले आमच्याकडे होती. गुलाब तर होतेच, पण काही हंगामी फुलांचा हा दुसरा बहर होता. सप्टेंबरमध्ये येणारी फुले आता आणखी लालबुंद-सोनेरी-जांभळी अशा गडद रंगांची दिसत होती. मग माझ्या लक्षात आले की, या फुलात विष असते, त्यामुळे त्यापासून लांबच राहिलेले बरे. तोडण्यासाठी स्पश केला तरी ते विष त्वचेवाटे शरीरात भिनण्याची शक्यता असते.

एक उंच तुऱ्याचे रोपटे मी नीट निरखून पाहिले. त्याची पाने एकदम ताजी टवटवीत दिसत होती आणि त्यावरील फनेलच्या आकाराची, विविध छटांची फुले अत्यंत आकर्षक होती.

"याला हात लावला तर माणूस एकदम मरतोच का?"

बाबा हसले आणि म्हणाले, "असे काहीही होत नाही. पण त्याचा स्पर्श झाला तर खाज येते, पुरळ उठते, ग्लानी येते; पण जर हे पोटात गेले तर मात्र माणूस दगावण्याची शक्यता असते."

"मग तुम्ही हे आपल्या बागेत लावता कामा नये." मी म्हणाले.

पियानो टीचरचे घर गावाच्या दुसऱ्या टोकाला होते. ती गल्ली पुढे जाऊन हमरस्त्याला मिळत होती. टेकडीच्या बाजूच्या या छोट्याशा बोळातली दगडी बांधकामाची घरे दिसायला सारखीच होती. त्यांच्या खिडक्याही अगदी कोनाड्यासारख्या होत्या. आतल्या बाजूला ठेवलेले शोपीस, हॉलमधल्या रिकाम्या खुर्च्या सगळे या रस्त्यालगतच्या खिडक्यांमधून स्पष्ट दिसत असे. सराह कॅनचे घर इतरांपेक्षा थोडेसे उंचावर आणि मागच्या बाजूला होते. त्यामुळे त्यांच्या खिडकीशी भिंतीजवळ मोसमी झाडे बहरली होती.

गावातल्या इतर घरांपेक्षा त्यांच्या घरातले वातावरण वेगळे भासे. आपण कोठेतरी परमुलखात आल्यासारखे वाटे. आता परदेशीदेखील जाऊन आल्यामुळे मी सांगू शकत होते की, तिथे इंग्लंडपेक्षा कॉंटिनेंटल छाप जास्त होती. माझा क्लास पुढच्या खोलीत असे. तिथे दुपारी उन्हाच्या कवडशांचा सुंदर खेळ चाले. खोलीतल्या पियानोचे चकचकीत पॉलिश, भिंतींवरील पेंटिंग्ज या प्रकाशात चमकत असत. लाल-निळ्या रंगछटांच्या बाऊलवरून परावर्तित झालेल्या किरणांमुळे भिंतींवर सुरेख नक्षी उमटे. सराह कॅन स्वत: काळ्यासावळ्या आणि सडपातळ होत्या. त्या अगदी हसतमुखाने आणि मृदू स्वरात बोलत. गेल्यावर छानपैकी स्वागत करून व्यवस्थित विचारपूस करत. सुट्टी कशी गेली ते हमखास जाणून घेत.

''चांगली गेली.'' मी सांगे. पियानोच्या पट्ट्यांवर पडलेल्या उजेडामुळे त्या पट्ट्या चकाकत आणि त्यामुळे त्यांचा स्पर्श पाण्यासारखा थंडगार असेल असे वाटे.

डॅफ्ने लेसींनी मला गाडीतून तिथे सोडले. नेहमीप्रमाणे त्यांना निघायला उशीर झाला होता. आम्ही घाईघाईतच बाहेर पडलो होतो. त्यामुळे मला लगेच पियानो वाजवायचा मूड नव्हता. संपूर्ण रस्ताभर त्यांची अखंड बडबड चालू होती. गाडी चालवताना त्या सारख्या माझ्याकडे वळून काहीतरी बोलत होत्या. बाबांसारखेच त्यांनीही समोर बघून रस्त्याकडे लक्ष देऊन गाडी चालवावी असे मला वाटले होते. मुरब्बी ड्रायव्हरप्रमाणे त्यांनी मधे मधे माझ्याशी थोडेफार बोलायला माझी हरकत नव्हती. त्या अजिबात बोलल्या नसत्या तरी चालले असते. त्या जरा गप्प राहिल्या असत्या तर पीटरचे बोलणे, त्यांचे बोलणे यातून बाहेर पडून मागच्या वेळी शिकवलेले पियानोचे सूर मला आठवता आले असते. मनातल्या मनात थोडा रियाज करता आला असता. पुढच्या वेळी पूर्वीसारखे चालत चालतच इथे यायचे असे मी ठरवले. आता त्यांनी मला एकटीला पायी येऊ दिले असते. माझे तपकिरी रंगाचे दप्तर घेऊन, डोक्यात पियानोचे सूर घोळवत मी एकटी पोहोचले असते आणि पुढे शिकण्यासाठी माझी मानसिक तयारी झाली असती. एरवीसारखे तिथे बसल्यावर क्षणभरासाठी का होईना त्या पट्ट्यांवर माझी बोटे गोठली नसती. मी लगेचच वाजवायला सुरुवात करू शकले असते.

"जरा थांब." मिसेस कॅन म्हणाल्या.

त्या शांतपणे आणि खूपच हळू आवाजात बोलत. पीटरची आणि त्यांची ओळखही नव्हती. त्याच्यासाठी मिसेस कॅन हे फक्त एक नाव होते.

"थांब. एवढ्यात सुरुवात करू नकोस. आधी इकडे ये आणि हा केक खा बघू. संपूर्ण सुट्टीत तू भेटली नाहीयेस मला आणि तसंपण आज सुट्टीनंतरचा क्लासचा पहिला दिवस आहे."

त्यांचे कपडे खोलीतल्या इतर वस्तूंसारखे गडद रंगाचे होते. फक्त त्यांच्या भडक रंगाच्या स्कार्फवरची नक्षी काचेच्या लोलकासारखी चमकत होती. या गावात बाकी कोणी हे असे काळपट रंगाचे कपडे घालत नसत. ही युरोपमधल्या स्मार्ट शहरवासीयांची आवडती पद्धत होती. लोकांना वाटे की, सराह कॅन दिसायला सुंदर आहेत; पण अगदी वेगळ्या प्रकारची वेशभूषा करतात. बोलताना त्या खूप हातवारे करत. त्यांचा चेहरा बोलका होता. डोळे गहिरे होते आणि त्या एकदम रोखून बघत. कधीकधी डोळे मिटून पियानो वाजवून दाखवताना त्या इतक्या तल्लीन होत की, नंतर त्या थांबल्या आणि मी त्यांच्याकडे पाहिले की, त्यांच्या त्या अथांग नजरेत मी स्वत: हरवून जाई.

"मला तुमचे स्वयंपाकघर आवडले."

एखादी पोक्त गृहिणी जशी स्वाभाविकपणे दाद देईल तशाच सुरात ती छोटी मुलगी म्हणाली.

माझी आई हे कशा प्रकारे बोलली असती त्याचीच मी नक्कल केली, जणू काही मला हे शिकवले गेले होते. माझ्या माहितीप्रमाणे सराह कॅनबरोबरचे आईचे नाते सौजन्यपूर्ण होते, पण यापलीकडची मैत्री वगैरे नव्हती. एखाद्या दुकानदाराशी किंवा टॅक्सी ड्रायव्हरशी जसे आपण सहज जाताजाता हवापाण्यावर जुजबी चार शब्द बोलू, तसेच आई व या पियानो टीचर एकमेकींशी बोलायच्या. त्यात फारसा अर्थ नसायचा. मला मात्र खरेच त्यांचे स्वयंपाकघर खूप आवडले होते. मी पाहिलेल्या स्वयंपाकघरांपैकी तरी ते सर्वोत्तम होते. छोटेसेच होते. म्हणजे टेबलाशी जर कोणी बसले असेल तर दुसऱ्याला ओट्यापाशी जाताही येणार नाही. तिथे स्वतंत्र फायरप्लेस होती. त्यामुळे उबदार वाटायचे आणि तिथल्या खिडकीतून समोर छान हिरवळ असलेल्या टेकडीचा उतार दिसायचा.

"तुझा भाऊ शाळेत गेला का परत? तो गेल्यावर तुला आणखीनच एकटं एकटं वाटत असेल ना?"

"हो गेला. थोडं एकटं वाटतं."

मग थोडा वेळ मी केक खाण्यात मग्न झाले.

त्यांच्याबद्दल माहिती मिळव, पीटरने सांगितले होते. प्रश्न विचारत रहा. कदाचित त्या दोघी तुझ्या अपरोक्ष भेटल्या असतील.

त्या आपल्या कामात गढून गेल्या होत्या. माझ्याकडे त्यांची पाठ होती. त्या काही मार्गरिट किंवा डॅफ्ने लेसीसारख्या नव्हत्या. जेव्हा एखाद्याला बोलायची इच्छा नसेल तेव्हा त्याला पिडू नये हे त्यांना समजायचे. मला जर कोणाजवळ मन मोकळे करावेसे वाटले असते, तर सराह कॅनच्या या गुणामुळे मी त्यांच्याशीच बोलले असते आणि माझी आईसुद्धा त्यांच्याशी बोलली असण्याची शक्यता होती. केवळ त्या एकाच गावच्या होत्या म्हणून नव्हे, तर त्या दोघींचा स्वभाव इतरांपेक्षा वेगळा होता. त्यांच्यात काही खास गुपिते असण्याची शक्यता होती. त्यामुळे त्यांची मैत्री होऊ शकली असती. पण माझी आई त्यांच्याशी बोलताना फारशा जिव्हाळ्याने बोलायची नाही आणि तिच्याशी बोलताना मिसेस कॅनची नजर खाली वळलेली असायची. कदाचित त्या माझ्याकडे बघत असाव्यात.

त्यांच्या टेबलावर तो बीचचा फोटो होता. तो समुद्रकिनारा आहे हे ओळखता येणे मुश्किलच होते. फोटोत सराह – एक बारकीशी मुलगी – तिच्या पिकलेल्या केसांच्या आजीबरोबर केनच्या खुर्चीत बसलेली होती. त्या खुर्चीला चक्क छतासारखे टप होते. बाहुलीसारख्या त्या छोट्या मुलीचे पाय जमिनीपर्यंत पोहोचतही नव्हते. फोटोत समुद्र दिसत नव्हता. फक्त त्यांच्या मागे राखाडी रंग होता. तिथे समुद्र

असावा असे वाटत होते.

"या फोटोतली ही जागा तुम्हाला आठवतीये का? सुट्टीला गेला होतात का तुम्ही तिथे? तिथे तुम्ही कधी माझ्या आईला भेटला होतात का?"

"नाही. मला नाही वाटत तसं, पण तेव्हा मी इतकी लहान होते की, मला धड आठवणारही नाही. १९३१ मध्ये आम्ही शेवटचे तिथे गेलो, तेव्हाचा आहे तो फोटो. त्यानंतर आम्ही परत कधी नाही जाऊ शकलो तिथे."

थोड्या वेळाने मी विचारले, "अजूनही ती जागा अशीच आहे का?"

"असावी."

"हे आयर्न कर्टनच्या पलीकडचं आहे का?"

"हो. हे आयर्न कर्टनच्या पलीकडचं आहे."

"आणि लोकं तिथे जातात?"

"हो जात असणार. आम्ही जायचो की!"

माझ्या विचारण्याचा हा अर्थ नव्हता. मला म्हणायचे होते ब्रिटिश लोकं. आपल्यासारखी माणसे आयर्न कर्टनच्या पलीकडे जायची का नाही. जर कोणाला इथल्याऐवजी तिकडे आयर्न कर्टनच्या पलीकडे कायमचे रहायला जावेसे वाटले तर ते जाऊ शकत होते का, असे मी विचारले. एक प्रसिद्ध रशियन नर्तक त्या उन्हाळ्यात आपल्या देशातून परागंदा झाला होता. तो रशियन बॅलेबरोबर पॅरिसच्या दौऱ्यावर गेला होता. नंतर एअरपोर्टवरून घरी जाण्याऐवजी तो पळाला आणि पश्चिमी देशातच आपण राहू शकतो का आणि नृत्याचे कार्यक्रम करू शकतो का, असे त्याने विचारले. हेच उलटे घडू शकते का, असे मी विचारले.

"मला वाटतं की जाता येईल. पण कोणी असे करत नाही. ज्या हेरांना आपले बिंग फुटायची भीती वाटत असेल, तेच फक्त असे करतील. दुसऱ्या कोणाला असे करायची गरजच वाटणार नाही."

* * *

त्या पियानोवाल्या खोलीत इतरही अनेक नवीन फोटो होते. सराह कॅन आणि मिस्टर कॅन – आता ते हयात नव्हते – यांचा लग्नातला फोटो होता. फोटोत मिस्टर कॅन खूश दिसत होते. पण ते अगदी पाप्याचे पितर वाटत होते. मला वाटले की, ते तेव्हापासूनच आजारी असणार. सराह कॅनचा आणखीन एक थोडा मोठेपणीचा फोटो होता. त्यांनी सांगितले होते की, फोटोत त्यांच्याबरोबर त्यांचे

ब्रिटिश कुटुंबीय होते.

यानंतर मी जेव्हा पियानोच्या सरावाला सुरुवात केली तेव्हा त्या पट्ट्यांवरून माझी बोटे अगदी लीलया फिरू लागली होती.

''सुरेख! खूपच छान! आपल्याला वाटतं की, आपण विसरलोय. आपल्या डोक्यातनं गेलंय, पण आपल्या बोटांच्या लक्षात असतं. ती विसरत नाहीत.'' त्या म्हणाल्या.

पीटरच्या डोक्यात गुप्तहेरांनी घर केले होते, तर माझ्या मनात इतर अनेक गोष्टी होत्या. व्हॉयोलेट झॅबो या एका युद्धकालीन हेराचे एक पुस्तक माझ्याकडे होते. हे पीटरने वाचलेले नव्हते. त्याच्या कव्हरवर एका बाईचे चित्र असल्यामुळे ते बायकांचे पुस्तक आहे असा त्याचा समज होता.

गेल्या उन्हाळ्यात मी ते वाचून संपवले होते. त्यातल्या बऱ्याचशा भागाचा मी एका दिवसात फडशा पाडला होता. बागेतल्या झाडांखाली पालथे पडून लोळत लोळत मी वाचन केले होते. ऊन जास्तच वाढले तेव्हा मी चक्क फेऱ्या मारत हे काम चालू ठेवले होते. पुस्तक खूप आवडल्यामुळे मी त्याची पारायणे केली होती. एखादी स्त्री गुप्तहेर कशी काय बनू शकते याविषयी त्यात इत्थंभूत माहिती दिली होती.

व्हायोलेट ही लंडनवासी मुलगी होती, पण तिची आई फ्रेंच होती. युद्धाच्या वेळी आपल्या मुलीला मागे ठेवून विरोधी दलाबरोबर काम करण्यासाठी ती विमानाने फ्रान्सला पोहोचली आणि तिथे तिने पॅराशूटमधून खाली उडी मारली. तिथून ती पहिल्यांदा परत आली, तेव्हा तिने स्वत:साठी आणि आपल्या मुलीसाठी कपडे आणले. मुलीसाठी अंदाजपंचे आणलेले कपडे तिला खूप मोठे झाले, कारण व्हायोलेटला आपल्या गैरहजेरीत मुलगी केवढी उंच झाली असेल, याची कल्पना आली नाही. ती दुसऱ्यांदा फ्रान्सला गेली, ती परतलीच नाही. जर्मनांनी हातघाईच्या लढाईत तिला पकडले आणि कैदेत टाकले. युद्ध संपता संपता, अगदी शेवटी त्यांनी तिला खतम करण्याचा निर्णय घेतला. तिला आणि इतर दोन ब्रिटिश स्त्री गुप्तहेरांना, चक्क एका रांगेत उभे करून गोळ्या घालण्यात आल्या.

पुस्तकात म्हटले होते की, व्हॉयोलेटचे डोळे डार्क निळ्या रंगाचे होते. ती अगदी टॉमबॉय होती आणि आपल्या भावापेक्षाही धाडसी होती. ती प्रशिक्षण घेण्यासाठी गेली तेव्हा तिचे वय कमी होते आणि चणही बारीकशीच होती. तरीही बरोबरच्या पुरुषांपेक्षा काही वेळा तिची कामगिरी सरस असायची. सैनिकाला आवश्यक त्या सगळ्या गोष्टींत, पिस्तूल चालवण्यात, हातघाईच्या लढाईत, रेडिओ ट्रान्समीटरद्वारा संपर्क साधण्यात, ती पारंगत झाली. याशिवाय बहुरूप्याचे सोंग वठवणे हेदेखील तिला शिकवले गेले. कारण फ्रान्समध्ये ती खोट्या कागदपत्रांच्या आधारे स्वत:ची खोटी ओळख प्रस्थापित करून वास्तव्य करणार होती. तिचे नावगाव, कपडे सगळेच वेगळे, फ्रेंच असणार होते. आपल्या खऱ्या अस्तित्वाशी तिचा काहीही संबंध उरणार नव्हता.

अशा प्रकारे आपण म्हणजे कोणीतरी दुसरेच असल्याची बतावणी करून जगणे याची मी मनाशी कल्पना केली. तिच्या जागी मी स्वत: आहे किंवा माझी आई आहे या विचारात मी रंगून गेले. व्हायोलेटला हे शिकवले गेले तेव्हा तिला आपल्या या नव्या भूमिकेचा, तिच्या संपूर्ण जीवनशैलीचा सर्व बारकाव्यांनिशी अभ्यास करावा लागला. तिच्याविषयी कोणाच्याही मनात संशयाची पाल चुकचुकली असती तरी खरेखोटे जाणून घेण्यासाठी तिच्यावर केलेल्या प्रश्नांच्या भडिमारालासुद्धा ती पुरून उरेल अशाप्रकारे या नवीन व्यक्तीच्या चालीरीती, सवयी वगैरे प्रशिक्षकांनी व्हायोलेटच्या रक्तात भिनवल्या होत्या. खात्री करून घेण्यासाठी व्हायोलेटला ती कोठे जन्मली, तिच्या बालपणच्या आठवणी समजायला लागल्यानंतरच्या तर प्रत्येक वर्षीच्या घटना पुन:पुन्हा सांगायला लावल्या होत्या. मीपण असेच केले. मी जी कोणी बनणार होते त्या व्यक्तीचा जीवनपट मी रचला. नावे, स्थळे, शाळा, मित्रमैत्रिणी, घटना, आवडते रंग, कपडे, तिची सायकल, खाण्यापिण्याच्या आवडीनिवडी सगळे ठरवले आणि चक्क पाठ केले.

अशीच कहाणी आईच्या बाबतीत निश्चित करताना का कोण जाणे, पण मी मनाशी म्हटले की, हे फ्रान्समध्ये नाही घडणार, तर याची पार्श्वभूमी आयर्न कर्टनच्या पलीकडे बर्फाळ प्रदेशातच असेल. माणसे तिथेच नाहीशी व्हायची. माझ्या कल्पनेनुसार आई कधी या पक्षाकडून तर कधी दुसऱ्या बाजूने काम करत होती. कधीकधी तर ती एकापाठोपाठ एक असे दोन्हीकडून काम करायची. कथानकात एकावर एक वळसे बसल्यावर क्रमाच्या बाबतीत माझाही गोंधळ होऊ लागला. पण कोणत्याही परिस्थितीत मला ठिकाण बदलायचे नव्हते. एखादा फ्लॅट, पडीक जमीन, नांगरलेले शेत आणि त्यालगतचे दव, दूरवरचे रेल्वेचे रूळ, अचानक भुईतून उगवलेल्यासारखे वाटणारे वेडेवाकडे पसरलेले रंगहीन शहर. तिथे गाड्या, घोडे कसलाच आवाज नव्हता. रंग नव्हते. होती फक्त सारखी दिसणारी

खेळण्यातल्यासारखी घरे, लांबच्या लांब रस्ते, धुक्यातल्या अस्पष्ट मनुष्याकृती. माझ्या कल्पनाविस्ताराला सीमा नव्हती.

त्या रात्री मी सूझनकडेच राहिले होते. माझ्या बाबांना रात्री उशीर होणार असेल तर मी तिथेच रहायचे. एरवीही कधीकधी उगीचच माझा मुक्काम तिच्याकडे पडायचा. कारण आपण एकमेकींना सोडून जायचे नाही असे आम्ही ठरवले होते. सख्ख्या भावापेक्षा सूझनसारख्या मैत्रिणीची साथ भावण्यासारखी होती.

सूझनची खोली तिच्याचसारखी अगदी साधी होती. तिच्या गैरहजेरीत तर ती तिची खोली आहे असे वाटलेही नसते. गुलाबी चादर घातलेली तिची कॉट खोलीच्या मधोमध होती. तिची उशी मनीमाऊच्या आकाराची होती. खोली चांगली प्रशस्त असल्यामुळे दुसऱ्या भिंतीला लागून आणखी एक जास्तीची कॉट ठेवलेली होती. या कॉटवर लेसींचे सुरेख करड्या रंगाचे, गुबगुबीत पर्शियन मांजर झोपा काढत असे. दिवसा या खोलीत गेलो तर ते तिथे अवश्य दिसे. चाहूल लागल्यावर झोपमोड झाल्याबद्दल वैतागून ते आपला निषेध नोंदवे. जेव्हाकेव्हा रात्री मी तेथे राही तेव्हा मला खूप वाटे की, त्याने आपल्या पायांशी किंवा कुशीत अंगाचे छानपैकी मुटकुळे करून पहुडावे. मी अंधारात डोळे तारवटून आतुरतेने त्याच्या मऊमुलायम स्पर्शाची वाट बघत बसे.

"सूझन, तू दिवसा स्वप्न बघतेस का?"

"सगळेच बघतात."

"पण तुला असं वाटतं का की, आपण म्हणजे कोणीतरी दुसरेच आहोत?"

"कधीकधी वाटतं. माझ्या घरात आणखी खूपजण आहेत. मला खूप म्हणजे निदान तीनतरी बहिणी आहेत आणि मी चौथी. मग आम्ही सगळ्या मिळून खेळू."

"तुला स्वतःला कधी दुसरं कोणी व्हावंसं नाही वाटत? म्हणजे आपण मुलगा असतो तर असं काही?"

"मला मुलगा व्हावंसं कशाला वाटेल?"

"कारण ते बऱ्याच गोष्टी करू शकतात. मुलींसारखी त्यांना ज्यात त्यात आडकाठी नसते."

सूझनने जांभई दिली.

"त्यांना करू देतात? ते करतात?"

"मला वाटत हो. तुला काय वाटतं?"

सूझनने उत्तर दिले नाही, पण त्यामुळे फारसा फरक पडला नाही. कारण तेवढ्यात माऊने कॉटवर उडी मारण्यासाठी पवित्रा घेतल्याचा आवाज मी ऐकला.

आता ते माझ्या पांघरुणात शिरणार होते. मी त्याची वाट पाहू लागले.

"तुझे आईबाबा प्रत्यक्षात कोणीतरी दुसरेच आहेत असं कधी वाटलंय का तुला? तू अशी काही कल्पना केलीएस का कधी?"

"मला नाही माहीत आणि आता पुरे. मला झोप येतीये."

मला बराच वेळ झोप लागली नाही. मनीमाऊ इतके चिकटून बसले होते की त्याच्या पोटातली गुरगुर मला स्पष्ट जाणवत होती. तो नुसता आवाज होता का ते थरथरत होते ते मला कळले नाही. ते जाईपर्यंत मी हलणार नव्हते किंवा कूसही बदलणार नव्हते. दुसऱ्या कॉटवर सूझन अगदी गाढ झोपली होती. तिचा श्वास मंदपणे चालू होता. सूझन लेसी व्हायला कसं वाटलं असतं? शांत स्वभावाची, आपल्या कुटुंबात निवांत रहाणारी सूझन. लेसींचा इतिहास माहिती होता. लाकडी कलाकुसरीने सजवलेले घर, छोटे छोटे हस्तिदंती पुतळे, जिन्यात वाघोबाची चित्रे, खालच्या मजल्यावर रबराच्या झाडांचे, शिकाऱ्यांचे फोटो हे सर्वांनी पाहिले होते. लेसी मलायात रबराची लागवड करत. युद्धकाळात डॅफ्ने आणि गॉडफ्रेला जपान्यांनी कैद केले. त्यांच्या आयुष्यातील ते दिवस अतिशय खडतर होते. सूझनवर पण लेसी खानदानची छाप होती. पिंगट केसांची पांढरट गोरी सूझन जरा जरी उन्हात गेली तरी तिची त्वचा रापायची. अगदी लहानपणीच तिने मलायाला रामराम ठोकला होता. त्यामुळे तिला तिकडचे फारसे काही आठवणे शक्यच नव्हते. पण तरीही ती आपल्या खानदानी गुणांनी लेसी म्हणूनच शोभायची. या मूळच्या शेतकऱ्यांना इंग्लंडमध्ये रुजवले गेले होते. माझे बाबा म्हणायचे, की इंग्लंडची भूमी अगदी सुपीक असल्यामुळे कितीतरी रोपे येथे छानपैकी फोफावतील. नर्सरीतून वर्तमानपत्रात गुंडाळून आणलेली ही रोपे बाबांनी आधीच तयार करून ठेवलेल्या वाफ्यात लावली जात. मग बाबा मला त्या रोपांचा इतिहास-भूगोल समजावून सांगायचे. यात जगाच्या पाठीवरील जवळजवळ प्रत्येक देशाचा उल्लेख होत असे. कधीकधी तर या रोपांच्या मुळाशी लालबुंद किंवा काळीभोर अशी कोणत्यातरी वेगळ्याच रंगाची माती असे. जर रोपांची मुळे सुकलेली असली तर बाबा रात्रभर ती पाण्यात बुडवून ठेवत. पिओनीज चीनमधून आणले गेले तर ऱ्होडाडेंड्रॉन्स ही पार हिमालयातली वनस्पती होती. लेसी कुटुंब आमचे सख्खे शेजारी असले आणि मिस्टर लेसी इतर सर्वसामान्य लोकांप्रमाणे रोज सकाळी इमानेइतबारे ऑफिसला जात असले, तरी ते मूळ मलायाचे होते हे लक्षात राहत असे.

मी एकदा सूझनला विचारले होते की, तिचा मलायाला परत जायचा काही बेत आहे का?

"का?"

"तिथे कसं आहे ते बघायला!"

"पण आता तिथलं सगळं बदललंय. आता तिथे ब्रिटिशांची सत्ता नाहीये."

सूझनला आपल्या मूळ गावाबद्दल काहीच उत्सुकता नव्हती. ती व्हायोलेटसारखी धाडसी नव्हती.

एकदा आमच्या बागेत एक साप निघाला. लॉन संपते तिथे दगडी भिंतीच्या खबदाडीत मस्तपैकी पसरला होता. भिंतीतल्या या सापटीपुढे सगळी शेताडी होती. त्याच्या पिवळसर हिरव्या रंगामुळे मला पहिल्यांदा ती फांदीच वाटली; पण मग लक्षात आले की, हे काहीतरी वेगळंच आहे. मी त्याच्या जवळ गेले तेव्हा सूर्य मागे असल्यामुळे माझी सावली पुढच्या गवतावर पडत होती. आता ती सावली या ओलसर तेलकट दिसणाऱ्या फांदीवर पडणार तेवढ्यात ती फांदी एकदम हलली आणि तो साप दगडांच्या बेचक्यात जाऊन बसला.

मीपण त्या खबदाडीत उतरले आणि सगळीकडे नीट निरखून पाहू लागले.

"इथे काय करतीयेस?" सूझनने विचारले.

"इथे साप आहे. मी बघितला. तो नक्की कुठे गेला ते बघतीये."

मी एखादे खोलवर गेलेले बीळ शोधत होते. त्याच्या तोंडाशी मला सरपटल्याच्या खुणा दिसल्या असत्या.

सूझन त्या खळग्यापासून सुरक्षित अंतरावर उभी राहिली होती.

"पटकन वर ये. एवढी पुढे जाऊ नकोस. तिथे खरंच साप असला तर पंचाईत होईल. मी बाबांना बोलावते, ते मारतील. त्यांना माहितीये साप कसा पकडतात, मारतात ते."

"तू नागांबद्दल बोलतीयेस. आपल्या इथे नाग येत नाहीत."

"तुला खरंतर शेताडीत जायची परवानगीच नाहीये. तू दुसऱ्याच्या शेतात घुसतीयेस."

* * *

काही दिवसांनी तो साप पुन्हा आला. यावेळी तो बाबांना दिसला. तो साधा नानेटी आहे, असे ते म्हणाले. विषारी नव्हता. घाबरायचे कारण नव्हते. विषारी सापांच्या अंगावरच्या खवल्यांवरून तो ओळखता येतो. ते खवले म्हणजे धोक्याचा इशाराच असतो. माणसे आणि इतर प्राण्यांप्रमाणे सापाचे रक्त गरम नसते. त्यामुळे

तो उन्हात तापलेल्या दगडांवर पहुडतो आणि ऊब मिळवतो. थोड्या वेळाने त्यांनी मला हाक मारली.

"बघ."

"बाबा, तुम्ही साप पकडलात. मला माहिती नव्हतं तुम्हाला हे येतं."

"मला स्वत:ला तरी कुठे माहिती होतं."

एखादी शर्यत जिंकल्याचा आनंद त्यांच्या चेहऱ्यावरून निथळत होता.

आमच्याकडे एक काचेची मोठ्ठी बरणी होती. त्यात आई कधीकधी लिली किंवा तत्सम लांब दांड्याची फुले ठेवत असे. तो साप एका पिशवीत घालून बाबांनी त्या बरणीत सोडला. म्हणजे आम्हाला तो काचेतून नीट बघता आला असता. तो बाहेर येण्याची धडपड करत होता, पण गुळगुळीत काचेवर त्याला चढता येत नव्हते. तो पुन:पुन्हा खाली पडत होता. तरीही त्याने प्रयत्न सोडला नव्हता. जणू काही तो त्या काचेवर लाटांसारखी नक्षी काढत होता किंवा काहीतरी लिहीत होता. बरणीची काच अतिशय स्वच्छ होती. त्यामुळे सापाचे आतल्या बाजूने चिकटलेले पांढरट, निस्तेज पोट स्पष्ट दिसत होते. मी त्याच्या इतक्या जवळ गेले की, मला त्याच्या डोळ्यांभोवतीची पिवळी वलयेसुद्धा दिसली. बाबा म्हणाले की, "सापाचे स्पर्शज्ञान जास्त तीव्र असते. संपूर्ण शरीरभर त्याला कंपने जाणवतात."

काचेचा गुळगुळीत स्पर्श त्याला कसा वाटत असेल असे माझ्या मनात आले. काचेत एखादा हवेचा बुडबुडा असला तरी पृष्ठभागावर तो जाणवत नाही. त्याच्या शरीराचे तापमानही काचेमुळे कमी झाले असणार.

"एखाद्या मिनिटात त्याला सोडून द्यायला हवे."

"मी हा सूझनला दाखवू का?"

"ठीक आहे, पण लवकर आटप."

मी धावत धावत सूझनकडे गेले आणि तिला बोलावून आणले.

"छी. मला नाही बघायचाय."

"पण तो बरणीत आहे. तुला काही नाही करणार. शिवाय हे गवतातले साप विषारी नसतात."

म्हणून मग सूझन आली, पण ती लांबच उभी राहिली आणि काहीही बोलली नाही.

मी मात्र बरणीजवळ जाऊन तो साप काचेला आतून जिथे चिकटला होता तिथे हात लावला.

"बघ. काही होत नाही. किती छान आहे."

पीटर दर रविवारी पत्र लिहायचा. ते आम्हाला पुढच्या मंगळवारी मिळायचे. मी शाळेत गेलेले असतानाच पोस्टमन येऊन जायचा. त्याला पढवल्याप्रमाणे पाकिटावर नेहमी ॲलेक वॅट एस्क असाच मायना असायचा. त्यामुळे मी ते न उघडता स्वयंपाकघरातल्या टेबलावर ठेवून देई. म्हणजे संध्याकाळी बाबा परत आल्यावर आम्हाला दोघांनाही ते एकदमच वाचता येई.

वाचायला सुरुवात करण्यापूर्वीच आत काय लिहिले असेल त्याची आम्हाला कल्पना येई. *'डिअर बाबा आणि ॲना तुम्ही कसे आहात? मी ठीक आहे. काल रात्री एंजल्स वन फाईव्ह हा सिनेमा दाखवला. बरा होता, पण मला डॅमबस्टर जास्त आवडला. काल आमचा रग्बीचा सामना होता. आम्ही २३-७ असे हरलो. अगदीच वाईट नाही झाला आमचा खेळ. पण त्या शाळेचा हा पहिल्या नंबरचा संघ होता तर आमचा दुसरा. अर्धी टर्म संपायला फक्त दोन आठवडे बाकी आहेत. बाय. पीटर.'*

हाच त्याचा साचा असे. तीच वाक्ये त्याच क्रमाने येत. त्यांच्या अर्थाला काहीही महत्त्व नव्हते. काहीतरी खरडले आहे ना, मग झाले तर, असा खाक्या होता.

बाबा त्याला जी उत्तरे पाठवायचे त्यापैकी काहीकाही मला वाचायला मिळत. बहुतेक वेळा ती दोनतीन पानी असत. त्यांचे अक्षर अगदी किरटे होते. ते ठरावीक असं लिहीत नसत, पण त्यांच्याकडून अशीच अपेक्षा होती. गप्पा मारण्यापेक्षा बाबा लिखाणात पारंगत होते. कधीकधी ते पत्रात चित्रेसुद्धा काढत. त्या आठवड्यातल्या पत्रात बरणीतला साप आणि त्याला पाहून डोळे विस्फारून पळणाऱ्या दोन मुली, असे चित्र त्यांनी काढले. हे बरोबर नव्हते. गोष्ट सांगताना मोठी माणसे सोयीस्करपणे त्यात बदल करत. खरे काय घडले ते त्याला कळवण्यासाठी आपणपण पत्र लिहावे असे मी ठरवले. मी सांकेतिक भाषेत लिहिले. २२ सप्टेंबर १६९२. बाबांनी एक साप पकडून बरणीत ठेवला. मी त्याला हातदेखील लावला. त्याचे पोट आतल्या बाजूने काचेला जिथे चिकटले होते बरोबर तिथेच बाहेरच्या बाजूने मी हात लावला होता.

"मी वाजवत असतानाच तुम्ही आलात. ते स्क्युबर्ट होते. मी तुम्हाला वाजवून दाखवू? मस्त आहे हा पीस.''

सराह कॅन अत्तराचा फवारा मारून यायच्या. त्यांच्या कपड्यांतच नाही, तर अंगातसुद्धा तो वास मुरला होता. मी पियानोसमोर त्यांच्या शेजारी बसायचे तेव्हा या वासामुळे त्यांच्याकडे न बघताही मला त्यांचे अस्तित्व जाणवायचे. त्या सापाला जाणवायचे तसे. माझे लक्ष त्यांच्या हातांकडे असायचे. त्यांची लांबसडक निमुळती बोटे कधीकधी मला अडलेली एखादी जागा सहजगत्या दाखवायची. सुरांचा नाद पूर्ण थांबला की, त्यांची नजर माझ्या मनाचा ठाव घ्यायची.

माझ्या बाजूला स्टुलावर बसून त्यांनी स्क्युबर्ट वाजवून दाखवले होते.

फक्त संगीताच्या लिहिलेल्या नोट्सवर प्रकाशाचा झोत होता. बाकीची खोली अंधारात बुडून गेली होती. पियानोचे पॉलिश चमकत होते. नोट्स लिहिलेला कागद पांढराशुभ्र होता आणि खुणांनी भरून गेलेला होता. त्यामुळे त्यांनी नक्की कुठपासून वाजवायला सुरुवात केली ते मला समजलेच नाही.

''जरा पान उलटतेस का?''

त्यावेळी तो स्वर आणि ती नोट याची सांगड मला लागली. मग मी पान उलटून धरून ठेवले. मधेच त्यांच्याकडे लक्ष गेल्यावर मला दिसले की, त्यांचे डोळे डबडबले होते.

गालांवरून अश्रू वाहात होते.

मी त्यांची नजर टाळून बाहेरच्या बर्फावर रेंगाळणाऱ्या उन्हाकडे बघत बसले.

आज चार्लोटनबर्गमध्ये मी स्टेशनहून सरळ म्युझियम बघायला निघाले होते. वाटेत सुंदर हिरवळ आणि त्याच्या कडेने मोठमोठ्या वृक्षांच्या सावलीत बसायला बाके अशी एक बाग मला दिसली. कंपाऊंडवर गारवेल आणि घाणेरी सारख्या आकर्षक रंगांची फुले होती. बागेच्या चहूबाजूंनी पाचसहा मजली उंच इमारती होत्या. तिथे जास्त करून मध्यमवर्गीय वस्ती होती. पण बऱ्याचशा इमारतींचे लोखंडी कठडे आणि पोर्चच्या वर असलेल्या भव्य खिडक्या, यामुळे त्या एकोणिसाव्या शतकातल्या बांधकामासारख्या वाटत होत्या. या घरांची आतली बाजू दिसू शकत नव्हती. तळमजल्यावरच्या खिडक्या कुंपणावरील झुडपांच्या आड दडल्या होत्या. वरच्या मजल्यावर पडद्यांचे आवरण होते. तेवढ्यात चुकूनमाकून एखाद्या खिडकीचे काचेचे दार किलकिले झालेच, तर ते उन्हात चमकल्यामुळे आधी डोळे दिपत होते. आतमध्ये सर्वसाधारणपणे सराह कॅनच्या घरासारखीच रचना होती. उंच छत, पियानो, पॉलिश केलेले टेबल, त्यावर कपबशा ग्लासेस इत्यादी, असा आपला माझा अंदाज होता. पुन्हा माझ्या मनात सराह कॅनचेच विचार रुंजी घालू लागले. आपले मूळ घर सुटल्यावर युद्धाच्या वेळी इंग्लंडमध्ये पुन्हा नव्याने बिऱ्हाड मांडताना त्या पतीपत्नीने सगळ्या वस्तूंची जमवाजमव कशी काय केली असेल याचे मला नवल वाटत होते.

मला त्यांच्याविषयी किती थोडी माहिती होती. जी अनेक मोठी माणसे बालपणी माझ्या आयुष्यात आली, त्यांच्यापैकी एक, म्हणजे या सराह कॅन होत्या. आपण अशा व्यक्तींना धड ओळखतही नाही. पण आपल्याला त्या आवडतात. नंतर खूप वर्षांनी आपल्या लक्षात येते की, तेव्हा आपण मोठे असतो तर या माणसांच्या कार्याबद्दल जाणून घेता आले असते. त्याचा अर्थ कळला असता आणि मग या लोकांनी आपल्या आयुष्यात मोलाचे स्थान पटकावले असते.

एका बाल्कनीत सूर्यप्रकाशाच्या दिशेने झेपावणाऱ्या ट्युलिपचे रोप होते. सराह कॅनसुद्धा अशाच एखाद्या घरात राहिल्या असत्या. त्यांचा वार्धक्याने थकलेला चेहरा माझ्या नजरेसमोर आला. अनुभवाच्या सुरकुत्यांचे जाळे, कापसासारखे केस पण पूर्ण सावध नजर. त्या तिथे राहत असत्या तर त्यांच्या वादनाचे सूर रस्त्यावर झिरपले असते.

१९६२ चा हिवाळा. क्युबाच्या मिसाईल्सची समस्या. अगदी लहानग्यांनाही त्या प्रसंगाचे गांभीर्य थोडेफार कळले होते. बाबांनी घरी आल्याआल्या बातम्या लावल्या होत्या.

केनेडी अणि क्रुश्चेव्ह ही सतत कानावर पडणारी नावे आणि आता कोणत्याही क्षणी लढाईला तोंड फुटणार ही मोठ्या माणसांना वाटत असलेली भीती! कारण त्यांनी आयुष्यात फक्त तेवढेच अनुभवलेले होते.

बातम्या संपल्यावर बाबांनी शेरीचा ग्लास भरला. कधीकधी ते व्हिस्कीऐवजी शेरी आणि फ्रुटकेक घेत. मलाही ते आपल्याबरोबर एका पिटुकल्या ग्लासात शेरीचा एक घोट आणि केक देत. पीटरच्या गैरहजेरीत मी त्यांची खास साथीदार बनत असे. जर बाहेर फारसा काळोख नसेल तर आम्ही दोघे बागेत फेरफटका मारत असू. ते म्हणत, 'आज शाळेत काय काय झालं?' किंवा मग 'बिचाऱ्या मिसेस लेसींना त्रास देत नाहीस ना तू?' जणू काही माझी देखभाल करणे खूपच जिकिरीचे होते. मी एखादी मजेशीर गोष्ट सांगे. माझे बोलणे ऐकताना ते एक सिगारेट शिलगावत आणि संपल्यावर ते थोटूक मातीत टाकून बुटाने विझवत. पण आता पानगळ सुरू झाली होती. बागेत केव्हाच अंधार पडला होता. फुलांचा मौसम संपला होता. शाळेतून येताना ऑक्टोबरच्या पावसात भिजलेल्या झाडाझुडपांच्या ओल्या स्पर्शाने मीपण भिजले होते. बऱ्याच फांद्या पावसाच्या झडीने तुटून पडल्या होत्या. तिथे बसून त्या अंगावर येणाऱ्या करकरीत तिन्हीसांजेला सामोरे जाताना त्यांना कसे वाटत असेल याची मला कल्पना होती. ते शेरीचे घुटके घेत होते. त्या भगभगीत रित्या क्षणात त्यांच्या चेहऱ्यावर पसरलेली दुःखाची छाया मला दिसू शकत होती. पण यावेळी मीच काय, कोणतेही लहान मूल त्यांना या तंद्रीतून बाहेर

काढू शकले नसते.

त्यांनी ग्लास खाली ठेवला आणि प्लेटमधला केकचा शेवटचा भुगा तोंडात टाकण्यासाठी उचलला. नंतर त्यांनी आत जाऊन रेडिओ लावला. हव्या त्या स्टेशनवर काटा नेऊन आवाज मोठा केला.

काहीच आवाज नाही.

पुन्हा बटणे फिरवली तरी काहीही घडले नाही.

"तू हात लावला होतास का?"

"नाही बुवा!"

हे खरेच होते. मी खोटे सांगत नव्हते. एवढ्यावरच ते थांबले. परत त्यांनी याचा कधी उल्लेखही केला नाही. त्यांची हीच तऱ्हा होती. ते बघायचेच नाहीत किंवा तुम्हाला काही विचारायचे नाहीत. त्यामुळे तुमची अपराधाची भावना बळावत जायची.

मी पियानोची प्रॅक्टिस करायला गेले. त्या नीरव शांततेचा भंग करण्याचा तोच एक उत्तम उपाय होता. पियानोच्या स्वरांनी घर भरून जायचे. आमच्या कुटुंबाचे चित्र पूर्ण झाले आहे असे वाटायचे. घरातल्यांचा मूड ठिकाणावर आणण्यात लहान मुले उपजतच पारंगत असतात. मी मला शिकवलेले सूर छेडले. पहिल्यांदा एका हाताने एक सप्तक, दोन सप्तके, मग दोन्ही हातांनी खालची-वरची सप्तके, कोमल-मध्यम सर्व सूर. सुरांचा हा नाद मला फार आवडायचा. सराह कॅन म्हणायच्या की, हा युरोपियन आवाज होता.

"तुझी गाणी वाजव ना. मागच्या आठवड्यात नवीन शिकवली असतील ना?" बाबांनी विचारले.

एक गाणे होते, पण शिकवल्यापासून मी ते वाजवले नव्हते. "आज मी फक्त सरगम वाजवतीये."

"मला नाही वाटत की, मी ते गाणं ऐकलंय. मला दाखव ना वाजवून."

"सुरांचा सराव महत्त्वाचा आहे. मिसेस कॅननी सांगितलंय. यामुळे बोटं तयार होतात."

आणि मन रिकामे राहते.

स्वरांमुळे तुम्ही भावनिक गुंत्यात गुरफटत नाही. ते सगळ्यांच्या परिचयाचे होते आणि एकदा ते वाजवायला शिकलात की, यांत्रिकपणे वाजवले जायचे. हातमागाचा धोटा जसा आपोआप मागेपुढे होतो, तशी भराभर किंवा सावकाश तुमची बोटे हलायची आणि मन भराऱ्या घ्यायला मोकळे असायचे. (टी.व्ही.वर मी पर्शियातल्या काही गालिचा विणणाऱ्या माझ्याएवढ्या मुली पाहिल्या होत्या. दिवसच्या दिवस हात चालू असताना त्या मुली काय विचार करत असतील?)

कीबोर्डच्या कव्हरवर या काळ्या-पांढऱ्या पट्ट्यांवरून फिरणाऱ्या बोटांचे प्रतिबिंब दिसत होते. कधीकधी वाजवताना मला वाटायचे की, मी छताजवळून या स्टुलावर बसून वाजवणाऱ्या मुलीला पाहू शकत आहे. त्या मुलीने केसांचा पोनीटेल बांधला आहे. तिचा एक मोजा घोट्यापर्यंत घसरला आहे आणि तिच्या हातांचे प्रतिबिंबसुद्धा दिसत आहे.

माझे सूर चांगले पक्के होते, असे सराह कॅननी मला सांगितले होते. मी आता त्यावर एवढा वेळ मेहनत घेण्याची गरज नव्हती.

''मला सुरावट वाजवायला आवडते. तुमच्यासाठी मी, तुम्हाला आवडते अशी दुसरी कुठली सरगम वाजवू का?''

सराह कॅनकडे शेल्फ भरभरून पुस्तके होती. पण प्रत्येक पुस्तक इतके बारीक होते की, त्याच्या कडेवर लिहिलेले नाव काही वाचता यायचे नाही. त्यांच्या टेबलावरचा दिवा शेल्फकडे वळवता यायचा आणि एक उंच स्टूल होते, ज्यावरून वरच्या कप्प्यातली पुस्तके काढता येत. या जुन्या पुस्तकांची कव्हरे अगदी पातळ होती. त्यामुळे ती लगेच पिवळी पडायची. एखाद्या म्हाताऱ्याच्या कातडीसारखी जीर्ण होती ती पुस्तके, पण ती खाली काढून त्यात दिलेले सूर वाजवले की, जादू व्हायची.

''चॉपिन. एक नृत्य. वॉल्ट्झ. चॉपिनच्या काही रचना अवघड आहेत, पण ही तुला जमेल. ही सोपी आहे.''

त्यांनी ती रचना वाजवून दाखवली. त्यात खळाळणाऱ्या पाण्यासारखे नृत्य होते. त्या पिवळ्या पडलेल्या पुस्तकातला हा खजिना थक्क करत होता.

''आता हे बघ.'' त्या पुन्हा शेल्फकडे गेल्या. त्यांनी दिव्याचे तोंड वळवून घेतले. त्यामुळे त्यांच्या स्कार्फवरील रंग एकदम खुलले. त्यांनी लोकसंगीत, पारंपरिक रचना, जाझ ही सगळी पुस्तके काढली आणि प्रत्येकातील छोटे छोटे भाग वाजवले.

मला नुसते स्वर वाजवायला आवडतात हे त्यांना कसे सांगावे, ते मला कळत नव्हते. मला दुसरे काहीही वाजवायचेच नव्हते.

'हे घे. बघ.'' अगदी तळच्या कप्प्यातून एक छोटेखानी पुस्तक त्यांनी शोधून काढले. ते काढण्यासाठी त्यांना चक्क गुडघे टेकून बसावे लागले होते. ''तू स्वप्नाळू आहेस. हे स्वप्नांविषयीचेच संगीत आहे. ऐक.''

''ठीक आहे. मी ते वाजवेन.''

थोडे सरकून त्यांनी मला जागा करून दिली. मी त्यांच्या बाजूला स्टुलावर बसले. आम्ही पहिले काही सूर वाजवले.

''आपण जसजसे पुढे जाऊ तसतसे तुला जमेल. तुझी तुलाच ही गंमत उमगेल. डावा हात ठाम असतो आणि उजवा हात स्वप्नात रमतो.''

''या सूचना कोणत्या भाषेत आहेत?''

''फ्रेंच. लेंत एत ग्रेव्ह म्हणजे हळुवार आणि दुःखीकष्टी, पण तू तिकडे लक्ष द्यायची गरज नाही. कधीकधी या मधल्या सूचना फार विनोदी असतात. विचित्रच असतात.''

''विचित्र म्हणजे?''

''हे लिहिणारा फ्रेंच माणूस फारसा नावाजलेला नव्हता. विक्षिप्तच होता तो. दाढी वाढलेली असायची. हॅट आणि छत्री कायम बरोबर घेऊन हिंडायचा. हे चित्र डोळ्यांसमोर आण म्हणजे समजेल तुला.''

सराह कॅनचे हात सरसावले आणि त्यांनी ते गाणे पूर्णपणे वाजवले. मी ते माझ्या कानात साठवत होते.

लेंत एत ग्रेव्ह. काळ्या कपड्यातले स्त्री-पुरुष ओळीने जात असताना कोणीतरी छानपैकी रंगीत कपडे घालून त्या मिरवणुकीत नाचले. सगळ्या दुःखी लोकांमधले एक पिवळेधमक नाजूक फुलपाखरू जणू.

त्यांच्या स्वयंपाकघरात गेल्यावर दुसऱ्याच दुनियेत आल्यासारखे वाटे. खिडकीतून दिसणाऱ्या त्या टेकडीचा उभा चढ, कुंपणाच्या दगडी भिंतीतले खिंडार, एका कडेला दिसणारा ओकचा वृक्ष हा देखावा सोडल्यास तिथून बाहेरच्या जगाशी काहीही संबंधच उरायचा नाही. खिडकीला पडदा लावलेला नव्हता. त्यामुळे सूर्यास्ताच्या वेळी देखील भिंतीवरच्या फ्रेम केलेल्या पोस्टरसारखे सगळे दिसत रहायचे. हे बाहेरचे दृश्य नसून तो चौकोनही या खोलीचाच एक भाग आहे असा भास व्हायचा. समुद्रकिनाऱ्यावरील एक सुंदर घर, पुरुषांच्या चेहऱ्यांची भराभर काढलेली रेखाचित्रे अशी आणखी काही चित्रेसुद्धा या खोलीत होती. मी पाहिलेल्यापैकी

इतर कोणाच्याही स्वयंपाकघरात अशी चित्रेबित्रे नव्हती. फोटोतील मिस्टर कॅनच्या चेहऱ्यात आणि या चित्रात साम्य होते. त्यांचा चेहरा खरा निबर, बोजड होता. देखणेपणाचा लवलेशही नव्हता. पण चित्रात ते जास्त उत्साही, रसरशीत वाटत होते. हे घर, यातील प्रत्येक खोली मला परिपूर्ण वाटायची. कोठेही आमच्या घरासारखा रितेपणा पोकळी वगैरे जाणवायची नाही. बहुतेक मिस्टर कॅनच्या नसण्याची या घराला सवय झाली होती.

क्लास संपला की आत जाऊन केक खायचा, ही सवय आता अंगवळणी पडली होती. हा केक खास करून माझ्यासाठी रोजच्या रोज ताजा बनवला जायचा असा मला दाट संशय होता. कारण रोज एक अखंड केक मी जायचे तेव्हा टेबलावर तयार असायचा. अतिशय खमंग भाजलेला, चविष्ट असा हा केक काट्याने खाता येई. कधीकधी त्याची चव कडवटपणाकडे झुकत असे. मला तो आवडला नाही तरी सौजन्य म्हणून मी काहीही न बोलता तो खात असे. सराह कॅनचे व्यक्तिमत्त्वच असे होते की, मला त्यांच्याशी अतिशय शहाण्यासारखे, एखाद्या मोठ्या माणसासारखे वागावेसे वाटे. त्यांच्या क्षमाशील वृत्तीला केलेला तो सलाम असेल. दुसऱ्याच्या चुका पोटात घालताना त्यांच्या चेहऱ्यावर किंवा आवाजात हे कधी जाणवायचे नाही. या बाईंच्या मनात आपण घर केले पाहिजे आणि आपण हे करू शकतो हे मला समजत होते.

"तुमच्या स्वयंपाकघरात चक्क फायरप्लेस आहे. बाकी कोणाकडेही नाहीये."

हे एक आपल्यातच मश्गुल बंदिस्त घर होते. त्या केकवरच्या अक्रोडासारख्या आपल्या या कवचात त्या स्वत:ला गुरफटून घ्यायच्या.

असाच एकदा क्लास संपल्यावर त्यांच्या स्वयंपाकघरातल्या टेबलाशी बसलो असताना त्यांनी मला आपण इंग्लंडला कसे आलो ती कहाणी सांगितली होती. फायरप्लेसमधली लाकडे धगधगत होती. आमच्यासमोर केकचा चुरा पडला होता. 'घ्यू बाउत द ला पेन्से' म्हणजे मनाच्या कोपऱ्यात रेंगाळणाऱ्या आठवणी. तसे हे विचार त्यांच्या मनात होतेच. अनेक वेळा आम्ही फायरप्लेसजवळ असे इकडचे तिकडचे बोलत बसलो होतो. पण त्या दिवशी त्यांच्या विचारांना शब्दरूप मिळाले.

"कारण आम्ही ज्यू होतो. एका ब्रिटिश धर्मादाय संस्थेने सांगितले की, ते आम्हा मुलांसाठी चांगली घरे मिळवून देतील."

नंतर मी हे सगळे माझ्या डायरीत लिहिले होते. त्या दिवसापर्यंत माझ्या ओळखीच्यांपैकी कोणीही मला आपली संपूर्ण जीवनकहाणी सांगितली नव्हती आणि ही गोष्ट तर एखाद्या कथाकादंबरीत शोभेल अशी होती.

सराह कॅनने बर्लिनमधल्या एका मोठ्या स्टेशनवरच्या वेटिंग रूममध्ये आपल्या आईचा निरोप घेतला होता. ते पॅडिंग्टनसारखे स्टेशन असावे. आम्ही लंडनला गेलो होतो तेव्हा त्या स्टेशनवर सतत गाड्या येत जात होत्या ते आम्ही पाहिले होते. माझ्या डोळ्यांसमोर स्टेशनची भव्य कमान उभी राहिली. आमच्यापैकी कोणी चुकले तर तिथल्या भल्यामोठ्या घड्याळापाशी त्याने उभे रहायचे असे आम्हाला तेव्हा सांगितले गेले होते. ते घड्याळ, प्रवाशांची गर्दी उसळलेले ते प्लॅटफॉर्म्स, आईबाबा किंवा कोणीही बरोबर नसलेली आधारासाठी एकमेकांचे हात पकडून चालणारी ती छोटी छोटी मुले आणि वेटिंग रूममधेच धाय मोकलून रडणाऱ्या त्यांच्या माता– अगदी करुण दृश्य असणार ते.

त्यांनी मला फक्त वेटिंग रूमबद्दल सांगितले होते. अधिकाऱ्यांनी या मुलांना आणि त्यांच्या पालकांना सांगितले होते की, शिस्त म्हणून निरोपानिरोपी वगैरे वेटिंग रूममधेच आटपली पाहिजे. प्लॅटफॉर्मवर इतरांसमोर त्यांना रडारड चालणार नव्हती.

माझ्यापेक्षा त्या तेव्हा वयाने थोड्याशाच मोठ्या होत्या. त्यांनी नवीन कपडे घातले होते आणि त्यांच्या बॅगेतले कपडेही मोठ्या मापाचेच होते. त्यांचे वाढीचे वय असल्यामुळे त्यांना असे कपडे घेणे भाग होते. त्यांनी पोहोण्याचा पोशाखसुद्धा घेतला होता. इंग्लंड हे एक बेट होते आणि त्यांना वाटत होते की, आपण समुद्रकिनारी राहू. हे सांगताना त्यांनी लहानपणचा पोरकट विचार, अशा आविर्भावात हात उडवला होता. त्यांच्या गळ्यात एक नंबर अडकवला होता. तोच नंबर त्यांच्या बॅगेवर आणि पिशवीवर होता. ती पिशवी त्यांनी स्वतः भरली होती. आईबाबांनी त्यांना या प्रवासासाठी काही खास गोष्टी दिल्या होत्या. त्या सगळ्या या पिशवीत भरल्या होत्या. या चिजांमध्ये तो बाहेरच्या टेबलावरचा त्यांचा आजीबरोबरचा फोटो होता. पुढे मग त्या फोटोला फ्रेम केली होती. नाझींनी चांदीची फ्रेम नेऊ दिली नसती. त्यांनी सराहचा तिकिटांचा संग्रहही आणू दिला नव्हता. त्यांच्या मते तो खूप मौल्यवान होता.

बोलता बोलता सराह कॅन थबकल्या. आपला रुमाल काढून त्यांनी डोळे टिपले. लहानपणच्या पंचवीस वर्षांपूर्वीच्या आठवणींनी व्याकूळ होऊन एखादी मोठी बाई रडत आहे, हे बघून मला आश्चर्याचा धक्का बसला. मला वाटले की, त्यांना आईची माया मिळाली नव्हती म्हणून मुद्दामहून त्यांनी मला माझ्या पोरकेपणाशी संबंधित अशी ही गोष्ट सांगितली असावी. पण त्यांची कर्मकहाणी अगदी वेगळीच होती.

"आम्ही समुद्र ओलांडून इंग्लंडला पोहोचलो. तेव्हा पाऊस होता. सगळीकडे मळभ होते. मला इथे रहायला आवडणारच नाही असेच मला वाटले."

"का? जर्मनीत पाऊस नसायचा का?"

"असं कसं होईल? अर्थात तिथेही पाऊस होताच. पण ही जागा नवीन होती. पुढे काय वाढून ठेवलंय ही भीती होती. कोणालाही अशी, पावसात, नवीन आयुष्याला सुरुवात करायला आवडणार नाही."

ते चित्र माझ्या डोळ्यांसमोर साकारले. छोटीशी सराह आपली बॅग घेऊन त्या प्लॅटफॉर्मवर उभी आहे. पाऊस कोसळत आहे. त्या थंड पाण्याचे सपकारे तिच्या चेहऱ्यावर बसत आहेत. प्लॅटफॉर्मवरून चालत चालत ती स्टेशनबाहेरच्या अनोळखी दुनियेत पाऊल टाकत आहे. आता तिला या परक्या, अनोळखी भाषा बोलणाऱ्या माणसांबरोबर आयुष्य काढायचे आहे.

इंग्लंडमध्ये सराहला पहिल्यांदा ज्या घरात आसरा मिळाला, तिथे पियानो होता आणि तिने सगळ्यात प्रथम 'गॉड सेव्ह द किंग' ही धून वाजवली होती. घर सोडण्यापूर्वी तिच्या वडिलांनी तिला हे गाणे शिकवले होते. इंग्लंडमध्ये तिला याचा फायदा होईल, असे ते म्हणाले होते.

"मला वाटतं आता घरी जायला हवं मला."

"मी येऊ तुझ्याबरोबर तुला सोडायला? अंधार पडलाय. जाशील का नीट?"

"आजपर्यंत कित्तीतरी वेळा गेलीये की!"

त्या खूपच जवळीक साधत होत्या आणि मला हे पसंत नव्हते.

दाराबाहेर पडता पडता मी म्हटले की, पुढच्या आठवड्यात मला नवीन काहीतरी शिकायचंय. बाकीची लोकं वाजवतात ना, तसे काहीतरी.

घरी पोहोचल्या पोहोचल्या मी अथपासून इतिपर्यंत सगळे लिहून काढले. मग मी पीटरला पत्रातून हे कळवले. सराह कॅननी सांगितलेली प्रत्येक गोष्ट मी त्याला सांगितली. फक्त त्यांच्या अश्रूंबद्दल लिहिले नाही. माझ्या गृहपाठाच्या वहीबरोबर मी ते पत्र दप्तरात ठेवले आणि दुसऱ्या दिवशी शाळेत जाताना पोस्टात टाकले. शेवटच्या क्षणी पत्र टाकावे का नाही याबद्दल माझी चलबिचल झाली. पण शेवटी मी ते टाकलेच. लोकांचे निरीक्षण करणे अवघड होते. एकदा का एखाद्याबद्दल संशयाचा किडा वळवळला की, मग तुम्ही त्याच्याविषयी जे काही सांगता किंवा दडवता, त्या सगळ्याकडे फसवेगिरीच्या चष्म्यातून बघितले जाते.

मला कोनिग्जबर्ग सापडले. ते रशियात होते. आता त्या गावाचे नाव बदललेले होते, म्हणून आम्हाला ते नकाशात सापडले नव्हते. युद्धात ते बेचिराख झाले होते. रशियनांनी त्यावर कब्जा मिळवला होता. त्यामुळे तिथले सगळे जर्मन लोक गाव सोडून गेले होते. शाळेच्या लायब्ररीतल्या एन्सायक्लोपीडिया मध्ये मला ही माहिती मिळाली होती. युद्धानंतर सगळ्याच देशांच्या सीमारेषा बदलल्या होत्या. काही प्रदेश दुसऱ्या देशात गेले होते. कोनिग्जबर्ग रशियात गेले म्हणून मग आता तिथे फक्त रशियन माणसे रहात होती. रशियन भाषा सर्रास बोलली जात होती. रस्त्यांची नावे, एवढेच नाही तर दुकानांच्या पाट्यादेखील त्याच भाषेत होत्या. रशियन भाषेची लिपी वेगळी होती. त्यामुळे तुम्ही वाचायचा प्रयत्न केलात तरी तुम्हाला ती भाषा वाचता यायची नाही. मी मोठी झाल्यावर रशियन भाषा शिकेन. कदाचित पुढच्या वर्षी शाळेत मला ती शिकायला मिळेल. मला बाबांसारख्याच अवघड भाषा पटकन येतात. मागच्या सहामाहीत मी लॅटिनमध्ये पहिली आले होते. मी रशियन शिकले तर पुढेमागे मला ते उपयोगी पडेल.

पीटर घरी आला होता. त्याची चॉकलेटी रंगाची बॅग कोपऱ्यात ठेवली होती. ती एवढी प्रशस्त होती की, त्यात एखादे मूल लपू शकले असते. गेल्या सहा महिन्यांत त्याच्या डोक्यात आलेल्या विचारांनी, नवनवीन कल्पनांनी आता तो मला भंडावेल असे मला वाटले. त्या दिवसांत तो घरात असला तरीही मी त्याच्या खोलीत फारशी गेले नव्हते. ती खोली म्हणजे त्याची खासगी जागा होती. कदाचित तो एवढे दिवस होस्टेलवर असल्यामुळे त्याच्या खोलीत कोणाचा वावर नव्हता म्हणून तिथे आता असे एकाकी वाटत होते. कोपऱ्यातल्या बॅगेमुळे तो आता कोणत्याही क्षणी परत जाणार आहे असे वाटे. ती खोली म्हणजे जणू काही एखाद्या

हॉटेलची खोली होती. जमिनीवर त्याचे घाणेरडे मोजे पडलेले होते. त्याच्या टेबलावर आमच्या आईचा फ्रेम केलेला फोटो होता. एका बाजूला थोडीशी कललेली मान, चेहऱ्यावरील स्मितहास्य, मोत्यांसारखे दात, केसांची चमक यामुळे स्टुडिओत काढलेल्या त्या फोटोत ती एखाद्या सिनेमाच्या हिरॉईनसारखी दिसत होती. ही आमच्या आईची छबी होती. पण तिचे हे रूप आमच्या ओळखीचे नव्हते. अशाच स्वरूपाचा तिचा आणखी एक फोटो माझ्याकडे होता. पण त्यातही ती नेहमीची वाटत नव्हती. पीटरच्या कॉटच्या बाजूच्या टेबलावर ठेवलेला तिचा फोटो अगदी जिवंत होता. पण पीटरने तो आपल्याबरोबर होस्टेलला नेला होता. लग्न झाल्याझाल्या बर्लिनमध्ये कुठेतरी काढलेला आईबाबांचा एकत्र फोटो होता तो. डिसेंबर महिना असल्यामुळे दोघांनीही ओव्हरकोट्स आणि हॅट्स घातल्या होत्या. खाली सगळीकडे बर्फाची पखरण होती. आईची मान मागे झुकली होती आणि ती इतकी छान हसत होती की, पाहाणाऱ्याला तिचा आवाज ऐकू येईल असे वाटे. तिच्या मोजे घातलेल्या एका हातात पुष्पगुच्छ होता. त्यावरूनच तो लग्नाच्या वेळचा फोटो असावा असा अंदाज बांधता येत होता. दुसरा हात बाबांच्या खांद्यावर विसावला होता. बाबांचा फोटोसुद्धा सहज ओळखू येण्यासारखा होता. ओठांच्या कडेवर त्यांचे नेहमीचे हास्य होते. आईच्या थोडेसे मागे उभे असलेले उंचनिंच बाबा जणूकाही आईचे रक्षणकर्ता होते.

जे मॉडेल बनवायचे होते, त्याचे चित्र पीटरने टेबलावर ठेवले होते. सुट्टीची सुरुवात म्हणून बाबांनी त्याला हे पुस्तक आणले होते. या खेपेला तो शेर्मन रणगाडा बनवणार होता. पीटरने सांगितले होते की, लढाईसाठी सर्वोत्तम रणगाडा रशियन बनावटीचा होता. शेर्मन अमेरिकन होता. तितकासा चांगला नव्हता. टेबलावर वर्तमानपत्र पसरून त्याने रणगाड्याचे सगळे भाग, डिंक, रंग नीट मांडून ठेवले होते. रणगाड्याचा नंबर आणि एक पांढराशुभ्र तारा नंतर रणगाडा पूर्ण झाल्यावर त्यावर लावायचे होते. हरवू नयेत म्हणून या गोष्टी त्याने एका पिनेत अडकवून ठेवल्या होत्या.

"आईने तुझ्यासाठी याच रणगाड्याचे चित्र काढले होते का?"

"नाही. मला पँझर हवा होता. मी तिला जर्मन रणगाडा काढायला सांगितला होता."

रणगाड्याचे चित्र काढणे हा प्रसंग आमच्या घरात गाजला होता. आई कधी चित्रबित्र काढायची नाही. बाबा काढायचे, पण आई नाही. का कोण जाणे माहीत नाही, त्या दिवशी मात्र पीटरने, आईनेच चित्र काढून दिले पाहिजे असा हट्ट धरला होता. तो होस्टेलला जाण्याच्या कितीतरी पूर्वीची गोष्ट आहे ही. पीटर तेव्हा फारतर सातेक वर्षांचा असेल. एका रात्री झोपण्यापूर्वी त्याने तिच्याकडून चित्र काढून

देण्याचे वचन घेतले. ती रात्री खूप वेळ जागली असणार. कारण सकाळी तिने ते चित्र त्याच्या कॉटपाशी ठेवले होते. साध्या पेन्सिलने काढले होते ते. पण त्यात सगळे तपशील व्यवस्थित दाखवले होते. त्यावर शेडिंगही केले होते. हा तिचाच हात होता. बाबा फार उडत्या रेषांनी चित्र काढत.

"ते चित्र अजून तुझ्याकडे आहे का?"

ते त्याच्या ड्रॉवरमध्ये होते. खराब होऊ नये म्हणून त्याच्या वरखाली कागद ठेवला होता. त्यावर आईने त्याला लिहिलेली पत्रे होती. अक्षरावरून आणि त्याच्या शाळेतल्या फोटोंवरून मी ते ओळखले. त्याच्या ड्रॉवरमध्ये काय आहे ते त्याने मला दाखवणे, हा माझा बहुमान होता. कितीतरी वर्षांत मी मनाने पीटरच्या एवढी जवळ गेले नव्हते.

"किती सुंदर आहे." मी म्हणाले.

"खरंच ॲना, तुला खरंच असं वाटतं?"

आम्हाला एकमेकांचे मन समजू शकत होते म्हणून पीटर मला विश्वासात घेत होता. पण भावनावेग असह्य होऊन त्याचे शब्द अडखळले. "तुला खरंच असं वाटतं का... म्हणजे क्रोगर्सबद्दल वगैरे?"

"काय?"

अशा मन:स्थितीत त्याच्या डोळ्यांत पाणी येई. दुसऱ्याने आपल्याला रडताना पाहिलेले त्याला आवडत नसे.

"माझ्या असं मनात आलं... म्हणजे मी आत्ताच असा विचार केला..."

"काय पीटर?"

एकदम तो हसला. जणू काही हा एक जोकच होता. तो चेष्टा करत होता.

"कदाचित ती तिथे असेल. रशियात. कदाचित त्या लोकांनी तिला परत माघारी बोलावले असेल."

त्याचे बोलणे ऐकून मी पण मोठ्यांदा हसले.

"अगं काय घडलं ते बघ ना. तारखा बघ. एप्रिल १९४५ मध्ये कोनिग्जबर्गवर रशियाने ताबा मिळवला. १९४७ मध्ये ती बर्लिनमध्ये आली. बर्लिन ब्रिटिश आमदानीत होतं. मग तिथे ती बाबांना भेटली. पण मग मधल्या काळात काय घडलं?"

"मला नाही माहिती. मला वाटतं त्यांनी आपल्याला हे कधी सांगितलंच नाही."

"ती रशियात होती. रशियन लोकांनी तिला प्रशिक्षण दिले. तुझ्या लक्षात येतंय का? तिच्याविषयीची पुढची माहिती म्हणजे ती ब्रिटिश राज्यात होती. रशियात नाही. ती तिथे कशी काय पोहोचली असेल?"

पीटरने हे सगळे वाचले होते. त्यावर विचार केला होता. रशियन्स खूप चलाख होते. हिटलरबरोबरच्या लढाईच्या अखेरीसच ते पुढच्या युद्धाच्या योजना आखत होते. गुप्तहेरांना व्यवस्थित प्रशिक्षण देऊन दोस्त राष्ट्रांमध्ये पेरत होते. प्रत्येक गोष्ट योग्य जागी पोहोचवण्यासाठी त्यांनी या मधल्या काळाचा उपयोग करून घेतला. संपूर्ण योजनेचा अगदी बारीकसारीक तपशील आखून त्यांनी घटकवार नियोजन केले होते. काही हेर सुरुवातीपासूनच कार्यरत असणार होते. त्यांचे खबरे आणि मदतनीस हव्या त्या ठिकाणी हजर असणार होते. बाकीच्यांची पेरणी झालेली असली, त्यांचे नवीन नावगाव प्रस्थापित होऊन व्यवसाय सुरू झालेला असला, तरी ते निद्रिस्त अवस्थेत राहणार होते आणि मॉस्कोहून इशारा मिळताच कामाला लागणार होते. नव्याने इंग्लंडला आलेल्या क्रोगर्ससारखी ही अशी भूमिगत माणसे सगळीकडे पसरलेली होती. हे लोक नवीन उद्योगधंद्यात मग्न झाल्यामुळे कोणालाही त्यांचा संशय आला नव्हता. काही काही माणसे वर्षानुवर्षे अशा इशाऱ्याची वाट बघत आपले आयुष्य कंठत राहिली होती. पण त्यांच्याशी कोणीही संपर्क साधला नव्हता. कदाचित त्यांची गरज भासली नव्हती किंवा त्यांना निरोप देणारा पकडला गेला होता अथवा मारला गेला होता. कदाचित त्यांचा संशय आल्यामुळे त्यांच्यावर लक्ष ठेवण्यात आले आहे हे बाकीच्यांना समजले होते. त्यामुळे या भूमिगत हेरांचा पाठिंबा काढून घेण्यात आला होता. ते आपल्या नव्याने मिळवलेल्या नावाने जिथे आहेत तिथेच जगायला मोकळे होते किंवा नवीन अस्तित्व पुसून टाकून पुन्हा पूर्वीच्या देशात जाऊ शकत होते.

''हे तुला काय माहिती?''

''साहजिकच होतं ते.'' त्याला या सगळ्याची इतकी खात्री होती की, मधेमधे थांबवून व्यत्यय आणलेला त्याला आवडला नव्हता. एफबीआयच्या मते क्रोगर्स अमेरिकेत जेव्हा कोहेन म्हणून रहात होते, तेव्हा रोझेनबर्ग स्पाय रिंगमध्ये सामील होते. पण १९५० मध्ये एफबीआयने ही साखळी नेस्तनाबूत करून धाड टाकली तेव्हा कोहेन नाहीसे झाले. बँकेतील सगळी शिल्लक काढून घेऊन त्यांनी पोबारा केला होता. कपडेलत्ते, दागदागिने मात्र मागे राहिले होते.

''कदाचित ते अगदी घाईघाईत निघाले असतील?''

''किंवा त्यांना या चिजांची आवश्यकता नसेल. तुम्ही जर दुसरीकडे कुठेतरी, भलताच माणूस बनून रहाणार असलात, तर तुम्हाला तुमचे जुने कपडे कशाला लागतील? खास करून जर तुम्हाला कोणीही तुमचा माग काढू नये असे वाटत असेल तर निश्चितच हे ओझं बरोबर नकोच असेल.''

बाहेर काळोख होता. दुपारच्या चहापाण्यानंतर सूझन आली होती आणि पीटरने बाहेर जायची टूम काढली होती.

"चला, आपण टेकडीवर जाऊया."

"आत्ता कसे जाणार? अंधारात काही दिसणारसुद्धा नाही."

"अजून एवढा काही अंधार नाहीये. शिवाय आता थोड्या वेळात चांदोबा येईल. आज-उद्याच पौर्णिमा असणारे. मी कालच गोल गरगरीत वाटोळा चांदोबा बघितला."

"तुझे बाबा घरी येण्याची वेळ झालीये. आत्ता तुम्ही कुठे गेलाय असं नाही का वाटणार त्यांना?"

"त्यांना वाटेल की, आम्ही तुझ्या घरी आहोत आणि तुझ्या आईला वाटेल की, तू इथे आहेस."

"मला नाही जायचंय."

"बघ. ॲनापण येतीये."

आम्ही मोजे, स्वेटर्स, चेहरा झाकेल अशी हॅट असा जामानिमा केला. पीटरने सांगितले होते की, आपण कोणालाही दिसता कामा नये. सूझनच्या स्वेटरचा रंग गडद नव्हता म्हणून तिने त्याचा शाळेचा कोट घातला. आम्ही एकुलता एक टॉर्च बरोबर घेतला. सूझनला अंधाराची भीती वाटत होती म्हणून तिनेच टॉर्च धरावा असे पीटरने सांगितले. आम्ही बाहेर पडलो. रस्ता ओलांडून शेताच्या बाजूच्या पाऊलवाटेने चालू लागलो.

हवा जणू गोठण्याइतकी थंड होती. आकाशात एक चांदणी उगवली होती, पण चंद्राचा पत्ता नव्हता.

"केवढा काळोख आहे आणि हा वाढतच जाणार आहे." सूझन म्हणाली.

"घाबरू नकोस. टॉर्च नीट पकड आणि ॲनाच्या पाठोपाठ चल."

गायी गोठ्यात परतल्या होत्या. त्यांच्या गळ्यातल्या घंटांचा आवाज येत होता. उबदार गवतावर रवंथ करत बसलेल्या गायींच्या अंगाचा वास दगडी भिंतीतल्या फटींमधून झिरपत होता. पण आम्ही गोठे ओलांडून खुद्द शेतात पोहोचलो तेव्हा तिथे फक्त नीरव शांतता आणि मरणाची थंडी होती.

"आता आपण कुठे जायचं?"

"वर. आपण टेकडीवर जातोय. बरोबर?"

पुढ्यात टेकडीची गोलाकार काळी आकृती दिसत होती. तिच्या मागचे आकाश अजून पूर्णपणे काळे झाले नव्हते. खालच्या गवताचे लवलेशही नसलेल्या बोडक्या वाटेवरील चाकोरी टॉर्चच्या उजेडात स्पष्ट दिसत होती.

"मला घरी जायचंय. ॲना, माझ्याबरोबर घरापर्यंत येतेस?"

"आता तू नाही जाऊ शकत." पीटर तिला म्हणाला. "आपल्याकडे एकच टॉर्च आहे." तिने त्याला गाठेपर्यंत तो थांबला. "अगं, तू तो नीट धरतही नाहीयेस. तो झोत किती थरथरतोय बघ. मग आपल्याला खड्डेबिड्डे नीट कसे दिसणार? आण इकडे. मीच धरतो."

"नको. मी पकडते व्यवस्थित. राहू दे माझ्याकडेच."

मग थोडा वेळ सूझन गप्प बसली. टॉर्चही स्थिर होता. आम्ही तिघे काहीही न बोलता चिकटून चिकटून चालत होतो. जणू प्रत्येकजण एकटा होता. मला माझ्या पावलांचा आवाज ऐकू येत होता. सगळीकडे मिट्ट काळोख होता. बाकी काहीही घडत नव्हते. माझ्या तोंडातून वाफा निघत होत्या. मी पण त्या वाफेबरोबर अदृश्य होईन असे मला वाटले. गाव मागे पडले होते. खालच्या गावातल्या काड्यापेट्यांसारख्या दिसणाऱ्या त्या घरातले मिणमिणते दिवे लुकलुकताना दिसले.

"ते काय आहे?" सूझनने विचारले.

"घुबड."

"मला घुबडांची भीती वाटते."

"तुला सगळ्याचीच भीती वाटते."

मी त्यांच्या बोलण्याकडे दुर्लक्ष करायचा प्रयत्न केला. त्या अथांग पसरलेल्या निवांत रात्री मला एकटे रहायला आवडले असते.

"प्लीज, आतातरी आपण घरी जाऊया ना!"

समोर आणखी एक फाटक होते आणि दगडी भिंतसुद्धा होती. त्या पलीकडे नुसते गवत तुडवत टेकडीच्या टोकापर्यंत जायचे होते. पाऊलवाट भिंतीला वळसा घालून मागच्या बाजूला जात होती. तिकडे गावाचे दुसरे टोक होते आणि सराह कॅनचे घरदेखील त्याच दिशेला होते.

"पीटर, चल, आपण इकडून जाऊया." मी म्हटले. अचानक मला ते दोघे माझ्या बरोबर असल्याची जाणीव झाली. पाण्यात सूर मारण्यापूर्वी मोठा श्वास घेतात तसा श्वास मी घेतला आणि सूझनची दया येऊन म्हणाले, "आपण टेकडीवर नको जायला. सूझनला तिकडे जायचं नाहीये ना."

"आपण टेकडीवर जायचं ठरवलं होतं. तुलाही तेच करायचं होतं. तू तसं म्हणालीसुद्धा होतीस."

"पण आपण इकडे गेलो तरी आपलं साधारणपणे तेवढंच चालणं होईल. फक्त हे खाली गावाच्या दिशेने होईल. आपल्याला गावातले दिवे दिसत राहतील. त्यामुळे आपण रस्ता चुकणार नाही. शिवाय इकडच्या घरांच्या मागच्या बाजूने जाताजाता आपल्याला घरांमध्ये डोकावता येईल. प्रत्येकजण काय करतोय तेही सहज बघता येईल."

ही सर्वस्वी माझी आयडिया होती. म्हणजे ही सुरुवात माझ्यामुळे झाली, पीटरमुळे नाही. या फिरण्याचा आमच्या स्पाय गेमशी काही संबंध यावा, त्यावर काही दूरगामी परिणाम व्हावा, असे माझ्या डोक्यातही नव्हते.

उतारावर चालणे सोपे जात होते. हळूहळू उतरत आम्ही रस्त्याजवळ पोहोचलो. घरे, दिव्याचे खांब, चर्चचा टॉवर सगळे स्पष्ट दिसू लागले. तुरळक चांदण्या उगवल्या होत्या. सूझन खूश झाली. थंडीने कुडकुडत काळोखातून असे भराभर चालणे या धाडसात आता तिलाही गंमत वाटू लागली.

बऱ्याचशा खिडक्यांवरचे पडदे सरकवलेले होते. पण फादरच्या घरी मात्र आम्हाला एक बाई पडदे सरकवत असलेली दिसली.

"तिने वर बघितलं, तर पीटर, आपण तिला दिसू शकतो का?"

पडदे सरकवून फादरची पत्नी आत गेली.

काही घरांतले आमच्या दिशेच्या खोलीतले दिवे लावलेले नव्हते. आतल्या खोल्या, पॅसेज इथले दिवे लागलेले असल्यामुळे या खोल्यांच्या खिडक्या अर्धवट प्रकाशमान दिसत होत्या. टी.व्ही. सुरू केल्यावर पडद्यावर चित्र उमटण्यापूर्वी तो पडदा दिसतो, तशा या खिडक्या भासत होत्या. आतला माणसांचा वावर आम्हाला दिसत होता. पण सराह कॅनच्या घराजवळ येईपर्यंत आम्ही कोणालाही ओळखू शकलो नव्हतो.

"त्या बघ तुझ्या पियानोवाल्या बाई." पीटर म्हणाला.

त्यांनी गडद लाल रंगाचे कपडे घातले होते आणि एप्रन बांधला होता. खोलीच्या आयताकृती खिडकीतून डार्क रंग हलताना दिसत होता. गॅसपाशी जाऊन त्यांनी कुकर लावला आणि दुसऱ्या भांड्यात काहीतरी ओतले.

त्यांच्याबरोबर कोणीतरी आहे, पीटर म्हणाला. बघ, टेबलावर दोन पाने

घेतलीएत आणि वाईनचे दोन ग्लास ठेवलेत. नक्की कोणीतरी पुरुष असणार. मी पैजेवर सांगतो.

तो हे बोलत असतानाच एक पुरुष पुढे आला. तो खूप उंच होता. आम्ही टेकडीवरून असे खालच्या बाजूला तिरपे बघत होतो त्यामुळे आम्हाला त्याचा चेहरा दिसत नव्हता. तो किडकिडीत होता आणि त्याचे केस काळेभोर होते. पीटरला खात्री होती की, तो इथला नव्हता तर परदेशी होता. मलाही का कोण जाणे पण पीटरचा तर्क बरोबर आहे असे वाटले. सराह कॅन त्या भांड्यातील पदार्थ ढवळत असताना तो त्यांच्या मागे गेला आणि त्याने एप्रन धरून त्यांना आपल्याकडे ओढले.

''आयला...'' पीटर चित्कारला.

अंधारात मी शरमेने पाणी पाणी झाले.

त्याचा माणसाचा हात सराह कॅनच्या पाठीवर होता. त्याने खाली वाकून त्यांच्या मानेवर ओठ टेकले आणि मग त्यांचे चुंबन घेतले. आम्हाला फक्त सराहचा गडद रंगाचा ड्रेस आणि त्याचे काळेभोर केस एवढेच दिसत होते.

''आपण बघता कामा नये. हे खासगी आहे. चला पुढे जाऊया. कधी नव्हे ते सूझनचे बरोबर होते. आम्ही तिच्या म्हणण्याप्रमाणे तिथून जायला पाहिजे होते.''

''एवढ्यात नाही,'' पीटर म्हणाला. ''मला त्याचा चेहरा नीट दिसू दे. म्हणजे पुन्हा कुठे दिसला तर मी ओळखू शकेन.'' आणि धावत धावत तोल सांभाळत आणखी खाली उतरून तो खिडकीकडे गेला.

आम्ही उंचावर उभे होतो आणि खालचे दृश्य बघत होतो. त्यामुळे तेथूनच जास्त चांगले दिसत होते, पण हे पीटरच्या लक्षात आले नाही. त्या माणसाने आपला हात सराहच्या ड्रेसमध्ये घातला आणि तो त्यांना कुरवाळू लागला. सराह एकदम मागे उलट्या टेबलावर झुकल्या. आणखी वाकून त्याने आपले तोंड त्यांच्या मांडीपाशी नेले आणि त्यांच्या ड्रेसने स्वतःचे डोके झाकून घेतले.

सूझन आणि मी एकदमच वळलो आणि काहीही न बोलता चालू लागलो. पीटरने आम्हाला फाटकापाशी गाठले.

''तो गेला. कुठच्या दिशेला गेला बघितलंत का?''

आम्ही हसत सुटलो.

''काय झालं? तुम्ही काय बघितलंत?''

आता हास्याचा स्फोट झाला आणि आम्ही घरी पळालो. हसता हसता धावल्यामुळे आमच्या छातीत दुखू लागले.

लेसी कुटुंबाची डायनिंग रूम प्रशस्त होती आणि नितांत शांत होती. मध्यभागी शिसवी लाकडाचे मोठे टेबल होते. सुंदर पॉलिशमुळे त्याला एक लकाकी आली होती. खोलीच्या उंच खिडक्यातून पलीकडची हिरवळ निष्पर्ण वृक्ष आणि निळसर काळे आकाश असा देखावा दिसायचा.

"मिसेस कॅनना प्रियकर आहे," शांत खोलीत सूझनचा आवाज घुमला. हे बोलताना तिला अगदी गुदगुल्या होत होत्या हे दिसून येत होते.

रात्रीच्या पार्टीसाठी ते ही खोली वापरायचे. तेव्हा गप्पा, हास्य, विनोद याने तिथले वातावरण कसे जिवंत होत असेल याची मी कल्पना करू शकत होते. मी तिथे अगदी कमी वेळा, फार तर एखाद्या रविवारी दुपारी जेवले होते. शंभरदा खाली पडणारा नॅपकिन परत उचलून मांडीवर ठेवला होता. मोठ्या माणसांचे बोलणे ऐकत थरथरणाऱ्या मेणबत्तीच्या ज्योतीकडे लक्ष देत काहीतरी खाल्ले होते. क्वचित प्रसंगीच ही खोली दुसऱ्या कोणत्यातरी उद्देशासाठी वापरली गेली होती. पत्रे किंवा ख्रिसमस कार्ड्स पाठवणे, पडद्यांची हातशिलाई करणे अशा कामांसाठी हे टेबल चांगले उपयोगी होते. फक्त शिवणाच्या वेळी कागदपत्रांऐवजी तिथे कापड पसरले जात असे आणि टेबलावर चरे उठू नयेत म्हणून कापडाखाली हिरवा पुठ्ठा ठेवला जात असे. डॅफ्ने लेसींनी मेणबत्त्यांचा स्टँड आणि चांदीची भांडी उचलून भिंतीजवळच्या टेबलावर ठेवली आणि नंतर त्यांनी त्या टेबलावर महिला मंडळाची पत्रे, पोस्टाची तिकिटे आणि पाकिटे पसरली होती. आम्हा मुलींना मदतीसाठी बोलावले गेले होते. आमच्या पुढ्यात पत्रे आणि पाकिटे यांचे गठ्ठे ठेवले होते. डॅफ्ने लेसी मुख्य खुर्चीवर बसल्या होत्या. त्यांच्याजवळ अनुक्रमणिका होती आणि त्या पाकिटांवर पत्ते लिहीत होत्या.

"सूझन डिअर, तू काय म्हणालीस?"

"मिसेस कॅनच्या घरी एक माणूस होता."

"चांगलं आहे ना मग! बिचारीबरोबर कोणीतरी असायलाच हवं."

डॅफ्ने लेसी निळ्या शाईच्या फाउंटन पेनने लिहीत. त्यांचे अक्षर मोठे होते, पण कुंचल्याच्या फरकाट्यासारखे होते. मला असे 'नक्की या हं', सारखे खास बायकी आमंत्रण मनापासूनचे आहे असे वाटायचे नाही. ज्या घरातल्या मुलांची नावे लिहिणाऱ्याच्या लक्षात नसत, त्या पाकिटावर हमखास 'आणि कुटुंबीय' असे लिहिले जायचे.

"आम्ही बघितलं ना. आम्हाला तो परदेशी वाटला."

"या विषयावर फालतू चर्चा करण्याचं कारण नाही."

"पण तू तर नेहमीच अशी चर्चा करतेस की?"

डॅफ्ने लेसींनी हातातले पाकीट खाली ठेवले आणि आपल्या मुलीकडे रोखून बघितले. आश्चर्य म्हणजे सूझननेही आपली नजर हटवली नाही. हा मायलेकीच्या नजरेचा खेळ मी बघत होते. सूझनच्या उद्धटपणामुळे तिच्या आईचा पारा चढला. मला जाणवले की, मोठी झाल्यावर सूझन आपल्या आईसारखीच दिसायला लागेल, कदाचित तशीच वागेलदेखील. मग माझ्या लक्षात आले की मला मात्र आई नसल्यामुळे मी मोठेपणी कशी असेन हे कोणालाच कळणे शक्य नाही. माझे विचार असेच भरकटत राहिले. मी वरचेच पत्र उचलून पाकिटात घातले. पाकीट रुंदीच्या बाजूला उघडे होते. ही बाजू उजवीकडे येईल म्हणजे खिडकीच्या दिशेला (त्यांनी अधिक स्पष्ट करून सांगितले होते) अशाच प्रकारे पाकीट धरणे बरोबर आहे असे त्यांचे म्हणणे होते. आम्ही बसलो होतो त्याच्या उजवीकडे खिडकी होती. खिडकीच्या कट्ट्यावर चिनी मातीचे दोन सिंह ठेवले होते. ते खरेतर सर्कशीतल्या शिकाऊ कुत्र्यांसारखे दिसत होते. बाहेर सोनेरी प्रकाश होता. सकाळची पावसाची रिमझिम थांबली होती आणि आता सूर्य ढगातून बाहेर डोकावत होता. मिसेस लेसींच्या लॉनवर आलेली पाखरे पायाला स्प्रिंग असल्यासारखी भुरभुरत होती.

कुणाचेही लक्ष नसले तरी डॅफ्ने लेसींचे उच्चरवातले एकसुरी बोलणे चालूच होते. समोर आम्ही लहान मुली आहोत आणि त्या आमच्याशी बोलत आहेत, याचेदेखील भान त्यांना नव्हते.

"सराह कॅनचे आयुष्य खडतर आहे. ते दोघे इथे रहायला आले आणि वर्षाच्या आत त्यांचा नवरा गेला. मला वाटलं की, ही बाई आता आपल्या मूळ गावी परत जाईल. बिच्चारी. पुढे इथे रहायचं काही कारणच नव्हतं तिला. मिस्टरांना इथल्या शाळेत नोकरी मिळाली म्हणून ते या गावात आले होते. पण मला वाटतं ती जाऊन

जाऊन जाणार तरी कुठे होती त्या लढाईच्या धामधुमीत?''

"त्या लढाई सुरू होण्यापूर्वीच इथे आल्या होत्या.'' मी म्हणाले.

"हो का?''

"त्यांनीच मला सांगितलं होतं. आपल्या आईबाबांना आणि इतर सगळ्या नातलगांना सोडून ट्रेनने त्या या देशात आल्या होत्या.''

"आता तिनेच सांगितलंय म्हणतेस तर असेलही तसंच. तिचा नवरा मात्र नंतर आला. तो कॉन्सस्ट्रेशन कँपमधे होता.''

"तुमच्या कँपसारखाच होता का हाही कँप?''

हा प्रश्न माझ्या तोंडातून गेला खरा, पण मी या विषयावर बोलणे योग्य नाही हे लगेच माझ्या लक्षात आले. यामुळे आमच्या बोलण्याला वेगळेच वळण मिळाले आणि हे सगळे कुठच्या कुठे वाहवत गेले.

क्षणभरासाठी डॅफ्ने लेसींनी हातातले पेन एखाद्या डार्टसारखे पकडले.

"तो नाझींचा कँप होता. जर्मन होता.'' त्यांनी ठाशीवपणे सांगितले.

"जर्मन होता. जपान्यांचा नाही.''

जणू या दोन्हींत फक्त भाषेचाच फरक काय तो होता.

आणखी फारतर हवापाण्याचा फरक होता. जपानी कँप उष्ण दमट जंगलात होता. घामाने अंगाला चिकटणारे कपडे, चित्रविचित्र कीटक पक्षी, त्यांचे आवाज ही याची खासियत होती, तर माझ्या मते जर्मन कँप अतिथंड प्रदेशात होता.

डॅफ्ने लेसींनी पुन्हा लिहायला सुरुवात केली. पाकिटांवर पेनचे फराटे उमटू लागले.

"तिथे त्यांच्या तब्येतीची मात्र पार वाट लागली. जीव वाचला, पण सतरा दुखणी मागे लागली. अगदी अत्यवस्थ स्थितीतच ते इथे आले होते. मी त्यांना एकदोनदाच भेटले असेन, पण गावातनं येताजाता मी बघायचे ना त्यांना. पुढेही ते सुधारलेच नाहीत. त्यांच्याकडे एक कुत्रा होता. नंतर त्याचं काय झालं ते माहिती नाही. पण एक छोटासा, छान, स्पॅनियल जातीचा कुत्रा होता त्यांच्याकडे. ते त्याला फिरायला न्यायचे. आम्हाला दिसायची ही जोडगोळी. टेकडीवर नाही जायचे, म्हणजे ते त्यांना शक्यच नव्हते, पण गावात फेरफटका व्हायचा. त्यांना टी.बी. झाला होता असे मी ऐकले होते. बऱ्याच कैद्यांना सुटकेनंतर हा आजार होत असे. तरीही जिवंत सुटका झाल्याबद्दल खरेतर त्यांनी देवाचे आभारच मानायला हवे होते.''

ही मोठी माणसे सगळ्या गोष्टी समजावून का सांगत नाहीत? धड समजावत

नाहीत, स्पष्ट बोलत नाहीत, महत्त्वाच्या मुद्यावर मुद्दाम संभाषण थांबवतात. आम्ही मात्र त्यांच्या शब्दांच्या जाळ्यात अडकून बसायचे. जपानी कँपमध्ये काहीतरी घडले होते. आमच्या लोकांना तिथे भयंकर प्रसंगांना सामोरे जावे लागले होते, पण ही मोठी माणसे त्याबद्दल मूग गिळून बसली होती. मिचमिच्या डोळ्यांच्या त्या सैनिकांनी ब्रिटिश स्त्री-पुरुषांवर अत्याचार केले होते. शिवाय ज्यू लोकांमध्ये खोलवर पसरलेली दहशतीची छाया होतीच. (नाहीतरी पीटरने त्या साबणाबद्दल सांगितले होतेच. नंतर काही दिवस मला अंघोळ करताना कसेसेच व्हायचे. मी ते कधीच विसरू शकत नव्हते.)

दोन दिवस बर्लिनला राहून मी पोलंडची गाडी पकडणार होते. वेळ मिळाला तर मी एखादी छळछावणी बघायला जाणार होते. आता हल्ली बरेचसे पर्यटक तिथे जातात. ऑशविट्झ खूप लांब होते; पण माझ्याकडच्या गाईड बुकनुसार मी तिथल्या जवळच्या स्टटऑफ कँपला जाऊ शकत होते.

एकदा वाटले, की मी नाही ते बघू शकणार. आत्ता एकटीने तर नाहीच. पुन्हा कधीतरी मी परत येऊ शकले तर बघू. हा जर्मन वसंत ऋतू म्हणजेसुद्धा बऱ्यापैकी थंडीचा मोसम होता. इथे हा वसंत माझ्या घरच्यापेक्षा आधी येतो. नंतरचा उन्हाळा बरा असावा असे वाटले. हे थंड दिवस हळूहळू संपत होते. रस्त्याने चालत जाऊन दमले तर एकटीनेच कॅफेत निवांत बसून मी आरामात प्रेक्षणीय स्थळे पाहत होते. बरोबर कोणीही नसल्यामुळे माझे विचारचक्र न थांबता सुरू राहत होते, हे माझ्या लक्षात आले. आजुबाजूचे लोक जर्मन बोलत होते आणि मी एखादा टायटल्स नसलेला, न कळणारा सिनेमा बघावा तसे त्यांना न्याहाळत होते. मी आणखी एक कॉफी मागवली. भूतकाळापेक्षा वर्तमान जास्त अर्थहीन होता.

"दिवास्वप्न बघणं थांबव. सूझनने तिचा गठ्ठा संपवला बघ." खरेच सूझनची सगळी पत्रे पाकिटात भरून झाली होती आणि माझी निम्मीसुद्धा संपली नव्हती. डॅफ्ने लेसी आपल्या नेलपेंट लावलेल्या लांबसडक बोटांनी भराभर पत्ते लिहीत होत्या. अजून तिकिटे चिकटवायची होती. डॅफ्ने लेसींच्या कामाचे एखादे तरी शेपूट कायम बाकी असायचेच. पत्रे पाठवणे, तिकिटे लावणे, पार्टी ठरवणे, जेवणावळी इ. इ. काही ना काही उरायचेच.

जणू काही कामात गढल्यामुळेच मिसेस लेसींना परिपूर्ण वाटायचे. हालचाल करत असेपर्यंतच त्यांचे शरीर एकसंध राहणार होते. उद्योग थांबला की, विदीर्ण होऊन त्या गळून पडल्या असत्या.

खूप उग्र वास असलेल्या सिगारेट्स ओढायचे ते. या माझ्या सवयीच्या नव्हत्या. त्या बहुतेक फ्रेंच किंवा कॅमल सिगारेट्स होत्या. ते तिथे होते, हे आत पाऊल टाकल्या टाकल्या माझ्या लक्षात आले. मला ते दिसले नसले तरी सिगारेट्सचा भपकारा आला होता. पुढचे दार आणि जिना यातील पॅसेजमधल्या हँगरला त्यांचा ओव्हरकोट लावलेला होता. स्वयंपाकघराचे दार बंद होते. स्वयंपाकघरात फायरप्लेसच्या बाजूला आपली खुर्ची ओढून घेऊन सिगारेट ओढत ते ऐटीत वर्तमानपत्र वाचत आहेत असे चित्र माझ्या डोळ्यांसमोर आले.

आल्या आल्या ते भेटले नाहीत यामुळे मला जरा हायसे वाटले, कारण ते समोर आले तर काय बोलयचे ते मला सुचले नसते. मिसेस कॅनशी बोलताना असे अवघडलेपण नसायचे. मी नेहमीप्रमाणे पियानो वाजवायचे. फालतू बडबड करायचे. त्यांच्या काळपट लाल ड्रेसचेही मला काही वाटायचे नाही. त्या दिवशी त्यांनी आपला रोज वापरायचा काळा ड्रेस घातला होता. त्यात त्या नेहमीप्रमाणेच खूप चलाख, ऐटबाज दिसत होत्या. लोकांच्या बद्दल काही चमत्कारिक गोष्टी तुम्हाला कळल्या म्हणून लगेच ते काही वेगळे दिसू लागत नाहीत. ते रोजच्यासारखेच दिसतात. फक्त तुमची त्यांच्याकडे पहायची दृष्टी बदललेली असते. तुम्ही तुमच्या परिचयाचा चेहरा समोर बघता, पण त्या मुखवट्यामागचे अंतरंग आता तुमच्यासमोर आलेले असते. अगदी रशियन बाहुल्यांसारखे किंवा गुप्तहेरांसारखे. हेलन क्रोगर आणि लिओंतिना कोहेनप्रमाणे.

एकदा क्लास चालू असताना मी त्यांना आत खोकताना ऐकले. एक उंच माणूस आपल्या सिगारेटचे थोटूक फायरप्लेसमधे भिरकावून वर्तमानपत्राची घडी घालून खुर्चीवर अंग सैलावून बसला होता. वेळ फार पटकन गेला. त्या दिवशी

क्लास संपल्यावर मी केकसाठी थांबले नाही, घाईघाईत बाहेर पडले. थंडी मी म्हणत होती म्हणून हातात मोजे घालतच होते, तेवढ्यात सराह कॅनने मला परत बोलावले.

"ॲना, जरा थांब गं. मी तुझ्यासाठी ख्रिसमस गिफ्ट आणलीये. छोटीशीच आहे. तुझ्यासाठी मुद्दाम काढून ठेवली आणि विसरले बघ. अशी बाहेर नको उभी राहूस. आत ये. मी बघते हं कुठे ठेवली ते."

त्यांनी स्वयंपाकघराचे दार किलकिले केले. एक सिंक, भिंतीत ठोकलेला, भांड्यांचा लाकडी स्टँड, विसळायचे राहिलेले चहाचे कप आणि एका खुर्चीची पाठ. त्या माणसाचा लोकरी कोट पॅसेजमध्येच होता, त्यामुळे मला त्यावर रेंगाळणारा सिगारेटचा वास आला. जणू काही तो त्या लोकरीचाच वास होता.

"हवं तर इथेच उघडून बघ."

"नाही, ठीक आहे. मी घरी नेते आणि ख्रिसमस ट्रीच्या खाली ठेवते." घरात अजून ट्री आलेला नव्हता तरीही मी असे म्हटले. मला इथे आणखी जास्त वेळ थांबायचे नव्हते.

मी स्वयंपाकघराच्या दाराशीच उभी होते, कारण आत त्या माणसामुळे गर्दी झाल्यासारखे वाटत होते. पाय पसरून खाली बसलेला असल्यामुळे त्याची उंची लक्षात येत होती.

* * *

हा माणूस माझ्या चांगलाच लक्षात राहिला होता. पुन्हा काही दिवसांनी तो दिसला तेव्हा मी त्याला लगेच ओळखले.

पीटर म्हणाला होता त्याप्रमाणे ख्रिसमसची खरेदी ही मिसेस एल. यांची मजेची परिसीमा होती. कारडोम्हमध्ये लंच आणि फादर ख्रिसमसना भेटायला जाणे. खरेतर आम्ही असला प्रकार करण्याइतके लहान नव्हतो. पण पीटर म्हणाला की, आपण पूर्वी हे प्रकार केलेले नाहीत आणि मग डॅफ्ने लेसींनीही खूपच आग्रह केला होता. आम्ही नुसतेच पोरके नाही तर वंचितही आहोत, अशी बहुतेक त्यांची धारणा होती. म्हणून मग आम्हाला त्या डिपार्टमेंटल स्टोअरमध्ये कोट न काढताच तासन्तास रांगेत खोळंबावे लागले. कोट काढून ठेवला तर हरवेल असे मिसेस लेसींचे म्हणणे होते. एवढी तपश्चर्या करून आम्ही एक पुठ्ठ्याची गुहा आणि लालभडक तोंडाचा, कवळी लावलेला एक माणूस बघितला. पीटर दिवसभर पाय ओढत मागून येत होता. मिसेस लेसी घाईघाईने गर्दीतून वाट काढताना सतत त्याच्या नावाचा पुकारा करत होत्या. त्यांच्या कपाळावर आठ्यांचे स्पीड ब्रेकर्स

होते. त्यांचा तो चेहरा बघितल्यावर त्यांना तरी यात खरंच गंमत येत होती का याची मला शंका आली.

आम्ही दुसऱ्या दुकानात सूझनसाठी ड्रेस घेत होतो. पीटर कंटाळून दाराशीच आमची खरेदी संपण्याची वाट बघत होता. दुकानाच्या समोरच एक प्लास्टरचा पांडा होता. त्याच्या पंजात एक हिरव्या रंगाचा ट्रे होता. त्यात पैसे टाकले की, तो ट्रे तिरपा होई आणि ते पैसे खालच्या दानपेटीत जमा होत. पीटरने पहिल्यांदा त्या ट्रेमध्ये एक पेनी टाकली. मग तीन पेनी टाकल्या आणि नंतर आपल्या खिशातले चॉकलेटचे कागद वगैरे काहीही टाकून पुढे काय होते यावर तो प्रयोग करू लागला.

"असं काही करू नकोस. ते पैसे गरजू मुलांसाठी आहेत." मी म्हणाले.

"म्हणून काय झालं?" पीटरने विचारले आणि त्याने तोंडातले च्युइंग गम काढून एका कागदात गुंडाळले.

बाहेर रस्त्यावर आता अंधार पडला होता. आम्ही डिपार्टमेंट स्टोअरमध्ये होतो तेव्हाच काळोख झाला होता. दिव्यांच्या रोषणाईमुळे गावात अनोखा आनंदीआनंद पसरला आहे असे भासत होते. दुकानातले दिवे, फुटपाथवरून चालणाऱ्या माणसांवर पडणारे रस्त्यावरील दिव्यांचे प्रकाशझोत सगळेच उठून दिसत होते. माणसांच्या झुंडीच्या झुंडी फिरत होत्या, सगळ्या जमावातून कोणा एकाला वेगळे काढणे शक्य नव्हते.

"ए तो बघ, तो मिसेस कॅनच्या घरी होता ना तो माणूस चाललाय. मी त्याचा कोट पाहिला त्या तिथे."

तो तोच माणूस असला पाहिजे. त्याचा कोट अगदी वेगळा होता. इंग्लंडमध्ये, निदान गावाकडे असा कोट फारसा कोणी वापरत नव्हते. लंडनमध्ये वापरत असले तर मला माहिती नव्हते. ती लोकर खूप मऊ मुलायम होती आणि किंमतही भारी असणार. कॅरॅमलइतका काळपट तपकिरी नव्हता तो. (पॅसेजमध्ये तो कोट बघितला तेव्हाच मला वाटले होते की, पुन्हा कोठेही दिसला तर मी हा कोट ओळखू शकेन.) आजूबाजूच्या माणसांपेक्षा तो कोटवाला कितीतरी उंच होता. रस्त्यातल्या गर्दीत चालणारा तो तोच माणूस होता, याची एवढ्या लांबूनही मला खात्री होती.

पीटर पळाला.

"अरे काय करतोयस तरी काय?"

"त्याचा पाठलाग!"

"पण आपल्याला इथेच थांबायला सांगितलंय. तू त्याच्या मागे नाही जाऊ शकत."

"आपल्याला ही एकच संधी आहे."

पीटरने ठरवले आणि गर्दी चिरत तो जोरात धावू लागला. किडकिडीत असल्यामुळे तो लोकांच्या गर्दीतल्या मधल्या फटींतून घुसू शकत होता. मी पण जमेल तशी त्याच्या मागून धावत होते. मी आधीच दुकानातून बाहेर पडले होते. आता पीटरची आणि माझी चुकामूक होऊन चालणार नव्हती.

"थांब ना माझ्यासाठी."

"तुला समजत नाहीये का? आपण त्याला गाठलं नाही तर तो क्षणात दृष्टीआड होईल. एवढ्या गर्दीत तो नक्की हरवून जाईल."

तो माणूस काही खरेदीबिरेदी करत नव्हता. तो कोठेतरी जात होता. धूळ झटकावी तशी तो गर्दी झटकत होता. तो थांबला नसता तर गर्दीत दिसेनासाच झाला असता. एका मोठ्या चौकाशी आल्यावर तर आम्हाला वाटले की, तो बेपत्ता झाला. तेवढ्यात रस्ता ओलांडून तो एका बसस्टॉपवर उभा राहिलेला आम्हाला दिसला.

"त्याच्या नजरेला पडू नकोस."

"पण तो तर आपल्याला ओळखतही नाही."

"पुढेमागे ओळखू शकेल. आपण त्याला इथे पाह्यलं हे त्याला कळता कामा नये."

रस्त्याच्या या बाजूलाच आम्ही एका आडोशाला उभे राहिलो. एक बस आली. पाठोपाठ दुसरी आली. पण तो कोणत्याच बसमध्ये चढला नाही. तिथे खरंतर खूप थंडी वाजत होती. तिसरी बस आली तेव्हाच एक बाई बसस्टॉपवर आली आणि त्याच्या बाजूला थांबली. ती कोठून आली ते मला दिसले नाही. त्या वेळेपर्यंत ती मला रस्त्यावर कोठेही दिसली नव्हती.

घंटेच्या आकाराचा मोठ्ठा जाडाभरडा ट्वीड कोट. तो कोटसुद्धा मी याआधी बघितला होता. मी उभी होते तिथून या कोटाची फक्त मागची बाजू मला दिसत होती आणि त्या पाठमोऱ्या बाईने डोक्याला स्कार्फ गुंडाळला आहे हे दिसत होते. पण तरीही मी सांगू शकले असते की, त्या कोटाच्या पुढच्या बाजूवर पाच मोठी कापडी बटणे आहेत आणि खालच्या बाजूला दोन तिरपे खिसे आहेत.

माझ्या आईचा कोट मी कोठूनही लगेच ओळखला असता.

पीटरनेही तो कोट बघितला.

माझी आई एवढी उंच होती का? मला नसते सांगता आले. मला आठवेल याचीही खात्री वाटेनाशी झाली. पण त्या बाईची चालण्याची ढब तीच होती. तो माणूस बाजूला झाला आणि ती पटकन ऐटीत बसमध्ये चढली. मागोमाग तोही

चढला. बसमध्ये दिवे होते, पण आतल्या लोकांच्या श्वासोच्छ्वासामुळे खिडक्यांच्या काचांवर वाफ धरली होती. या दोन नवीन चढलेल्या प्रवाशांची आत जाऊन जागेवर बसणारी आकृती फक्त आम्ही बघू शकलो. बाई आधी पुढे गेली आणि तिने खिडकी पटकावली. टाटा केल्यासारखा हात हलवत तिने काच पुसायला सुरुवात केली. तेवढ्यात बस सुरू झाली.

पिवळ्या खिडक्या आणि तो हलणारा हात आम्ही नुसते बघत राहिलो.

पीटर डोळे फाडून बघत होता, पण तोपर्यंत इतर गाड्या, ट्रक मधे आले आणि ती बस निघून गेली. लगेच पुढची बस स्टॉपवर आलीदेखील. ही जवळजवळ रिकामी होती. आत फारशी माणसे नसल्यामुळे खिडक्यांच्या काचा साफ होत्या. ती बस पण पहिलीच्या मागोमाग गेली.

एव्हाना मी पूर्णपणे गारठले होते.

"चल, आपल्याला मिसेस लेसींना शोधायला हवं."

मी जे बघितले असे मला खरेच वाटले, त्याचे शब्दात वर्णन करणे अशक्य होते. मी इतकी गोंधळून गेले की, आसपासची ही गर्दी आणि अनोळखी रस्ते बघून आम्ही नक्की कोठून आलो तेही मला आठवेना. या जमावाचा मिळून एक त्रयस्थ संपूर्ण परका चेहरा तयार झाला होता. त्यांच्यापैकी कोणाला थांबवून रस्ता विचारणे शक्य नव्हते. थोडे भानावर आल्यावर मला रस्ता ओळखीचा वाटू लागला. एका बाजूला गजबजलेल्या दुकानांची रांग तर दुसरीकडे एका कॉलेजच्या इमारतीची भिंत. मध्यभागी एखाद्या मुकुटासारखा शोभणारा एक टॉवर होता. आता आम्ही डावीकडून आलो होतो का उजवीकडून एवढाच संभ्रम होता.

"आता कुठे जायचं? ते कुठे आहेत?"

मी फुटपाथच्या मधोमध उभी राहून जवळपासच्या खुणा बघायच्या सोडून पुढच्या लांबवरच्या दुकानांच्या पाट्या बघत होते. मला जाणाऱ्यायेणाऱ्यांचे धक्के बसत होते आणि मी पीटरवर आपटत होते. मी त्याचा स्वेटर घट्ट धरला होता. जर मी त्याचा हात पकडला नाही तर या माणसांच्या प्रवाहात मी दूरवर वहावत जाईन, अशी मला भीती वाटली.

कितीतरी वेळ चाललो तरी तो परतीचा रस्ता संपतच नाहीये असे मला वाटले. समोरून येणारी माणसे पांगून आम्हाला जायला वाट करून देत होती. पीटर पुढे होता. तो सतत मागे वळून मी बरोबर येत आहे ना याची खात्री करून घेत होता. त्याच्या चेहऱ्यावर कोणतीच भावना दिसत नव्हती. अगदी कोरा चेहरा होता. त्याचे केस विचित्र उभे राहिले होते. त्याच्या डोक्यावर टोपी नव्हती हे तेव्हा

कुठे माझ्या लक्षात आले.

"पीटर, तुझी टोपी कुठाय?"

"माहीत नाही. गेली कुठेतरी. त्या डिपार्टमेंटल स्टोअरमध्ये हरवली बहुतेक."

निदान नक्की कुठे जायचे आहे हे तरी त्याला माहीत होते. त्याने मला बरोबर परत आणले. डॅफ्ने लेसी रस्त्यात उभ्या होत्या. त्यांनी सूझनचा हात घट्ट धरून ठेवला होता. संतापाने त्या थरथरत होत्या. आम्ही दिसल्यावर आमच्याशी एक अक्षरही न बोलता त्या सूझनचा हात धरून तडक गाडीकडे चालू लागल्या.

आम्ही घरी पोहोचण्यापूर्वी बाबा घरी आलेले होते. त्यांनी ख्रिसमस ट्री आणून जिन्याजवळ कोपऱ्यात उभा करून ठेवला होता. घरभर त्या झाडाचा वास येत होता. मी धावत जाऊन त्यांना मिठी मारली. त्यांच्या अंगाला जंगलातल्या हिरव्या लालसर कोवळ्या पानांचा वास येत होता.

पत्त्यांचा बंगला करताना आपण आमूलाग्र एकाग्रता साधू शकतो. हातातल्या कामाव्यतिरिक्त सर्व भान हरपते.

माझ्या हातातले पान एकदम कडक होते. जमिनीवर फतकल मारून मी चौकट नश्शीबरोबर किलवर चव्वी उभी करत होते. अनुभवाने मी शिकले होते की, फायरप्लेस समोरची गालिचा घातलेली जागा यासाठी उत्तम होती. पृष्ठभाग अगदी गुळगुळीत, सपाट असल्यामुळे तिथे पत्ते छान उभे रहात. तेवढ्यात कोणी त्या खोलीत आले तर त्यांच्या चालण्याने जमिनीवर जी कंपने उठायची, त्याचा धोका मात्र होता.

पत्त्यांचे कॅट्स खूप होते, पण प्रत्येकात सगळी पाने नव्हती. हे पत्ते आम्ही खास बंगला बनवण्यासाठी जमवले होते. आम्हाला कॅनास्ट्रा खेळायला शिकवण्यासाठी बाबांनी नुकतेच दोन नवेकोरे कॅट्स आणले होते. एकावर निळ्या रंगातले आणि दुसऱ्यावर पिवळ्या रंगातले शिडाच्या गलबताचे चित्र होते. नवीन कडक पत्त्यांनी बंगला छान उभा राहतो. मी तेच घेऊन सुरुवात केली. गालिच्यावरील नक्षीच्या ओळीत तळमजला, वर छप्पर मधे अंगण. मग उरलेल्या पत्त्यांनी वरचा मजला बांधायला लागले. छपरासाठी शक्य तिथे जुनी लेचीपेची कोपरे दुमडलेली पाने वापरेन.

असा बंगला बांधण्यात तासन्तास जातात. हेच तर मला हवे होते. उरलेला सगळा दिवस यात संपला म्हणजे माझे मन दुसऱ्या कशात तरी गुंतून राहिले असते.

दरवाजा उघडला. मी स्तब्ध झाले. मला वाटले आता वाऱ्याच्या झुळकेने सगळे कोसळणार. पण दार अगदी हळूहळू उघडले गेले आणि तेही अर्ध्यावर थांबले. दोन्ही हातांनी दाराचे हॅंडल धरून पीटर आत डोकावला.

"तू काय करतीयेस?"

"तूच बघ ना!"

पीटरने दारावर पूर्ण भार टाकला, जणू काही आपले शरीर पेलण्यासाठी त्याला कसलातरी आधार हवा होता.

"असा दार उघडं टाकून तिथेच उभा राहू नकोस. दार लाव, नाहीतर वारा येईल."

तो सावकाश आत आला आणि खुर्चीच्या हातावर बसला.

"फायरप्लेसमधली राख काढायला हवीये." दुपारी घरात दुसरे कोणीच नसल्यामुळे त्यालाच हे काम करावे लागे. त्यामुळे त्याला याची सवय झाली होती.

"हो, पण तू आत्ता हे राखेचे काम नाही करू शकत. माझा बंगला पाडल्याशिवाय तू तिथपर्यंत पोहोचूच शकणार नाहीस."

"अगं वेडे, निखारे विझतील ना!"

मी एक जुना कॅट घेतला आणि बंगल्याच्या छपरासाठी पत्ते काढू लागले. एकएक निवडक पत्ता मी हळुवारपणे योग्य सांध्यावर ठेवू लागले.

"निखारे विझले की, किती थंडी वाजेल."

मागरिटने रचलेले कोळसे चांगले धगधगत होते. काही पूर्ण पेटून आता विझले होते तर काही लालबुंद दिसत होते. त्या ढिगाच्या एकदम वरच्या भागातले काही कोळसे अजून जसेच्या तसे काळे होते. पर्वतरांगेतल्या शिखरांप्रमाणे त्यांचा वेगळा काळा रंग उठून दिसत होता.

"तू काय हाच पत्त्यांचा बंगला बनवत बसणारेस?"

"हो!"

"सबंध दिवस?"

"हो!"

माझ्याकडचे सगळे पत्ते संपेपर्यंत तरी मी हेच करणार होते. अंधार पडेपर्यंत आणि टी.व्ही.वरचा मुलांचा कार्यक्रम सुरू होईपर्यंत. मग लेसींकडे चहाला जायची वेळ झाली असती. बाबा घरी आले असते. असे दुसरे काहीतरी व्यवधान मिळेपर्यंत तरी मी हेच करणार होते.

पीटरने माझ्या पत्त्याच्या बंगल्यावरून फायरप्लेसमध्ये काहीतरी फेकले. दोनतीन दिवस त्याच्या खिशात तशीच राहिलेली ती घाणेरडी बाहुलीच्या आकाराची गोळी असणार. काही क्षणांसाठी ती आकृती कोळशांमध्ये दिसली आणि मग जळून गेली.

"तू जर निद्रिस्त अवस्थेतली हेर असतीस, तर आपण खरे कोण आहोत हे विसरण्यासाठी तुला किती दिवस लागले असते?"

"तू कशाबद्दल बोलतोएस तेच मला कळत नाहीये." मी आता दुसरा मजला

चढवायला सुरुवात केली होती. पहिल्या जोडीची पाने घसरली, पण तळमजल्याला धक्का लागला नाही.''

''तू जर वर्षानुवर्षे भूमिगत राहिली असतीस तर तुझा गोंधळ उडाला नसता का?''

''मी कोण आहे हे नेहमी माझ्या लक्षात राहिले असते. मी दुसरी कोणीतरी बनूच शकत नाही.''

''कशावरून सांगू शकतेस तू? आत्तापर्यंत तू एकटी कधीही राहिली नाहीयेस.''

''मला नाही वाटत मी राहू शकेन.''

''जर तुला स्वत:चे नाव नसते. तू यापुढे ॲना नसतीस. तुझ्याकडे स्वत:ची अशी एकही गोष्ट नसती. तुला आधीपासून ओळखणारे कोणीही जवळपास नसते. मी, बाबा कोणीही नाही. मग काय केलं असतंस?''

''तरीही मी तीच असते ना?''

''हो. पण कोण असतीस? विचार कर. तू दुसरीच भाषा बोलतीयेस. तुझं नावही वेगळंच आहे. सगळे तुला या नवीन नावाने बोलावताएत. तुला नवीन मित्रमैत्रिणी आहेत. घरात दुसरे कुटुंब आहे. मग तू कोण असतीस?''

''मला नाही माहीती पीटर. तुला काय म्हणायचंय तेच मला कळत नाहीये.''

आता पीटर सरसावून खुर्चीच्या हातावर पुढे झुकून बसला. त्याच्याकडे असलेल्या अर्धवट उघड्या चाकूसारखा दिसत होता तो. मी पत्त्यांवर लक्ष केंद्रित केले तरी हा चाकू बाजूला रोखलेला आहे हे मला जाणवत होते.

''तुला नवरा, मुलेबाळे असती तर? मग ती पण तुझे अस्तित्व लपवण्यात सहभागी झाली असती का?''

काही क्षण बोचऱ्या शांततेत गेले. मग तो उठला.

''पाय आपटू नकोस. हे सगळं ढासळेल.''

३

मार्गरिट म्हणाली की, त्या माणसाचे नाव इस्तवान किस होते. सूझनला या नावाची गंमत वाटली आणि हसू आले, मात्र आम्ही दोघे का हसलो नाही ते तिला कळले नाही. तो संगीतकार होता. शेजाऱ्यापाजाऱ्यांनी त्याचे व्हायोलिन वादन ऐकले होते. ही विधवा बाई आणि तिचा हा अनोखा पाहुणा दोघे मिळून दुपारच्या वेळात संगीताची आराधना करत, हे अख्ख्या गावाला माहिती होते.

''रशियन असणार.'' पीटर म्हणाला.

''असेलही. नावावरून वाटतंय की, ब्रिटिश नक्कीच नसणार. शेजाऱ्यांच्या मते तो काही बोलतच नाही. काय माहीत कदाचित त्याला इंग्रजी भाषाच येत नसेल.''

''तुला काय वाटतं, ते आपसात कोणती भाषा बोलत असतील?''

ते नाव रशियन नसून हंगेरीयन होते. आता मला हे कळले आहे. तो बिचारा एक सिधासाधा हंगेरीयन व्हायोलिन वादक होता. तरीही तो कधीकधी माझ्या स्वप्नात येत असे आणि आम्ही जसा त्याचा पाठलाग केला होता तसा तो माझ्या मागे लागत असे. पण स्वप्नातला हा पाठशिवणीचा खेळ संपतच नसे. गर्दीमुळे मी जास्त लांब जाऊ शकत नसे आणि तो माझ्यापर्यंत पोहोचूही शकत नसे. पण गंमत म्हणजे, कोणीही थांबत मात्र नसे.

मला खरेतर पीटरची भीती वाटली असती. त्याच्याचमुळे हे सुरू झाले होते. त्यानेच नाही नाही त्या विचारांचे पिल्लू माझ्या डोक्यात सोडले होते. त्याने आहे त्या परिस्थितीचा स्वीकार न करता विपर्यास केला होता. त्यामुळेच सगळे अवघड होऊन बसले होते.

खेड्यातल्या मुलांना मरणाबद्दल स्पष्ट कल्पना असायला हवी. मृत्यू सगळ्यांना येतो आणि तो अटळ आहे, निदान एवढेतरी माहीत असतेच त्यांना. लहानपणापासून त्यांनी आपल्या आजूबाजूला कितीतरी मृत्यू बघितलेले असतात. रस्त्यावर गाडीखाली चिरडून कोथळा बाहेर आलेले रक्तबंबाळ ससे, कुत्री किंवा इतर प्राणी त्यांना नेहमीच दिसतात. मेलेल्या पक्ष्यांच्या पायाला किंवा पंखाला धरून त्यांनी उचललेले असते आणि खड्डा खणून पुरलेलेदेखील असते. त्या वर्षी वेड्यासारखी थंडी पडली होती आणि कितीतरी पक्षी मेले होते. मी एकदा एका कोकिळेला एका बुटाच्या खोक्यात घालून पुरले होते. हा पक्षी घराजवळच बर्फात उलटा पडलेला मी पाहिला होता. बाबा म्हणाले की, तिचे खाद्य म्हणजे किडेमकोडे. ते मिळतात जमिनीवरच्या गवतात. पण हिवाळ्यात सगळी जमीन बर्फाने झाकली गेली होती. झुडपांवरची फळेही गळून पडली होती. त्यामुळे कदाचित तिला खायला मिळाले नसेल, म्हणून ती मेली असेल किंवा कदाचित ती केवळ थंडीने गारठून मेली असेल, म्हणजे मला असे वाटले होते. मी तिला उचलून आत आणले होते. हिरवा टीपकागद खोक्यात अंथरून त्यावर अलगद ठेवले होते. तेव्हाचा तिच्या पिसांचा मऊसर स्पर्श मला अजूनही आठवतो. जमिनीत खड्डा खणणे फारच कठीण होते. बाबांनी सुचवले की, खत तयार करण्यासाठी आम्ही फाटकापाशी पाल्यापाचोळ्याचा जो ढीग बनवला आहे, त्याच्या तळाशी थोडीशी जागा करून तिथे तिला पुरावे. त्यांनी त्यांच्या फावड्याने त्या थिजलेल्या ढिगात जागा केली. तिथे खालच्या मातीवर आम्ही ते खोके ठेवले.

तो १९६२-६३ सालचा हिवाळा होता. डिसेंबरपासूनच तुफान बर्फवृष्टी सुरू झाली होती. ती पार मार्चपर्यंत चालूच होती. इंग्लंडमधले हजारो पक्षी त्या वर्षी मरण पावले. बागेत येणाऱ्या कोकिळेसारख्या सुस्वर आणि इतरही सगळ्याच प्रकारच्या पक्ष्यांना या खराब हवामानाचा फटका बसला. त्यांची संख्या एकदम रोडावली. हे नुकसान भरून यायला अनेक वर्षे लोटणार होती. ही गोष्ट लोकांच्या विस्मरणात जायला तर आणखी कालावधी लागला असता.

ख्रिसमसनंतर दोनच दिवसांत हिमवृष्टी सुरू झाली. आम्ही लेसींकडे जेवायला गेलो होतो. हिरवळीवरच छान मेजवानीचा बेत होता. तेवढ्यात म्हातारीच्या कापसासारखे पांढरे नाजूक पुंजके खाली पडू लागले. आम्ही सरळ बाहेर धावलो. हे स्वच्छ पांढरे स्फटिक आमच्या अंगावर, केसात, खालच्या गवतात, झुडपांवर जमा होऊ लागले. आमच्या हसण्याखिदळण्याला या वृष्टीच्या शांततेची किनार लाभली. मोठी माणसे हाका मारून टाळ्या वाजवून आम्हाला परत बोलवत होती, पण आमचे भान हरपले होते.

“चला, पुरे. आत या आता. कोणाला विचारून असं बाहेर गेलात? आत येऊन निदान स्वेटर्स तरी घाला.” आम्ही ऐकत नाही हे बघून कंटाळून मोठ्या माणसांनी जेवायला सुरुवात केली होती. त्या मोठमोठ्या खिडक्यांतून दिसणारी आतमधली जेवत असलेली माणसे बाहेरून कॅलेंडरवरच्या चित्रासारखी दिसत होती. त्यांच्यात आणि आमच्यात हा हिमवृष्टीचा पडदा आला होता. चंदेरी स्टँडमध्ये लावलेल्या मेणबत्त्या टेबलावर ठेवल्या होत्या. ग्लासात वाईन होती. एकीकडे फटाक्यांची चळत होती.

इतर गोष्टी विसरल्या तरी असा एखादा प्रसंग मनावर कायमचा कोरला जातो. मोठेपणी प्रत्येकजण बालपणावर आनंदी किंवा दुःखी असा शिक्का मारतो. खरंतर या छोट्या छोट्या गोष्टी मनात साठवाव्यात हाच तर लहानपणचा ठेवा असतो. बाकी कशातही अर्थ नसतो.

पुढे अनेक आठवडे (किंवा काही दिवसही असतील, पण आता आठवताना मला ते आठवडे वाटत असतील) शाळेला सुट्टी होती. पीटर घरीच होता. बाबाही ऑफिसला जाता आले नाही म्हणून घरीच होते. सगळे नुसते निरुद्योग्यासारखे बसून होतो. अगदी विचित्र वाटले होते तेव्हा. रोज सकाळी उठल्यावर खिडकीच्या काचेवर जमलेले बाष्प दिसे. त्यात सागरतळातील कोरल्ससारखी रोज नवी नक्षी उमटलेली असे. या धूसर पांढऱ्या तावदानातून बाहेरची हिमाच्छादित पांढरी शेते दिसत.

घरातसुद्धा रोज पॅन्टच्या आत आम्हाला लोकरीची उबदार स्लॅक्स घालावी लागे. माझ्याकडे एक पांढरी विणकाम केलेली टोपी होती. तिच्या बाजूला रंगीत लोकरीचे गोळे होते. सूझनकडेही अगदी तशीच टोपी होती. जणू काही आम्ही सख्ख्या बहिणी होतो. आम्ही पीटरबरोबर टेकडीवर जात असू. तिथे आम्हाला गावातली सगळी मुले भेटत. त्यातली बरीचशी मुले मैदानापलीकडच्या चाळीत रहायची. त्यामुळे आम्ही त्यांना ओळखत नव्हतो. पीटरकडे आणि माझ्याकडे लाकडाची वापरून वापरून गुळगुळीत झालेली बर्फावरून घसरायची गाडी होती. इतर बहुतेक मुले जुने ट्रे घेऊन खेळत. आम्ही कधीकधी त्यांना आमच्या गाडीवरून घसरायला देत असू. त्यामुळे आमच्यात थोडीफार मैत्री झाली होती.

त्यांच्यात एक काळेभोर दाट केस असलेला थोराड मुलगा होता. वयाने तो पीटरएवढाच होता. पण खूपच उंच होता. एकदा तो पीटरबरोबर टेकडीच्या अगदी वरच्या टोकापर्यंत गेला. ती गाडीदेखील दोघांनी मिळून ओढत ओढत वरपर्यंत नेली. ते दोघे गाडीत बसून एखाद्या मिसाईलसारखे वेगाने घसरत खाली आले. पुढे बर्फ बाजूला करून रस्ता मोकळा करायचे काम चालले होते तिथपर्यंत ती गाडी गेली आणि तिथल्या एका खड्ड्यात उलटीपालटी झाली. दोघेही कपडे झटकत उठले आणि त्यांनी तोंडावरचे बर्फाचे कण पुसून टाकले. थंडीवाऱ्याच्या माऱ्याने त्यांचे चेहरे माकडासारखे लाल झाले होते. पीटर तर ओळखूच येत नव्हता.

त्या मुलाचे नाव रिचर्ड होते. म्हणजे आमच्यासाठी तो रिचर्ड होता, पण काही मुले त्याला डिक म्हणत. त्याचे वडील गवळी होते. तो आपल्या वडिलांना त्यांच्या कामात मदत करे. त्यांच्या गायी चरताना पांगत. एखादी जरा दूरवर जाई, मग तिला परत बोलावण्यासाठी विशिष्ट घोगरा आवाज काढत तो फिरत असे हे मी बघितले होते. तेव्हा त्याच्या हातात एक काठी असे. एका लहान मुलाच्या तोंडून असे विचित्र आवाज ऐकताना गंमत वाटे. तो चांगलाच टग्याही होता. तो आमच्या कुंपणाच्या भिंतीवरून उडी मारून आत येई आणि आमच्या बागेतली सफरचंदे पळवी. मी तर त्याला सिगारेट ओढतानासुद्धा पाहिले होते. अशा मुलाशी मैत्री करण्याला वेगळा अर्थ होता.

एकदा त्याने आम्हा सर्व मुलांना एकत्र करून सराह कॅनच्या घराच्या मागच्या बाजूने टेकडीला वळसा घालून पलीकडे नेले होते. बर्फावरून घसरण्यासाठी आम्ही नवनवीन उतार शोधत होतो. पण आम्ही जेथे पोहोचलो होतो तो उतार आमच्या कामाचा नव्हता. कारण तिथे मधेच एक भिंत आडवी गेलेली होती. या बाजूला खूपच जास्त बर्फ होता. वाऱ्यामुळे एका ओक वृक्षाच्या खोडापाशी तर बर्फाचा डोंगर जमलाच होता, शिवाय त्यावरील प्रत्येक खाचखळगासुद्धा पांढराशुभ्र झाला होता. ती भिंतसुद्धा बर्फाखाली जवळजवळ गाडली गेली होती. फक्त त्या पांढऱ्या ढिगावरून तिचा आकार समजत होता. पीटरला तिथे आपला शूरपणा दाखवायची लहर आली. त्याने चाचपडून भिंतीचे दगड शोधले आणि तो वर चढू लागला. रिचर्ड आणि आणखी एक मुलगा त्याच्या मागून निघाले. वर चढताना त्यांचे पाय मांड्यांपर्यंत आत बर्फात जात होते. मी आणि सूझनने त्यांच्या मागे न लागता ती बर्फातली गाडी ओढत ओढत वर आणली. तरीही ही मुले आम्हाला लेच्यापेच्या म्हणून चिडवत. बर्फात छान पाऊलवाट तयार झाली होती. त्यातच आमच्या पायांचे ठसे उठवत आम्ही चालत होतो. मागे या मुलांचा दंगा चालू होता.

मिसेस कॅनच्या घरातले दिवे चालू होते, पण घरात कोणाचाही वावर दिसत नव्हता.

"मिस्टर किस अजूनही तिथेच आहेत. तेच बघायचं होतं ना तुला?" सूझन म्हणाली. "इतरांसारखेच तेही बर्फामुळे अडकले असतील. आई म्हणाली की, ते वादक आहेत आणि त्यांचा एक कार्यक्रम ठरला होता. पण ते बाहेरच पडू शकलेले नाहीत."

"तुझी आई त्यांना ओळखते का?"

"नाही. हे कोणीतरी सांगितलं तिला. तसं पाहिलं तर कार्यक्रम झालाच नसता. कारण श्रोते तरी तिथे कसे काय पोहोचणार होते."

तेव्हा बर्फात खेळताना यापैकी कोणतीही गोष्ट महत्त्वाची वाटली नव्हती. आम्ही काय खेळत होतो, तो माणूस तिथे होता का नव्हता, त्याच्या पेशाबद्दलचा समज खरा होता का, बाकीचे लोक तरी नक्की कोण होते, मी, सूझन, पीटर, रिचर्ड

खरे कोण होतो तेही महत्त्वाचे नव्हते. पीटर फक्त थंडीने फुटलेल्या लालसर गुलाबी गालांचा एक लहान मुलगा होता. आरडाओरडा करत इतर मुलांना त्या भिंतीवर चढवत होता. त्याच्या नेहमीच्या अबोल, शांत स्वभावाशी हे विसंगत होते. मला एक जागा सापडलीये. थोडी पुढे आहे. तिथे पायथ्याशी तुमची गाडी अडवायला काहीही नाहीये. रस्ता पण नाहीये, तो सांगत होता. रिचर्डने त्याच्यावर एक बर्फाचा गोळा फेकला आणि तो भिंतीवरून उडी मारून पळाला. बर्फातच लोळण घेत त्यांची मस्ती सुरू झाली. त्यांच्या चेहऱ्यावर तर बर्फ होताच, पण कपड्यांच्या आतही गेला होता. खेळण्याच्या नादात हे त्यांच्या लक्षात आले नव्हते.

हा धांगडधिंगा थोडा शमल्यावर पुन्हा हळूहळू सगळे भानावर आले. पीटर दमला आणि त्याला थंडी जाणवू लागली. आमचीही तंद्री भंगली.

रिचर्ड अजूनही थकला नव्हता. त्याने फेकलेला बर्फाचा गोळा बेसावध असलेल्या पीटरच्या नाकाडावर बसला. पीटर चिडला. रागाने त्याचा चेहरा कसातरी झाला आणि त्याच्या मुठी आवळल्या गेल्या. तो रिचर्डवर धावून गेला. याचे पर्यवसान कशात होईल हे कोणाच्याही लक्षात आले असते. रिचर्डपुढे पीटर अगदी किरकोळ दिसत होता. त्याच्याशी पंगा घेऊन पीटरने 'आ बैल मुझे मार' अशी परिस्थिती ओढवून घेतली होती. थोड्याच अवधीत खरपूस मार खाल्ल्यामुळे अपमानित झालेला पीटर रडू लागला. त्याच्या नाकाला रक्ताची धार लागली होती. पण तो जिथे पडला होता तिथेच पडून राहिला. त्याने उठण्याचा प्रयत्नही केला नाही. इतर मुलांपैकी कोणीही दया येऊन त्याच्याजवळ गेले नाही. काही क्षण असेच गेले. पीटर वेदनांनी कण्हतकुथत आपल्या स्वाभिमानाची लक्तरे कुरवाळत बसून राहिला. आपल्या नाकावर धरलेला घाणेरडा रुमाल बाजूला करून त्याने त्यावरचे काळपट लाल रक्त न्याहाळले आणि पुन्हा तो रुमाल नाकावर दाबून धरला. मग मात्र रिचर्डसकट सगळी मुले पुढे झाली. त्यांनी त्याला उठायला मदत केली आणि घरी आणून सोडले.

दुसऱ्या गोष्टीबाबतही असेच झाले. संपूर्ण दुपारभर मी ते साफ विसरले होते. पण घरी जाताना मात्र रस्त्यातच आठवण झाल्यामुळे मला धक्का बसला. पुन्हा बर्फ पडायला सुरुवात झाली होती. रिचर्ड आणि दुसरा एक मुलगा आमच्या पुढे चालत होते. पीटर थोडा मागे होता. पण आम्हाला त्याचे कण्हणे, हुंकारणे ऐकू येत होते आणि त्याला वाटणाऱ्या शरमेची जाणीव होत होती. यावेळी आम्ही सराह कॅनच्या घराच्या पुढच्या अंगणातून गेलो. त्यांच्या दारापुढे बर्फाने माखलेली एक गाडी उभी होती. बहुतेक मिस्टर किसचीच असावी. मी आत डोकावले नाही. बाहेर सगळे बर्फमय झाले असले तरी आत काय आणि कसे असेल, याची मी न बघताही कल्पना करू शकत होते. तिथे पोहोचण्यापूर्वीच आणि पुढे गेल्यावरही मला त्यांचे तिथले अस्तित्व जाणवले होते.

पीटर म्हणाला की, 'थंडीमुळे इथे कोनिग्जबर्गसारखे वाटत आहे.' तिथला हिवाळा असा असायचा. गावातल्या तळ्याचे पाणी गोठले होते. काही लोकांनी तिथला बर्फ काढून ती जागा स्वच्छ केली आणि ते स्केटिंग करू लागले. आमच्यापैकी बऱ्याच जणांकडे स्केट्स नव्हते. त्यामुळे आम्ही नुसते आमचे रोजचे बूट घालून तिथे घसरगुंडी केली. मी कधी बर्फावर स्केटिंग केलेले नव्हते. पण ते रोलरस्केट्स सारखेच असावे असे मला वाटले. इतरांना करताना पाहून तरी ते खूप सोपे आहे असे वाटत होते.

कोनिग्जबर्ग गाव आणि समुद्र यामधल्या खाडीचे पाणी गोठायचे आणि तिथे दोन फुटांचा बर्फाचा थर जमा व्हायचा, असे पीटरने सांगितले होते. त्या मागच्या हिवाळ्यात जेव्हा शहर युद्धाच्या खाईत लोटले गेले होते तेव्हा हा थिजलेला बर्फ म्हणजे सुटकेचा शेवटचा मार्ग होता.

उन्हाळ्यात खूपवेळा बाँबवर्षाव झाला होता. रशियनांचे आक्रमण तर कितीतरी वर्षे चालू होते. ते आता आणखी जवळ येऊन ठेपले होते. आपल्या पुढे काय वाढून ठेवले आहे हे प्रत्येकालाच कळून चुकले होते. महिनोन महिने आधीपासून जेव्हा खुद्द जर्मनीपर्यंत रेल्वे जात होती आणि रस्ते खुले होते, तेव्हाही जीव वाचवण्यासाठी माणसे परागंदा होतच होती. जर्मनीतही काही अर्थ उरलेला नाही हे सर्वांना माहीत होते. बर्लिनवासी मात्र याच्याशी सहमत नव्हते. रशियन फौजांची सरशी होत आहे हे उघड होते. हिवाळ्यापूर्वी आणि हिवाळ्यातही लोक घरदार सोडून जात होते. नंतर रशियनांनी रेल्वेचे रूळ आणि पूल उखडले होते. त्यामुळे लोकांना रस्त्याने किंवा रेल्वेने जाता येणे शक्य नव्हते. त्यांनी बोटींचा आश्रय घेतला होता. पण कधीकधी ब्रिटिश या बोटींवरही बाँबहल्ला करत किंवा या बोटी

रशियन टॉर्पेडोंच्या मार्‍याला बळी पडत. असेच एक जहाज रशियन पाणबुडीने बुडवले. त्यावरील लहानथोर स्त्रीपुरुष, अगदी तान्ही बाळे मिळून जवळजवळ दहा हजार निर्वासितांना जलसमाधी मिळाली. कल्पनेनेही अंगावर शहारा येतो. रशियनांनी या अतुलनीय कामगिरीबद्दल त्या पाणबुडीच्या कॅप्टनला पदक बहाल करून त्याचा गौरव केला. त्यांच्यासाठी हा विजयोत्सव होता. म्हणून मग समुद्र आणि जमीन यातला बर्फाचा मार्ग लोकांना सुरक्षित वाटला होता. ते शहरातून चालत चालत या खाडीपर्यंत येत. इथे रणगाडे, पाणबुड्या काही नव्हते. मैलोन्मैल चालल्यावर दँझिगला पोहोचता येत होते. हे गाव अजूनतरी जर्मनांच्या अधिपत्याखाली होते. मागे राहिलेली माणसे अशीच निसटली होती. शेवटी एप्रिलमध्ये रशियनांनी कोनिग्जबर्ग घेतले. तोपर्यंत बर्फही वितळला आणि पुढे हा मार्गही खुंटला.

१९४५ मध्ये आमची आई सोळा वर्षांची होती. एक सोळा वर्षांची मुलगी बर्फातून मैलोगणती चालत आहे, असे एक चित्र मी डोळ्यांसमोर उभे केले होते. इथे बाहेर पडला होता, तसाच तो बर्फही मऊ होता. वर काळे ढग ओठंगून पाहात होते. जरा हात वर केला तर त्या ढगाला स्पर्श करता येईल असे वाटत होते. चालण्यामुळे पहिल्यांदा तुमच्या अंगात थोडी ऊब यायची. पण नंतर थंडीने काकडून पावले दुखायला लागायची.

ती मुलगी एकटीच चालत आहे असे चित्र मी रंगवले होते. पण पीटर म्हणाला की, हजारो लोक या मार्गाने बाहेर पडत होते. मग माझ्या नजरेसमोर आले की, माणसांच्या झुंडीच्या झुंडी जात आहेत. ती मुलगी पण त्या समूहात आहे, पण तरीही ती एकटी आहे. नॅशनल जिओग्राफिकमधे प्राण्यांचे स्थलांतर दाखवत, अगदी तसेच, फक्त प्राण्यांच्या ऐवजी माणसे जात होती. तिची आणि तिच्या कुटुंबाची फारकत झाली होती. कदाचित तिने कोनिग्जबर्ग सोडण्यापूर्वीच तिच्या कुटुंबीयांची कत्तल झाली होती किंवा मग गर्दीत त्यांची चुकामूक झाली असण्याची शक्यता होती.

पुढे अनेक दिवसांनंतर ती बर्लिनमध्ये अवतीर्ण झाली होती. तिचे इंग्लिश चांगले असल्यामुळे तिला एका ब्रिटिश माणसाकडे नोकरी मिळाली. आमचे बाबापण त्याच ऑफिसमध्ये काम करत होते आणि अशा प्रकारे त्या दोघांची पहिल्यांदा भेट झाली. याविषयी ते नेहमी एकमेकांशी आणि पुढे आपल्या मुलांशी बोलतील. कसे ते दोघे एकाच ठिकाणी काम करत होते. मग एकदा त्यांचा शर्ट उसवलेला तिने बघितला आणि तिथल्या तिथे पटकन दोन टाके घालून दिले. नंतर हळूहळू ती त्यांच्या प्रत्येक गोष्टीची काळजी घेऊ लागली. ही गोष्ट एखाद्या विनोदासारखी सांगितली जाई. म्हणजे ती नीटनेटकी होती आणि बऱ्यापैकी शिवणकाम करायची. एवढ्याचसाठी त्यांनी तिच्याशी लग्न केले. खरे पाहता

दिसायला तर ती सुंदर होतीच, पण त्यांच्यापेक्षा वयाने खूप लहान होती आणि तिचा उत्साह भरभरून वाहायचा. तिच्यासाठी इतर अनेकजण वेडे झाले असणार. पण तरीही त्यांनी एकमेकांची निवड केली, यामागे काही खास कारण तर असणारच.

"तुला काय वाटतं, आई या बर्फाच्या मार्गावरून गेली असेल?"

"कदाचित तिने स्केटिंग केले असेल." मला खात्री होती की, तिला स्केटिंग करता येत असणार.

"मला कसे माहीत? कदाचित ती आधीच गेली असेल." आणखी एक शक्यता होती की, ती निघून गेलीच नाही आणि रशियनांनी तिला पकडले.

* * *

मी पियानोची प्रॅक्टिस करत होते. माझे बाबा घरीच होते. त्यांना माझे वादन ऐकायला आवडायचे. यापूर्वी कधी ते आमच्याबरोबर सलग एवढे दिवस घरकोंबड्यासारखे बाहेरचा बर्फ बघत बसले नव्हते. पूर्वी हिवाळ्यात एकही रोप दिसत नसतानाही त्यांनी बागेत वेळ घालवला होता.

या लांबलचक सुस्त पडलेल्या दिवसभरात खूप गप्पा मारता येतील, तेव्हा त्यांना कोनिग्जबर्गबद्दल विचारावे असे माझ्या मनात आले. त्यावेळी सगळ्या माणसांनी आपली सुटका कशी करून घेतली हा इतिहास आहे. ते मला याविषयी तर निश्चितच सांगू शकतात. ते चांगल्या मूडमध्ये असतील तेव्हाच मी बोलायचे ठरवले. ते आरामखुर्चीत डोळे मिटून पहुडले होते. ते खरेच ऐकत होते, का झोपले होते ते सांगणेही मुश्कील आहे. ही नवीन सरगम मी बिलकूल न अडखळता वाजवली. अभेद्य सैनिकी दलातून फट शोधणे जसे अशक्य असते, तशीच माझ्या वादनात एकही चूक आढळू शकणार नाही हे त्यांच्या लक्षात आले असले, तरी त्यांनी चेहऱ्यावर काहीही दर्शवले नाही.

मी बोलणार तेवढ्यात तेच आधी बोलले. म्हणजे ते लक्षपूर्वक ऐकत होते तर!

"पियानो दुरुस्त करून घ्यायला हवाय." त्यांच्या हातात जळती सिगारेट होती, पण त्यांनी ती ओढली नाही. त्यांनी ती अगदी अलगद ॲश ट्रेपाशी नेली आणि तिच्यावरची राख झटकली. "याआधी आपण त्या पियानोवाल्याला कधी बोलावलं होतं गं?"

"युगं झाली." मी म्हणाले. बरोबर दोन वर्षे झाली होती.

"मग मी आत्ताच बोलावतो त्याला." नंबर शोधण्यासाठी ते उठले.

त्यांना परत कधीतरी विचारले पाहिजे. मी परत तीच सरगम वाजवली. मिसेस

कॅनच्या मते मी नादाकडे आणि मूडकडे जास्त लक्ष द्यायला हवे होते. "परत परत वाजव," त्या म्हणाल्या असत्या. त्यांनी इलेक्ट्रॉनिक तबला लावून दिला असता. "तुझ्या अंगात हा नाद, हा ताल भिनेपर्यंत नुसते ऐक."

"तो केव्हा येणार?"

"मला माहीत नाही. मी अजून त्याला बोलावलेलंच नाही."

मला पुन्हा आशेचा किरण दिसू लागला. पियानोवाला त्या घटनेनंतर दुसऱ्या दिवशी आला होता. त्यांनी त्याला आत घेतलं आणि मग त्याने एकट्यानेच घरात काम केलं होते.

"लगेच येईल का तो?"

"या बर्फात मला नाही वाटत तो फारसा कुठे गेला असेल."

त्याला इतक्या घाईघाईने यायचं काही कारणच नव्हतं. हे काही तातडीचं काम नव्हतं. पण गावचा रस्ता खुला झाल्या झाल्या पहिल्याच दिवशी तो आला. एखाद्या यशस्वी मोहीमवीराप्रमाणे विजयी चेहरा घेऊन तो दारात उभा राहिला. येताना वेगवेगळ्या ठिकाणी वेगवेगळ्या उंचीचे बर्फाचे ढीग आपण कसे पाहिले याचे त्याने रसभरीत वर्णन केले. थंडीने तो लालेलाल झाला होता. त्याच्या हातात एक तपकिरी रंगाची बॅग होती. हिवाळा असला म्हणून काय झाले, स्वस्थ बसून कसे चालेल? काहीही झाले तरी माणसाने काम चालू ठेवले पाहिजे, असे तो म्हणाला आणि आपण मोठा विनोद केल्याप्रमाणे हसला. त्याच्यासारख्या माणसाने मात्र हिवाळ्यात खरेच नुसते घरी बसून राहिले पाहिजे असे मला वाटले. मला आत्ता तो आणखीनच केविलवाणा वाटला. जाड काचेच्या चष्म्याआडचे त्याचे डोळे भिंगातून बघितलेल्या एखाद्या किड्यासारखे खूपच मोठे दिसत होते. त्याचे कपडेही यथातथाच होते. आल्या आल्या त्याने हॉलमध्ये आपली हॅट, स्कार्फ, कोट वगैरे उतरवले. कोटाखाली त्याने एक जाडा स्वेटर घातला होता. त्याच्या हातमोज्यांना बोटे नव्हती. पण तरी त्याने ते काढले नाहीत. बहुतेक कोणीतरी ते त्याच्यासाठी प्रेमाने विणले असतील किंवा त्याने स्वतःच विणले असतील. त्याच्या काही हालचाली अगदी बायकी होत्या. त्यामुळे त्याने स्वतः विणकाम केले असण्याची कल्पना अशक्य नव्हती.

सूर जुळवायची हत्यारे, सुरुवातीचा पद्धतशीर बेसुरेपणा, मग योग्य त्या पट्ट्यांवर हात चालवून लावलेले सूर, कीबोर्डवर सफाईने फिरणारी त्याची बोटे, संपूर्ण खोललेला पियानो हे सगळे पूर्वीसारखेच होते.

"याच्या आत नक्की काय काय होतं? आता सगळं बरोबर झालंय हे कसं

कळतं?'' मी विचारले.

"मी एकेका सुरावर लक्ष केंद्रित करतो. तो सूर माझ्या कानात साठवतो. दोन स्वरांमधला नाद, ताल, मात्रा सगळं ऐकतो. तुलापण ऐकता येईल. बघ, येतंय ना ऐकू?''

मी हो म्हटले खरे, पण मला असले काहीही ऐकू येत नव्हते. मला फक्त त्या ताणलेल्या तारांमधला बेसूर, अर्थहीन झंकार ऐकू येत होता.

त्याचे काम चालूच राहिले. प्रत्येक विशिष्ट जागा हेरून ती मनासारखी जुळेपर्यंत एकाग्रतेने छेडणे हे अखंड सुरू होते. शेवटी मला तो आवाज असह्य झाला. वाजवता वाजवता अचानक थांबून त्याने हात उंचावले. आता जणू त्याच्या बोटे नसलेल्या मोज्यांच्या जागी, पियानो वादनात पारंगत असलेल्या व्यावसायिक वादकाचा काळ्या बाह्यांचा स्वच्छ पांढरी झालर असलेला कोट होता आणि त्याने चॉपिनसारखे स्वर्गीय वादन पेश केले होते.

"मस्त. काय सुंदर वाद्य आहे,'' तो म्हणाला. पण तुला एक नवीन तार घ्यावी लागणार आहे. खालच्या रे ची तार तुटलीये. प्रत्येक सुराच्या दोन तारा असतात. त्यामुळे अगदीच अडणार नाही. वाजवता येईल. माझ्याकडे आत्ता ती तार नाहीये. मला मागवावी लागेल. आईला सांग मला मिळाली की, मी येऊन ती लावून देईन. सांगशील ना? मिसेस वॅटना सांग की, मी एकदोन आठवड्यात तार घेऊन येईन.''

दोन वर्षे होऊन गेली होती. त्याला अजून कळले कसे नव्हते?

"तुम्ही मिस्टर वॅटना सांगा. मिसेस वॅट वारल्या.''

चष्म्याआडचे त्याचे डोळे आणखीनच विस्फारले. तो घाईघाईने आपली हत्यारे आवरू लागला.

"फार वाईट झालं. मला माफ कर. मला माहीत नव्हतं.''

"पण आता त्याला एवढे दिवस झालेत. मागच्याच्या मागच्या वर्षी घडलंय हे. तुम्ही आधी आला होतात त्याच्या आदल्या दिवशी.''

ही एक परीक्षाच होती. या अचानक मिळालेल्या बातमीमुळे त्याचा अवतार बदलणार होता. त्याचे पितळ उघडे पडणार होते. पण असे काहीही झाले नाही. तो आणखीनच अवघडल्यासारखा झाला. आल्या आल्या उतरवलेले कोट, टोपी वगैरे कपडे कसेतरी अंगात अडकवून तो घाईघाईने बाहेर पडला.

त्या दिवशी पियानोवाला आला, पाठोपाठ दूधवाला आला. नंतर पोस्टमनलाही आमचे दार उघडेपर्यंत थांबावे लागले. कारण साठलेल्या पत्रांचा गठ्ठा दरवाज्याच्या फटीतून आत टाकता येत नव्हता आणि शेवटी दुकानदाराची माल पोहोचवणारी

गाडी आली. दुपारी मी सूझनबरोबर दुकानात गेले, तेव्हा मिस्टर किसना जाताना पाहिले. परत भरपूर हिमवृष्टी होणार असल्याची खबर होती. हा हवामानाचा अंदाज जरी ऐकला नसला तरी आकाशात तशी साफ लक्षणे दिसत होती.

ते गावातल्या दुकानात सिगारेट घ्यायला शिरले. त्यांना हव्या असलेल्या ब्रँडची सिगारेट तिथे नव्हती. खेडेगावात प्रत्येकाला हवे ते मिळण्याची अपेक्षा ठेवणे चूक होते. त्यांना साध्या इंग्लिश व्हर्जिनिया तंबाखूवाल्या सिगारेटवर भागवावे लागले. ते वैतागलेले दिसत होते. घाईघाईत आमच्या बाजूने जाताना त्यांचे आमच्याकडे लक्षही गेले नाही. थोडे पुढे गेल्यावर ते थांबले आणि त्यांनी परत येऊन काड्यापेट्या घेतल्या. आम्ही तिथेच मिसेस लेसींनी दिलेली यादी घेऊन उभ्या होतो. आमचे सामान घेऊन आम्ही बाहेर पडलो तेव्हा ते समोरच गाडीत बसून राहिलेले आम्हाला दिसले. त्यांनी गाडी सुरू केली होती. पण ते स्टिअरिंग व्हीलवर हात ठेवून सिगारेट शिलगावून तसेच बसून राहिले होते. तोपर्यंत बर्फ पडायला सुरुवात झाली होती.

सकाळी पांगलेल्या ढगांनी पुन्हा आकाशावर आक्रमण केले होते. टेकडीवर झेपावणारे ते काळेकुट्ट ढग भयंकर दिसत होते. आम्ही त्या रस्त्याच्या टोकाला पोहोचलो तेव्हा ती गाडी आमच्या बाजूने फर्रदिशी निघून गेली.

बिच्चाऱ्याला जावे लागले म्हणून डॅफ्ने लेसी हळहळल्या. ते वादळ रात्रभर चालू होते. सकाळी पुन्हा आकाश स्वच्छ झाले.

रस्त्यावर बर्फाचे ढीग साठल्यामुळे पुन्हा एकदा गावाचा संपर्क तुटला होता. विचार केला तर यामुळे होणाऱ्या नुकसानीची कल्पना येते. जर त्यांना जाण्याची एवढी घाई नसती तर या बर्फामुळे त्यांना पुन्हा घरीच थांबावे लागले असते. मग इथल्या लोकांनी त्यांना गावातल्या सभागृहात एक कार्यक्रम सादर करण्याची विनंती केली असती. मलायात असेच करत. जर गावात कोणी कलाकार आला तर ते त्यांच्या क्लबमध्ये मुद्दाम एखादा कार्यक्रम आखत. अर्थात आमच्या गावचे सभागृह आणि त्यांचा तो क्लब यांची तुलनाच करता आली नसती. शिवाय इथे मरणाची थंडी होती. त्यांना त्या सभागृहात नीट हीटरबीटर लावता आला असता तर गोष्ट वेगळी होती. मागच्या वर्षी लावले गेलेले ते मिणमिण हीटर्स अगदी कुचकामी होते. तो माणूस म्हणे खूप प्रसिद्ध व्हायोलिन वादक होता. रस्ता खुला झाल्या झाल्या ज्या घाईने त्यांनी गाव सोडले, त्यावरूनच हे सिद्ध होत होते. सराह कॅनने त्यांच्या बाबतीत खूपच स्वार्थीपणा दाखवला होता. त्यांनी या असामीचा गावाशी संबंधच येऊ दिला नव्हता. त्यांनी त्याला असे लपवून ठेवण्याचे खरे म्हणजे काहीही कारण नव्हते. त्या विक्षिप्तच होत्या. स्वत:तरी कुठे फारशा कोणाबरोबर मिसळत होत्या!

* * *

''ते नशीबवान होते म्हणून गावातून बाहेर पडू शकले.'' पीटर नंतर म्हणाला होता. त्यांची आणि त्यांच्याशी संबंधित सगळ्यांची पंचाईतच झाली असणार.

त्यांच्या एकमेकांशी संपर्क साधण्याच्या तारीखवार वेळा ठरलेल्या असतात. प्रत्येकाची स्वतंत्र सांकेतिक भाषा असते. एखादे वेळी एखाद्याला ठरलेल्या वेळी फोन करता आला नाही तर नंतर शक्य तेवढ्या लवकर त्याने दुसरा फोन करायचा असतो. जर तेही जमले नाही तर कोणी काय करायचे हे बेत आधीच आखलेले असतात. त्या संकेतांनुसार इतरांना 'सब ठीक' हा इशारा पोहोचवायचा असतो. जर हा संपर्क साधला गेला नाही तर मात्र बाकीच्यांच्या मनात धोक्याची घंटा वाजायला लागते. ते इथे लपून बसले असते आणि त्यांच्या रडारवरून दिसेनासे झाले असते तर मॉस्को सेंटरला ते अजिबात आवडले नसते.

"तुला खरं काहीही माहिती नाहीये. तू उगीच आपला तर्ककुतर्क करत बसतोस."

"निदान मी हा गुंता सोडवायचा प्रयत्न तरी करतोय."

"पण मला एक कळत नाहीये की, तू हे कशाला करायला हवंस. सगळं आहे तसंच सोडून का देत नाहीस?"

"ॲना सोड गं. माझ्याबरोबरच तू पण बघितलंस. तुला ती दिसलीच नाही असा आव आणू नकोस."

मी तिथून निघून जायला वळले तेवढ्यात त्याने मला पकडायला हात पुढे केला. मी शिताफी केली, पण त्याने माझी बाही पकडलीच.

"सोड. मला जाऊ दे."

"पण तू बघितलंस. हो की नाही?"

या ओढाताणीत सगळे धूसर होऊ लागले. रडू येण्यापूर्वी जसा मनात कढ दाटून येतो तसे झाले.

"सोड ना मला. माझा फ्रॉक फाटेल."

अचानक त्याने मला सोडले. मी म्हणाले, "ठीक आहे.पण मी फक्त तो कोट बघितला. ती दुसरीच कोणीतरी बाई असू शकते. पुष्कळ लोकांकडे अगदी सारखे कपडे असतात. असतात की नाही?"

पीटर फुरंगटून आपल्या खोलीत निघून गेला. मी ती बर्फावरची गाडी घेऊन सूझनकडे गेले. मग आम्ही दोघीच गावाच्या टोकाला असलेल्या टेकडीच्या उताराकडे गेलो.

तिथे फक्त आम्ही दोघीच होतो. नव्याने पडलेला ताजा ताजा बर्फ अतिशय मऊ पावडरसारखा होता. आमचा खेळ बघायला आजूबाजूला इतर मुले नसल्यामुळे सूझनलाही हुरूप आला. आम्ही त्या गाडीवरून एकमेकींना घट्ट पकडून वेगाने घसरलो. वाऱ्याने आमचे केस नाकातोंडात जात होते.

घट्ट पकड. अगदी घट्ट.

'**मा**री मारी घट्ट पकड.' शब्द घुमत होते. एक लहान मुलगी आणि तिचा चुलतभाऊ बर्फाच्या गाडीवरून घसरत होते. आम्हाला शाळेत शिकवलेल्या 'द वेस्ट लँड' या कवितेच्या सुरुवातीचे हे कडवे. मी घरी गेल्यावर पुस्तक काढून बघितले असते. शेल्फमधेच कोठेतरी असणार ते पुस्तक. अगदी छोटेसेच होते. बाकीच्या पुस्तकांच्या गदारोळात बहुतेक मागे पडलेले असेल. हल्ली कितीतरी वर्षांत मला हे पुस्तक दिसलेसुद्धा नव्हते; पण एक गोष्ट माझ्या लक्षात आली होती की, तुम्ही जेव्हा इंग्लंड सोडून दुसरीकडे जाता, तेव्हा घरी तुमच्या अंगवळणी पडलेले शब्द, वाक्प्रचार, पुस्तके, काही ठाम समज तुम्हाला त्रास देत राहतात. आठवणी तर हैराण करतात. मी एकदा माझ्या नवऱ्याबरोबर एक संपूर्ण सुट्टी केवळ एका आम्ही पाहिलेल्या सिनेमाचे नाव आठवण्यात घालवली होती. किती फालतू गोष्ट होती ती. बोलता बोलता त्या सिनेमाचा उल्लेख झाला, एवढेच कारण पुरले आम्हाला. हे घडले तेव्हा आम्ही अगदी तरुण होतो. म्हणजे ही वयोमानानुसार विस्मृतीची सवय होण्यापूर्वीची घटना आहे. आम्ही तेव्हा स्पेनमध्ये भटकंती करत होतो. पाऊसबिऊस नव्हता. छानपैकी कोरडे जंगल होते. समोर क्षितिजापर्यंत पसरलेली विस्तृत कुरणे होती. दुसरा एखादा इंग्लंडचा रहिवासी आम्हाला भेटला असता तर त्याला विचारता आले असते. पण असे कोणीही नव्हते. आजूबाजूच्या गावातली माणसेदेखील उन्हापासून रक्षण व्हावे म्हणून कोठेतरी आडोशाला दडी मारून बसली होती. गावेच्या गावे ओस पडली होती. आम्ही घरी परत आलो त्यानंतर लगेचच आम्हाला ते नाव आठवले होते आणि मग आमच्या लक्षात आले होते की, हे काही खूप महत्त्वाचे नव्हते. अगदी क्षुल्लक बाब होती.

मला कवितेतले संदर्भ समजत नाहीत. जर मला कोणी ते स्पष्ट करून

सांगितले असतील, तरी मी ते विसरून गेले होते. हॉफ्गार्टनमध्ये कोणते लोक कॉफी पितात? (हे हॉफ्गार्टन आहे तरी कुठे? बर्लिनमध्ये नाहीये.) त्या बर्फाच्या गाडीवरची ती मुलगी कोण आहे? हे सगळे मला कोणीतरी नीट समजावून सांगायला हवे. कविता कशी आपल्या मनात झिरपायला हवी. त्या अर्थाने बघितल्यास मला फक्त त्यातील वसंत ऋतू आणि लायलॅक एवढेच समजले होते. एप्रिल हा सगळ्यात दुष्ट महिना आहे. पण एप्रिल सुरू झाला असला, तरी बर्लिनमध्ये हिवाळाच होता.

माझे बाबा गेले तेव्हा मी एकटीनेच त्यांच्या घरी जाऊन निरवानिरव केली होती. माझ्याबरोबर कोणीही नव्हते. पीटरसुद्धा नव्हता. अंत्ययात्रेनंतर आम्ही याविषयी बोललो होतो. तो हाँगकाँगहून आला होता. मी त्याला दोनेक वर्षांत भेटले नव्हते. उन्हाने रापलेला पीटर वयाच्या मानाने अगदी छान तंदुरुस्त दिसत होता. अतिशय संयमित वागणारा बोलणारा एक नखशिखांत प्रथितयश वकील. त्याने मला पाहिले तेव्हा मला जाणवले की, त्याच्या मते मी विचित्र दिसत आहे. त्याने घरी येण्याची तयारी दर्शवली होती, पण मीच त्याची जरुरी नाही म्हणून सांगितले. आपले घर, मुलेबाळे, व्यवसाय सोडून त्याने यासाठी वेळ घालवण्याची गरज नव्हती. त्याला तिथले जर काही हवे असेल तर मी ते पाठवेन, असे मी म्हणाले. त्याचा वेळ वाया जाऊ नये या हेतूने तर मी हे सांगितलेच. पण त्याशिवाय माझे असे आणखी एक कारण होते. आमचा भूतकाळ बाजूला ठेवण्याची आता मला सवय झाली होती. ते अंतर मला राखायचे होते.

"खरंच मी यायची गरज नाहीये?"

"हो, अगदी नक्की!"

"या सामानाचे काय करायचे ते तूच ठरव. तुला काय हवे ते घेऊन जा. बाकीचे विकून टाक. बोटीतून हाँगकाँगला नेण्याइतके महत्त्वाचे काहीही नसणार यात," असे तो म्हणाला होता.

"तुला काहीच नकोय? तुझ्या बायकोमुलींसाठीसुद्धा न्यावंसं वाटत नाहीये?" त्याच्या चिनी बायकोला मी दोनतीन वेळा ती लंडनला आली होती तेव्हा भेटले होते. त्याच्या मुलींना तर मी फक्त त्याने पाठवलेल्या फोटोंत बघितले होते. बीचवर खेळणाऱ्या दोन गोड मुली. आता त्या मोठ्या झाल्या असणार. अशा बागडण्याच्या वयातल्या राहिल्या नसणार, पण माझ्या डोळ्यांपुढे फक्त तो त्यांचा लहानपणचा फोटोच होता. आता त्या केवढ्या होत्या, कशा दिसत होत्या ते कळायला काही मार्गच नव्हता.

"मला वाटतं की, आठवण म्हणून तुझ्या मुलींकडे यातलं काहीतरी असायला हवं. मला द्यायला आवडेल. मी बघते आणि पाठवते."

"ठीक आहे." तो म्हणाला. पण त्यात काही दम नव्हता.

घरात अगदी विचित्र वाटत होते. जणू काही सगळ्याच गोष्टींची जागा कोणीतरी बदलली होती. खरेतर असे होणे शक्य नव्हते. मला या घराचा कानाकोपरा माहिती होता. आमच्या लहानपणापासून तिथे फारसा बदल झालाच नव्हता. माझी तिथे बऱ्यापैकी ये-जाही होती. विशेषत: बाबांच्या आजारपणात तर मी पुष्कळदा यायचे. कदाचित घरातली व्यक्ती गेल्यामुळे तिथे आता असे वेगळे वाटत असेल.

मी स्वयंपाकघरापासून सुरुवात केली. घरातले खराब होऊ शकणारे अन्नपदार्थ मी फेकून दिले. मला घरी नेता येण्यासारख्या वस्तू एका खोक्यात भरल्या. थोडीफार साफसफाईसुद्धा केली. जिथे जिथे घरातल्या म्हाताऱ्या माणसाची अधू नजर पोहोचू शकली नसेल त्या सर्व जागा, सगळी कपाटे, शेल्फ, अगदी कोपरान् कोपरा पदर खोचून चकाचक स्वच्छ करावा अशी प्रबळ इच्छा मला झाली. पण मी स्वत:ला आवरले. फक्त टेबल आणि सिंक पुसून काढले. याआधी एक कामवाल्या बाई दर दोन-चार दिवसांनी येऊन घरात केरवारे करायच्या. त्यांना बोलावून त्यांच्याकडून एक पूर्ण दिवस काम करून घ्यायचे मी ठरवले. घर विकण्यापूर्वी हे करायला हवे होते.

हात कामात गुंतले त्यामुळे त्या उदासवाण्या घराला थोडा जिवंतपणा आला. गॅस पेटवून मी कॉफी करायला घेतली. ब्लॅक कॉफीच घ्यायला हवी होती. दूधबिध काहीच नव्हते घरात. घरभर धूळच धूळ होती. मी तशीच सर्व खोल्यांत फिरून आले. या घरासाठी काळ जणू गोठला होता. या अलीकडच्या घटना म्हणजे माझ्या बाबांचे आजारपण आणि मग मृत्यू आणि पूर्वीच्या माझ्या लहानपणच्या आठवणी या सगळ्या मालिकांच्या तुकड्यांपासून मी अलग झाले होते. धुळीतून बोटे फिरवून रेघोट्या माराव्यात तशा या आठवणींच्या धूसर पट्ट्या माझ्या मनात उमटत होत्या.

अशा विषण्ण मन:स्थितीतच मी कॉफीचा कप घेऊन त्यांच्या टेबलापाशी आले. टेबलावरील चामड्याचे कव्हर वृद्ध माणसाच्या त्वचेसारखे जीर्ण झाले होते. तरीही मी अगदी सावकाश कप खाली एका कागदावर ठेवला. हे कव्हर, तिथल्या ड्रॉवर्सची गोल हँडल्स सगळे मला आठवत होते. पण आता हा स्पर्श वेगळाच वाटत होता. पन्नास वर्षांपूर्वीपासूनची पिवळी पडलेली कागदपत्रे कशीतरी ढीग करून ठेवलेली असणार असे मला वाटले होते. पण प्रत्यक्षात सगळे कागद नीट वर्गवारी करून तारखेनिशी लावून ठेवले होते.

घरात शिरल्यापासून पहिल्यांदाच मला भावना अनावर झाल्या. आजारपणात त्यांनी हा उद्योग केला होता. मला पुढे सोपे जावे म्हणून सगळे नीट आवरून ठेवले होते. मी आत्ता ज्या खुर्चीत बसले होते तिथेच माझे थकलेभागलेले बाबा बसले असतील.

एकापाठोपाठ एक ड्रॉवर उघडून त्यातली सर्व कागदपत्रे काढून प्रत्येक कागद वाचून विषय, तारीख यानुसार लावून ठेवले असतील. नको असलेले कागद फाडून बादलीभर कचरा काढला असेल. मी विचारपूस करण्यासाठी वेळोवेळी त्यांना फोन करत असे. दरवेळी ते मला आपण कामात असल्याचे सांगत. त्यावेळी बाबा ही आवराआवरी करत होते. त्यांनी स्वतःच्या सगळ्या गोष्टींची नीट आखणी केली होती. त्यांच्या मृत्यूची नोंद करण्यासाठी मला ज्याची गरज भासणार होती ते सगळे कागद, म्हणजे जन्म, विवाह यांचे दाखले, आपले मृत्युपत्र वगैरे वेगळे काढून ठेवले होते. बाकीची पत्रे, त्यांची युद्धकालीन स्केचबुक्स, अल्बममध्ये न लावले गेलेले फोटो, घरातल्या मौल्यवान वस्तूंच्या पावत्या, घड्याळांच्या चाव्या, एक होकायंत्र आणि सिगारेट केस सगळे वेगवेगळे करून व्यवस्थित आवरून ठेवले होते. नको त्या गोष्टींची विल्हेवाट लावली होती. नानाविध गोष्टींनी ओसंडून वाहणारे ते ड्रॉवर्स आता अगदी रिते भासत होते. त्या उघड्या लाकडी ड्रॉवर्सचा वास, कागदांचा वास, धूळ यावरून नुकतीच तिथे काही हलवाहलव केली गेली असल्याची खातरजमा होत होती.

यातल्या बऱ्याचशा गोष्टींशी माझा लहानपणापासून चांगला परिचय होता. या ड्रॉवर्समध्ये मी पूर्वी अनेकदा उचकापाचक केलेली होती. कधी बाबांना सांगून तर कधी त्यांच्या नकळतसुद्धा. आमच्या मानेवर संशयाचे भूत होते तेव्हा पीटरने व मी ड्रॉवर्स धुंडाळले होते. आम्हाला तेव्हा अपराध्यासारखेही वाटले होते. माझ्या आठवणीतल्या जवळजवळ सगळ्या गोष्टी तिथे होत्या. मुलांच्या पार्टीत आम्ही एक स्मरणशक्तीचा खेळ खेळत असू. एका ट्रेमध्ये सटरफटर अनेक गोष्टी ठेवलेल्या असत. एक मिनिटभर तो ट्रे आम्हाला दाखवला जाई. मग तो बाजूला घेऊन त्यातल्या काही गोष्टी काढून ठेवल्या जात. बाकीच्यांची जागा बदलली जाई. दुसऱ्यांदा तो ट्रे आमच्यासमोर आणला की, आम्हाला कोणत्या गोष्टी आधी होत्या ते आठवून काय काय काढून घेतले गेले ते ओळखायला सांगितले जाई. मी यात चांगली पारंगत होते. ट्रेकडे बघून त्यातल्या सगळ्या गोष्टींसकट एक फोटोसारखी प्रतिमा मी माझ्या मनात उभी करायचा प्रयत्न करत असे. मग मी डोळे घट्ट बंद करे आणि दुसऱ्यांदा तो ट्रे समोर आला की, मगच डोळे उघडत असे आणि तिथे झालेले बदल क्षणार्धात माझ्या नजरेसमोर येत. तिथे मला असेच काहीसे जाणवत होते. फक्त तिथून नक्की काय काढले आहे ते सांगता येणे कठीण होते. एक विशेष

बाब म्हणजे आधी तिथे नसलेल्या काही वस्तू आता तिथे आल्या होत्या. आईची १९६० सालची निळी लेट्स पॉकेट डायरी. आमच्या शोधमोहिमेच्या वेळी किंवा नंतर कधी मी ड्रॉवर उचकले होते तेव्हा ही चीज तिथे नव्हती. या डायरीत निळ्या पेनने छान अक्षरात आठवणीसाठी करून ठेवलेल्या काही नोंदी होत्या. भेटीगाठींच्या वेळा होत्या. जवळजवळ सगळी पाने अगदी पुढच्या जानेवारीच्या सुरुवातीच्या पानापर्यंत भरली होती. ती वारली त्या दिवशीची ऑक्सफर्डमधल्या डॉक्टरची अपॉइंटमेंट सुद्धा नोंदवली गेली होती.

अगदी शेवटचा ड्रॉवर उघडला तेव्हा तिथे ही डायरी मला सापडली. ती टेबलावर ठेवून मी आधी ड्रॉवरमधले इतर कागद नजरेखालून घातले. बाकी विशेष महत्त्वाचे काहीही नाही हे लक्षात आल्यावर मी सगळे ड्रॉवर्स बंद केले. मग शांतपणे ती डायरी अथपासून इतिपर्यंत वाचून काढली.

एकेकाळी असे काही वाचायला मिळावे म्हणून पीटरने जिवाचे रान केले असते. मीसुद्धा काहीही दिले असते. पण यात फक्त डेंटिस्टच्या आणि इतर डॉक्टर्सच्या भेटीच्या वेळा, शाळेच्या टर्मची सुरुवात आणि शेवट अशा अगदी क्षुल्लक गोष्टी होत्या. एका जिवंत व्यक्तीच्या जीवनातील एका वर्षाच्या घडामोडींचे रूपांतर फक्त एका सिगारेट केसएवढ्या आकाराच्या डायरीत झाले होते. खासगी अशी फक्त एक ओळ तिथे होती. विशेष नोंदींसाठी अगदी शेवटी जी काही कोरी पाने सोडलेली असतात, तिथे लिहिलेले वाक्य मी लगेच ओळखले होते– 'उजाड माळरानातील लिलीची फुले.'

त्याला जर हे माहिती असते तर त्याने याचा काय अर्थ लावला असता? जर तो माझ्याबरोबर घरी आला असता किंवा अगदी घरी आला नसता तरी आपल्या घरी जाताना विमान प्रवासात त्याला कळले असते तर?

"बघ ॲना, हे बघ!"

केवळ आपल्या तीव्र भावनांच्या जोरावर या मुलाने मला जखडून ठेवले असते. आता मोठेपणी मला अनोळखी वाटणाऱ्या या बुवाने नाही, तर ड्रॉवर्स, फाईली, कागदपत्रे उचकणाऱ्या माझ्या त्या छोट्या भावाने. अशक्त शिवशिवणारी बोटे, तारवटलेले डोळे... "हे बघ. नीट आवरलेले हे टेबल बघ. घरातला इतर पुरावा बघ. बघ माझे बरोबर होते. होय की नाही? पहिल्यापासूनच माझे बरोबर होते. हा एखाददुसरा तुरळक प्रसंग नाहीये. कटकारस्थान आहे. दुसरेच कोणीतरी आपल्या आईबाबांपेक्षा वेगळेच कोणीतरी, सर्वस्वी परके लोक सूत्रे हलवत होते."

आत्ता एवढ्या वर्षांनंतरही ते विसरलेले नाहीत. त्यांच्या लक्षात होते. ते आले.

व्यवस्थित शोध घेतला. सगळे आवरून टाकले. आपल्याला काय सापडायला हवे आणि काय गायब करायला हवे ते पक्के ठरवलेले होते. हा सगळा निरानिपटा जाणूनबुजून केलेला आहे. हे काम एका वयस्कर, मरणोन्मुख माणसाचे असणेच शक्य नाही.''

तरी तुला सांगत होतो. विचारांची शृंखला एकदा सुरू झाल्यावर थांबवता येतच नाही.

पहिल्याच दिवशी मी ती डायरी माझ्याबरोबर आणली आणि थोडासा शिल्लक खाऊ एका खोक्यातून आणला. बाकी काही घेतले नाही. खोके गाडीत ठेवून मी दाराला कुलूप लावायला मागे वळले. ते घर आजही तसेच होते. अजूनही तिथे विमानांच्या मॉडेलच्या डिंकाचा वास होता. फायरप्लेस धगधगत होती. सगळ्या खोल्यांतून त्या कुटुंबाचा वावर जाणवत होता.

''ॲना, तुला हे सगळं लक्षातच ठेवायला हवं. कुठेही लिहून ठेवू नकोस. चालणारच नाही लिहिलेलं. सतत डोक्यातच असायला हवं.''

जणू काही कोणीतरी आमच्या पाळतीवर होते. आमचा पाठलाग करत होते. कोणत्याही क्षणी आम्हाला पकडून आमच्यावर प्रश्नांचा भडिमार केला जाणार होता आणि मला उत्तरे देता येणार नव्हती. ती सांकेतिक भाषा, तो तपास, एखादी गोष्ट चुकली किंवा राहिली तर निस्तरण्याचे बेत, संपर्क साधण्याच्या आणि कामगिरी पार पाडण्याच्या पद्धती. मी अजाण असल्यामुळे पूर्ण गोंधळून गेले होते. त्याने मला हे सगळे तपशीलवार शिकवायचा प्रयत्न केला होता. पण मला अगदीच थातुरमातुर समजले होते. संबंध असला तरी तो छुपा असायचा. प्रत्येक मध्यस्थ हा बेटासारखा असायचा. एकटा. अगदी गरजेनुसार आवश्यक तेवढीच माहिती प्रत्येकाला दिलेली असायची. एखादा साधासा वाक्प्रचार किंवा पुस्तकातली एखादी ओळ त्यांचे मुखवटे टरकावू शकली असती. एखाद्या क्षुल्लकशा चुकीमुळे त्यांची सांकेतिक भाषा सगळ्यांना समजली असती.

मी घरी पोहोचले, पण ते खोके उचलून आत न्यायची शक्ती माझ्यात शिल्लक नव्हती. सकाळी ते काढून मी नीट लावून ठेवले असते. टोमॅटो, कॉफी, काही मसाले, साखरेची आणि पिठाची अर्धीमुर्धी पिशवी तिथे पडून हे खराब झाले असते. मी फक्त ती डायरी आत नेली.

माझा नवरा आणि मुलगी स्वयंपाकघरात होते.

''हे काय आहे?'' माझ्या नवऱ्याने विचारले.

एक छोटेसे निळे पुस्तक आणि त्यातून लोंबणारी निळी रिबिन. हे सगळ्यांच्या

परिचयाचे दृश्य होते. मी काही सांगण्याची आवश्यकताच नव्हती.

"तू ठीक आहेस ना?"

"दमलीये. खूप थकलीये."

त्याने वाईनची बाटली उघडली. जेवणासाठी ऑम्लेट बनवले. मी ती डायरी एका खणात ठेवून दिली.

नंतर टी.व्ही. वर व्हायोलेट झॅबोवरचा सिनेमा लागला होता. नाहीतरी दुसरे काही करण्याजोगे नसल्यामुळे मी पडदे वगैरे सरकवून दुपारी सिनेमा बघत बसले. ही १९५८ सालची फिल्म होती, पण मी ती बघितली नव्हती. लहानपणीच मी ते मूळ पुस्तक वाचले होते. सिनेमा मात्र बघायचा राहून गेला होता.

जेव्हा व्हायोलेट विरोधी पक्षाला सामोरी गेली तेव्हा ओळखीसाठी एक संकेत वापरला आहे.

व्हायोलेट : शेवटी वसंत ऋतू आला एकदाचा.
फ्रेंच गॅरेज मेकॅनिक : खूपच लांबला हा हिवाळा.
व्हायोलेट : आणि आता दिवसही मोठे होतील.

व्हर्जिनिया मॅकेन्ना ही माझ्या कल्पनेतल्या व्हायोलेटसारखी अजिबात दिसत नव्हती.

मग माझ्या लक्षात आले की, मला हे कोड्याचे तुकडे जुळवायला हवेत. भूतकाळाचा काही अर्थ लावल्याशिवाय मला मन:शांती मिळाली नसती. पुन्हा सगळ्या घटनांची उजळणी करायला हवी होती. माझ्या मनात रुंजी घालणाऱ्या आठवणी आणि माझ्यासमोर घडलेल्या गोष्टी सगळ्याच पुन्हा तपासून बघायला हव्या होत्या. जिथे हे घडले, त्या प्रत्येक जागेला नव्याने भेट द्यावी लागली असती. मला थोडासा जरी फावला वेळ मिळाला असता, तरी मी याचा छडा लावला असता.

माझी मुलगी शाळेतून आली तेव्हा दिवसाउजेडी पडदे सरकवलेले पाहून तिला नवल वाटले. "आई, तू आत्ता टी.व्ही. बघत होतीस? मग आता मी बघणारे, तेव्हा मला अडवू नकोस."

"मला एक कार्यक्रम बघायचाच होता. माझ्या लहानपणचं काय काय आठवलं त्यामुळे."

माझ्या स्मरणातला हा सगळ्यात लांबलचक हिवाळा होता. महाभयानक हिमवादळाचा हिवाळा. पहिल्यापहिल्यांदा ती फक्त एक बातमी वाटली. हेलिकॉप्टर्समधून अन्न आणि इतर जीवनावश्यक पदार्थांचा पुरवठा केला जात होता. टी.व्ही. वर ती दृश्ये बघता येत होती. कामगारांना कारखान्यांमधून घरी पाठवले जात होते. शेतकऱ्यांनी घराबाहेरील बर्फात आपल्याकडचे उरलेले, खराब झालेले दूध फेकून दिले होते. ते ग्राहकांपर्यंत पोहोचूच शकले नव्हते. एवढ्या आपत्ती येऊनही हिमवृष्टी कमी झालीच नव्हती. तापमान वाढले नव्हते. थंडी, बर्फ, त्याचे साठलेले ढीग बाजूला करण्याचे निष्फळ प्रयत्न चालूच होते. दूधवाला दूध घेऊन आल्यावर तुम्ही ते ताबडतोब आत आणले नाहीत तर ते तिथे पायरीवरच गोठून दगड बनायचे. दुधाच्या स्निग्धांशाचा वर साका बनायचा आणि त्याच्या दाबाने बाटलीचे चंदेरी बूच फाटकन उडायचे.

कठीण काळ होता तो. सराह कॅनसाठी तर अतिशय खडतर होता. मला नैराश्य हा शब्दसुद्धा तेव्हा माहिती नव्हता. त्या काळात लोक तो फारसा वापरतदेखील नसत. त्यांच्या घरातला तो माणूस आणि पुढे त्याचे निघून जाणे यातील नाट्य. त्यांच्या आयुष्यातल्या या प्रसंगांची मी साक्षीदार होते आणि या प्रसंगांवरून मी त्या शब्दाचा अन्वयार्थ लावला. आता इतिहास माहीत असल्यामुळे, त्यांच्या अनुभवांची कल्पना असल्यामुळे मी कदाचित याचा वेगळा अर्थ लावला असता. तेव्हा, त्या अबोध वयातही मला त्यांच्या एकाकीपणाच्या भावना जाणवायच्या. ते थंडीचे दिवस त्यांच्यासाठी किती कठीण, अंतहीन गेले असतील. संपूर्ण घरात त्या एकट्या असायच्या. गावाचा संपर्क तुटलेला होता. बाहेर सगळीकडे फक्त बर्फाचे साम्राज्य दिसे. असे दिवसचे दिवस, आठवडेच्या आठवडे कंठायचे. तो माणूस

गेल्यावर तर प्रत्येक दिवस खायला उठत असणार.

बाबा घरी असायचे तेव्हा माझ्याबरोबर क्लासपर्यंत सोबत यायला त्यांना खूप आवडायचे. फुटपाथवर बर्फाचा ढीग जमल्यामुळे आम्हाला त्या भागात रस्त्यावरूनच चालावे लागे. त्या दिवशी तिथून गेलेल्या गाड्यांमुळे एक चाकोरी तयार झालेली असायची. त्यावरून आम्ही जात असू. त्यांच्या फाटकापासून दरवाज्यापर्यंत फक्त एखाद्याच व्यक्तीच्या पावलांचे ठसे असायचे. पोस्टमन किंवा दूधवाला दारापर्यंत जाऊन परत आलेला असायचा. कधीकधी तर तेही नसायचे. आदल्या दिवसाचे ठसे नवीन हिमवृष्टीखाली झाकले जायचे. त्या बाहेर पडल्याची एकही खूण नसायची.

एकदा आम्ही तिथे पोहोचलो तेव्हा त्या पियानो वाजवत होत्या. त्यांना आमची चाहूलही लागली नाही आणि दार वाजवल्याचेही ऐकू आले नाही. आम्हाला मात्र दार उघडण्याची वाट बघत थंडीत ताटकळावे लागले होते.

"त्या इतकं सुंदर वाजवतात हे मला माहीत नव्हतं." बाबा म्हणाले.

"त्यांचं घराणंच संगीतकारांचं होतं. त्यांचे वडील बर्लिनमधले एक संगीतकार होते."

"तुझी आई म्हणाली होती की, आपलं नशीब थोर म्हणून त्या आपल्याला इथे भेटल्या."

वादनात थोडा विराम येईपर्यंत आम्हाला थांबावे लागले. वाजवताना त्या एक सेकंद थांबत. मनातल्या मनात रियाझ करून एखादी अवघड जागा किंवा त्यांच्या पसंतीला न उतरलेला सूर पुन्हा निश्चयाने वाजवत. आम्ही आणखी जोरात दरवाजा ठोकला. त्यांनी सरतेशेवटी जेव्हा दार उघडले तेव्हा क्षणभर त्या आमच्याकडे बघतच राहिल्या. जणू काही आम्ही कोणीतरी अनोळखी माणसे होतो किंवा त्या परग्रहावरून आल्या होत्या. त्या प्रथम जेव्हा इथे आल्या तेव्हा बोटीतून उतरल्यावर सगळे परके चेहरे बघून आणि अगम्य भाषा ऐकून अशाच भांबावून गेल्या असतील असे माझ्या मनात आले.

"माफ करा हं. आज क्लासचा वार आहे हे मी साफ विसरून गेले."

"मी समजू शकतो." बाबा म्हणाले. "या वादळामुळे दिवसरात्रीचा सगळा गोंधळ झालाय." ते थोडा वेळ तसेच अवघडून उभे राहिले आणि मग निघून गेले.

"तू एवढ्या जोरात दार वाजवायला नको होतंस." ते गेल्यावर त्या म्हणाल्या.

"त्याची जरूर नव्हती. मी इथेच तर असते. तू एवढ्या जोरात ठोकलंस की, मला वाटलं दुसरंच कोणीतरी असणार."

त्या हिवाळ्यात नक्की कधी कोण जाणे, पण स्वत: घरात असताना त्यांनी दाराला आतून कडीकुलपं घालायला सुरुवात केली. मला हे विचित्र वाटले. गावची माणसे असे करत नाहीत. दारेखिडक्या उघड्या टाकून किंवा फारतर नुसत्या लोटून घेऊन लोक बाजारातसुद्धा जात. शेजारच्या घरी जाताना मागच्या अंगणात जाऊन हाक मारली की भागत असे. पण सराह कॅनच्या दारावर टकटक केल्यावर आतून चावी फिरवल्याचा, कडी सरकवल्याचा आवाज येई. तिथे उगीचच खूप गूढ वगैरे वाटे. मी आत गेल्यावर त्या पुन्हा सगळा कडेकोट बंदोबस्त करत. दाराला एक जाड ब्लँकेटची गुंडाळी लावून ठेवत. गार वारा येतो म्हणून ब्लँकेटचा आडोसा केला असे त्या सांगत. ते पटण्यासारखेही होते. पण मग कड्याकुलपांचा काय मतलब होता? कुलूप लावल्यामुळे काही घरात ऊब येणार नव्हती.

तो गृहस्थ आत्ता जरी निघून गेला असला तरी तो परत येईल अशी त्यांना भीती वाटत असणार असा माझा ग्रह झाला होता.

घरात अंधार दाटला होता. सगळ्याच गोष्टी थंडगार पडल्या होत्या. फक्त पियानोवरचा दिवा लावलेला होता. ज्या पॅसेजमधून त्या दरवाजा उघडायला आल्या होत्या तिथेसुद्धा काळोखच होता. फायरप्लेस विझलेली होती. सराह कॅननी परत निखारे आणि कोळसे आणून ती पेटवली. मी पियानोच्या सरावाला सुरुवात केली. आपली रंगीत शाल लपेटून त्या धगधगणाऱ्या फायरप्लेसमध्ये आणखी लाकडे सरकवू लागल्या.

''मी पुढचं वाजवू का?''

''वाजव ना! काय बरं वाजवतीएस तू? डायबेली हो ना?''

''नाही काही. ते केव्हाच झालं. तिसरीला होतं ते.''

''बरोबर! बरोबर! खूप छान वाजवलं होतंस.''

त्यांना काहीही आठवत नव्हते हे त्यांच्या चेहऱ्यावर स्पष्ट दिसत होते.

''तुम्ही मला काहीतरी नवीन दाखवलं होतंत. मागच्याच आठवड्यात आपण सुरू केलं होतं.''

त्यांनी आठवायचा प्रयत्न केला, पण त्या दिवशी त्या खूप अस्वस्थ होत्या. कदाचित अजून गारठलेल्याच असाव्यात. मी वाजवत असताना त्या माझ्या मागे येऊन उभ्या राहिल्या. नेहमीसारख्या बाजूला बसल्या नाहीत. मला अगदी चमत्कारिक झाले आणि त्यामुळे माझा सूर चुकू लागला.

''आपण या सुरावटीच्या मूडबद्दल बोललो का? हे अगदी नेमकं यायला हवं.''

त्यांनी इलेक्ट्रॉनिक तबल्याचा ताल जुळवला आणि तो पियानोच्या वर ठेवला.

पेटत्या ढलप्यांच्या आवाजाच्या साथीला आता तबल्याचे बोल होते. मी एकाग्र होऊन बोटे आखडून न धरता वाजवायचा प्रयत्न केला.

मी मागे वळून पाहिले नाही तरी मला जाणवले की, आधी त्या माझ्या अगदी मागे उभ्या होत्या, पण आता तिथे नाहीयेत. त्या भरकटत खिडकीपाशी गेल्या होत्या आणि बाहेरच्या काळोख्या रस्त्याकडे बघत होत्या. मी तो संपूर्ण मुखडा वाजवून सम गाठली. सर्वसाधारणपणे काही सुरांनंतर त्या मला थांबवत आणि माझ्या चुका समजावून सांगून पुन:पुन्हा तेच घोटायला लावत. पण आत्ता त्यांनी धड ऐकलेसुद्धा नसणार असे मला वाटले. क्षणभर थांबून, पुन्हा कसेतरी उरकायचे म्हणून मी पहिल्यापासून वाजवायला सुरुवात केली. कोणीतरी माझ्या या वेगावर नियंत्रण घालायला पाहिजे होते हे त्यावेळीदेखील माझे मला कळत होते.

नंतर माझ्या हातात गरमागरम ड्रिंकिंग चॉकलेटचा कप आला. पण स्वयंपाकघरात तर सगळे थंडच होते.

''ही घाणेरडी हवा, ही थंडी संपतच नाहीये. तुम्हा मुलांनासुद्धा कंटाळा आला असेल. हो की नाही?''

''नाही. आम्हाला ही थंडी आवडते. प्रत्येक हिवाळा अस्साच असला पाहिजे.''

''कधीकधी मुले पार त्या टेकडीवर जातात. तू जातेस की नाही कधी? तूपण त्या मुलांमध्ये असशील का, असा विचार नेहमी माझ्या मनात येतो. सगळीच छान स्वेटर्स आणि कोटात लपेटलेली गुबगुबीत मुले, मला इथून कोणालाच ओळखता येत नाही.''

''जाते कधीकधी.''

''माझ्या लहानपणी यापेक्षासुद्धा खूप जास्त बर्फ असायचा.'' नंतर हे बोलणे आठवले की, तेव्हाचा त्यांचा सूर वेगळाच अगदी उदासवाणा होता असे मला वाटायचे. कदाचित नंतर जे घडले त्यामुळे असे वाटले असेल. तेव्हा मी फक्त एका भरपूर मोठ्या जंगलाने वेढलेल्या गावाची गोष्ट म्हणून ते ऐकले होते. तिथली गोठलेली तळी, त्यावर चालणारे स्केटिंग. सराह कॅनकडेसुद्धा बर्फावरून घसरायची गाडी होती. आपल्या एका मैत्रिणीबरोबर आपण ती टेकडीवर घेऊन जात असू, असे त्यांनी सांगितले.

* * *

माझ्या बाबांची गाडी बाहेर आली. सराह कॅनने दाराचे कुलूप काढले.

बघ. पुन्हा बर्फ पडायला लागलाय. कसा पिसांसारखा भुरभुरतोय.

उघड्या दरवाज्यातून प्रकाशाची एक तिरीप बाहेर डोकावली. त्या उजेडात तो बर्फ खरेच पिसासारखा हलका आणि वाऱ्यावर झुलत झुलत खाली येताना दिसला.

"कधीकधी मला वाटतं की, एवढा बर्फ पडेल की, आपण सगळे त्यात बुडून जाऊ. ही सगळी पिसं आपल्याला दाबून टाकतील." त्या हळू आवाजात बोलल्या आणि उगीचच खोटे खोटे हसल्या.

मी गाडीत जाऊन बसले. माझ्या सगळ्या संवेदना एकदम जागृत झाल्या आणि या शब्दांचा नेमका अर्थ माझ्या ध्यानात आला. गाडून टाकणारी पांढरट राखाडी थंडगार पिसे. हलक्या वस्तूंचे ओझे. आरामशीर नाही तर गुदमरवून टाकणारे. मऊ कापसाच्या उशीने नाकतोंड दाबून ठार मारण्यासारखे. असाही खून केला जातो. ज्याच्यावर आपले मनापासून प्रेम असते, अतिशय हलकेपणे त्याच्या यातना संपवता येतात. वेदनेने तळमळणाऱ्या आपल्या मरणोन्मुख मुलाला आई अशीच संपवेल. मुलगा झोपेतच राम म्हणेल. काय होत आहे ते त्याला कळण्यापूर्वीच सगळे आटपलेले असेल. सराह कॅन पिसांबद्दल बोलल्या, तेव्हा ती वस्तू खरी कशी दिसते ते त्यांना सांगायचे नव्हते, तर त्यातला गर्भितार्थ वेगळाच होता. त्या आपल्या अनुभवाविषयी सांगत होत्या. या बर्फामुळे त्यांना खरेच घुसमटायला होत होते.

"मला यापुढे पियानो नाही शिकायचाय."

विचार न करताच मी फटकन बोलून गेले. नंतर माझ्या लक्षात आले की, मला जे सांगायचे नव्हते, ते हे नव्हते. मला पियानोशी किंवा सराह कॅनशी नाते तोडायचे नव्हते. पण हे पियानो वादन आणि सराह कॅनमुळे माझ्या मनात जे तरंग उमटायचे, त्या तरंगांची मला भीती वाटत होती.

"अरे एकदम असं काय झालं बेटा?"

"काही नाही. मला नाही आवडत आता हे. बास!"

"पण तू तर किती छान वाजवतेस. सगळेच म्हणतात तू उत्तम वाजवतेस म्हणून!"

मी गाडीत होते. गाडी गावातच होती तरी मला एक प्रकारची भीती वाटत होती. गाडीच्या पुढच्या काचेवर हा बर्फाचा मारा होतच होता. वायपर्स तो परतवून लावत होते, पण काही हटवादी पिसे तिथेच चिकटून फक्त मागेपुढे हलत होती.

"अजून काही दिवस तरी शीक ग ॲना. तू वाजवायचीस ते तुझ्या आईला किती आवडायचं."

"नाही. मला नकोय."

“एकेकाळी ती पण सुरेख वाजवायची. तुझ्या जन्मापूर्वीची हकिकत आहे. नंतर तिला कधी अशी फुरसतच मिळायची नाही.”

मी माझे म्हणणे सोडले नाही. खरंतर ही माहिती माझ्यासाठी नवीन होती. एरवी अनायासे हा विषय निघालाच आहे आणि बाबा भूतकाळाविषयी एवढ्या मोकळेपणाने बोलत आहेत म्हटल्यावर मी आणखी खोदून खोदून विचारले असते.

“तुम्ही पीटरला क्लॅरिएनट सोडायची परवानगी दिलीतच की!”

“अगं, पण ती केव्हा दिली? तो होस्टेलला गेला ना रहायला, तेव्हा. तू पण येत्या सप्टेंबरमध्ये जाशील. तिथे सगळं कसं काय आहे ते बघ, मग या वर्षअखेरीला बोलू ना आपण यावर.”

“त्याला अजून युगं आहेत.”

“चल. एवढी काही युगंबिगं नाहीयेत.”

“मग मला आत्ताच्या आत्ता तिथे जाऊदे. मला जायचंय.”

पुढचा रस्ता एखाद्या बोगद्यासारखा अंधारा होता. आधीच्या गाडीच्या चाकोरीतून आम्ही जात होतो, पण पुढची चाकोरी पांढरीशुभ्र होत होती.

"**या** कॉर्ड्स नीट बघ. कोणत्या पट्टीमुळे कोणता सूर गवसेल ते तुझं तुलाच सहज कळेल.'' सराह कॅननी सांगितले असते.

"सुरुवातीला नोट्सवर लक्ष केंद्रित कर. मग एकदम शेवटी नोट्सवर नजर टाक. कधीकधी मधली एखादी नोट दिलेली नसते. पण ते तुला जाणवेल आणि मग तुला कळेल की, हे किती सोपं आहे ते.''

ही संगीताची भाषा पीटरच्या सांकेतिक शब्दांपेक्षा खूपच सोपी होती. मला मात्र ती त्याच्या सांकेतिक भाषेसारखीच ठरावीक रचनेवर आधारित आहे असे वाटे. एकदा का ते कळीचे शब्द, त्यांचे आपापसातील नाते ध्यानात आले की, चटकन उलगडा होई. मधली रिकामी जागा तिसरा पाचवा शब्द. अगदी अशाच प्रकारे एकाच पट्टीवरील निरनिराळ्या अर्थांचे सूर. कधीकधी तोच स्वर पण पट्टी बदलली की, तीव्र किंवा कोमल होत असे.

सगळा अतिशय अवघड गुंता होता नुसता. साधी सरळ गोष्ट अशी कठीण कशाला करायची ते माझ्या आकलनापलीकडचे होते. सगळेच दिसते तसे का नसते. हे म्हणजे गुप्तहेरांच्या गोष्टीसारखे झाले. मला यावर कधी विश्वास ठेवावासा वाटे तर कधी हे साफ खोटं आहे असे वाटत असे. सगळ्यात छान म्हणजे याचा विचारच करायचा नाही. सगळे लोक एकमेकांशी कोणत्या नात्याने बांधले गेले होते तेही मला समजून घ्यायचे नव्हते. यात काही ठरावीक रचनाबंध होता का नव्हता, याच्याशी मला काही देणेघेणे नव्हते. पीटरला खरेच ही माहिती हवी होती का याचीही मला मधूनमधून शंका येई. मी जेव्हा त्याला भेटे तेव्हा त्याच्या दृष्टीने हे खूप महत्त्वाचे आहे असे मला जाणवे. पण पीटरसाठी प्रत्येक गोष्ट म्हणजे जीवनमरणाचा प्रश्न असे. तो थट्टामस्करी करतानासुद्धा एकदम गंभीर

असे. त्यामुळे त्याच्या मस्करीची कुस्करी होत असे. तो होस्टेलवर होता तेव्हा त्याने या सगळ्याचा विचार केला असला तर ते मला माहीत नव्हते. रोज झोप लागण्यापूर्वी, सकाळी जाग येतानाच्या संभ्रमावस्थेत, घरची वाट धरताना किंवा मग शिस्तीच्या बंधनात अडकलेल्या विद्यार्थ्यांतून सुट्टीला घरी आलेल्या लहान मुलात परिवर्तित होताना– अशा प्रसंगांसाठी हे त्याच्यासाठी निव्वळ विरंगुळ्याचे एक साधन होते का खरेच त्याला याचा पाठपुरावा करायचा होता? सगळे नुसते प्रश्नच समोर फेर धरून उभे होते.

पीटरने सांगितले की, कधीकधी हेरांचा खेळ 'कटआऊट्स' या नावाने ओळखल्या जाणाऱ्या लोकांतर्फे आयोजित केला जाई. प्रत्येक ठिकाणी मध्यस्थ नेमलेले होते. मास्टर्सच्या हातात सगळ्या नाड्या असत. पण या दोघांचा आपापसात काहीही संपर्क नसे. यांच्यामधला दुवा म्हणजे हे कटआऊट्स. यामुळे प्रत्येक मध्यस्थाला फक्त आपल्या कामाशी मतलब असे. त्याला इतर काही माहिती मिळण्याची बिलकूल शक्यता नसे. त्यामुळे एखादा पकडला गेला तरी त्याच्या तपासणीत इतरांचा ठावठिकाणा लागत नसे. त्यामुळे हा खेळ निरंतर चालूच राही.

मला त्याला एक प्रश्न विचारायचा होता. जर तुम्ही कटआऊटलाच पकडलेत तर? किंवा काही कारणाने तुमचा त्याच्याशी संपर्क तुटला, तर मग खेळ खलास होणार का नाही? मग हा साखळीतला शेवटचा दुवा, म्हणजे मध्यस्थ, ज्या कोणाचे सोंग घेऊन आयुष्य व्यतीत करत असेल, तो तसेच आपले जीवन विनाव्यत्यय जगत राहील.

जेव्हा सराह कॅनने क्लास रद्द करण्यासाठी फोन केला, तेव्हा मला खूप आनंद झाला. आता त्या वेळात मी सूझनकडे जाऊ शकणार होते.

मिसेस लेसी दुपारच्या चहाबरोबर खाण्यासाठी सॉसेजेस बनवत होत्या.

"अरे, आज तू लवकर आलीस?" त्या म्हणाल्या. "आज काय तुला लवकर सोडलं का?"

"मिसेस कॅनना बरं नाहीये. जाम सर्दी झालीये." मी म्हणाले. त्यांनी खरेतर असे काही कारण दिले नव्हते. पण गावात बऱ्याच जणांना सर्दी झाली होती, म्हणजे त्यांनापण झाली असण्याची शक्यता होती.

"अच्छा, असं झालं का? एवढंच असलं तर चांगलंच आहे मग. मी त्यांच्याबद्दल काही वेगळंच ऐकलं. वाण्याकडे आलेली एकजण म्हणाली की, त्या दुकानात आल्या होत्या. पण खूप आजारी असल्यासारख्या दिसत होत्या

आणि विचित्रच वागल्या. म्हणजे काहीही न बोलता सरळ निघूनच गेल्या एकदम. मला वाटत होतं की, कोणीतरी जाऊन त्यांना भेटून यायला हवंय.''

''मला खात्री आहे की, त्या ठीक आहेत.'' मी घाईघाईने म्हणाले. मला कोणीही त्यांच्या घरी जायला नको होते. एकदोनदा मला सूझनबरोबर गावात अशा सदिच्छा दौऱ्यावर पाठवले गेले होते. ''त्यांना फक्त सर्दी झालीये. त्या म्हणाल्या की, कोणी त्यांना भेटायला जायची आवश्यकता नाही. म्हणजे त्यांना बरे वाटेपर्यंत तरी नाही.''

दोनेक दिवसांनंतर मी बाबांबरोबर गाडीतून त्यांच्या घरावरून चक्कर मारली. मार्च सुरू झाल्यामुळे दिवस मोठा होऊ लागला होता, पण अजून ऊन पडत नव्हते. वातावरण उदासच होते. आम्ही त्यांच्या घरावरून गेलो तेव्हा चहाची वेळ झाली होती. त्यांच्या घरात दिवे दिसत नव्हते. पण मला खात्री होती की, त्या घरातच आहेत. बाहेरच्या रस्त्यावर कोण आहे ते घरातून बघण्यासाठी पुरेसा उजेड होता. आम्ही तेथून जाताना मला जाणवत होते की, सराह कॅन त्या अंधारात एका ठिपक्यासारख्या उभ्या आहेत. नेहमीप्रमाणे त्यांनी दाराला कुलूप लावले आहे आणि दिवेही मालवले आहेत. एक काश्मिरी शाल लपेटून खिडकीशी उभ्या राहून त्या येणाऱ्या-जाणाऱ्या गाड्या बघत आहेत.

पुढच्या आठवड्यातला क्लासचा वार आला. मी दांडी मारायचे ठरवले. यापूर्वी मी कधीही क्लास बुडवला नव्हता. माझी क्लासची बॅग उचलून मी तिथे जायला निघाल्याचे नाटक केले. पण मी दुसरीकडेच गेले. गावात शुकशुकाट होता. मी कोठे जात आहे ते बघणारे कोणीही नव्हते.

आकाशात मळभ दाटून आले होते. वारा नव्हता. थंडी बऱ्यापैकी कमी झाली होती. गावातला मऊमऊ ओला बर्फ अतिशय घाण झाला होता. बर्फ संपायचा मौसम येऊन ठेपला होता. पण आता या हाडे गोठवणाऱ्या थंडीची आणि बर्फाची आम्हाला सवय झाली होती. सगळे काही बंद आणि विस्मरणात गेल्यासारखे वाटत होते. चिमणीतून बाहेर येणारा धूर क्षणार्धात राखाडी आकाशात विलीन होत होता. घरात दिवेलागण झाली असली तरी फारशी कोणाची वर्दळ दिसत नव्हती. खरेतर जिवंतपणाचे कोणतेच लक्षण दिसत नव्हते. मी मैदानाच्या रस्त्याने गेले तेव्हा मला दिसले की, झोपाळ्यांवर आणि घसरगुंड्यांवर बर्फाचा लवलेशही नव्हता. मी बराच वेळ मोठा झोका घेत बसले. समोरची घरे माझ्या जवळ येत होती

आणि लांब जात होती. डोळे बंद केल्यावरही मला मिटल्या डोळ्यांसमोर ती जवळ येणारी आणि दूर जाणारी छपरे दिसत राहिली.

त्याच कातरवेळी, त्याच संधिप्रकाशात मी माझ्या आईला पण अशी मागेपुढे हलणारी घरे बघताना पाहिले. फक्त त्या इमारती उंच होत्या आणि अगदी चिकटून चिकटून उभ्या होत्या. शहर होते ना ते! कधीकधी आईला युरोपच्या पूर्वेला, आशियात, नाही तर दुसरीकडे कोठेतरी अशाच अंधारकोठडीत डांबून ठेवले आहे, असे माझ्या डोळ्यांसमोर येई. युरोपच्या त्या भागाचा फक्त पूर्व असा दिशादर्शक उल्लेख होई. 'एका अरुंद जिन्याने ती वर गेली आहे काचेच्या बंद खिडकीपाशी उभी राहून बाहेर पाहत आहे.' जेव्हा जेव्हा ही खोली माझ्या डोळ्यांसमोर येई त्या प्रत्येक वेळी त्यात थोडाथोडा फरक झालेला असे. पण या खोलीच्या रंगाचे पोपडे उडालेले असत किंवा भिंतीला एक फाटका वॉलपेपर लावलेला असे. भिंतीचा रंग मला दिसलाच तर तो अगदी मळखाऊ, कळाहीन असे. दारेखिडक्या बंद असल्यामुळे आत एक प्रकारचा दमट, कुबट वास असे. माझ्या आईला अशा जागांचा मनस्वी तिटकारा होता. मस्त हवेशीर, भरपूर उजेड असलेली, सुंदर गोष्टींनी सजवलेली खोली तिला प्रिय होती. तिथे थंडी वाजत असणार. मला हे माहिती असण्याचे कारण म्हणजे, 'आईने तिचा स्वेटर तर काढला नव्हताच. शिवाय तिचे हात खिशात घातलेले होते. अंधार वाढत होता आणि आई तिथे उभी राहून बाहेरच्या इमारतींच्या छपरांवरून पलीकडचे दृश्य बघत होती.'

कदाचित तिने केवळ थंडी वाजत होती म्हणून स्वेटर घातलेला नसेल, तर ती नुकतीच आत आली असेल किंवा नुकताच तिने तो अंगावर चढवला असेल आणि ती निघायच्या तयारीत असेल. ती एका गाडीची वाट बघत आहे आणि म्हणून स्वेटरबिटर घालून ती जय्यत तयार आहे. थोड्याच वेळात तिला खालच्या रस्त्यावर एक काळी गाडी येऊन थांबलेली दिसते. दार उघडून ती अंधाऱ्या जिन्याने खाली उतरते.

गारठ्याने हातापायांच्या बोटांना खड्डे पडेपर्यंत मी झोका घेत राहिले, एवढा वेळ झोपाळ्यावर बसल्यामुळे मला मळमळायला लागले. मी हळूच एक पाऊल खाली टेकवून ते जमिनीवरून मागेपुढे फरफटवत झोका थांबवला.

माझी आई आता त्या गाडीत बसून जात आहे. ती एका पुलापाशी पोहोचते. एव्हाना पहाट झाली आहे, पण पूर्ण उजाडलेले नाही. झुंजुमुंजु प्रकाश आहे. भक्कम पोलादी खांबांवर उभारलेल्या त्या पुलावर धुके रेंगाळत आहे. पूल सुरू होण्यापूर्वी गाडी थांबते आणि मागच्या सीटवरून आई खाली उतरते. गाडीचा दरवाजा

धाडकन बंद होतो. फ्रीजचे दार लावल्यासारखा आवाज होतो. पुढच्या काचेमागे ड्रायव्हरची फक्त अंधूक आकृती दिसते. गाडीचे इंजीन चालूच ठेवलेले असते. धुक्यातून ही कंपने ऐकू येत राहतात. पुलाच्या दुसऱ्या टोकाला काही माणसे आईसाठी थांबलेली असतात. आई रस्त्याच्या मधून चालत चालत त्यांच्यापर्यंत पोहोचते.

डांबरावर तिच्या उंच टाचांच्या बुटांचा आवाज येतो. तिने स्टॉकिंग्ज घातले आहेत आणि तिचा कोट घंटेच्या आकाराचा आहे. शहरात तिचा हा पोशाख खरेदीला जाताना किंवा डॉक्टरकडे जाताना घालण्यासारखा नित्यनेमाचा वाटेल. या पुलावर मात्र तो वेगळा उठून दिसत आहे.

पुलावर आल्यावर तिच्या बुटांचा आवाज कमी होतो. आवाज रोखण्यासाठी तिथे भिंती वगैरे नाहीत तर फक्त मोकळी हवा आहे. खालच्या नदीचे पात्र चांगले लांबरुंद आणि खोल आहे. पाणी अर्थातच थंडगार असणार, पण एवढ्या वरून धुक्यातून ते दिसत नाही. गावाकडच्या शेतजमिनीचा वास त्या धुक्यातून वरपर्यंत येत आहे. खालच्या पाण्यामुळेच तर धुके निर्माण झाले आहे आणि आईच्या कोटातही ते शिरू पाहत आहे.

समोर उभ्या असलेल्या माणसांपैकी एक गडद ड्रेस घातलेली हडकुळीशी बाई बाजूला होते आणि आईच्या दिशेने चालू लागते.

झोका पूर्ण थांबला होता. मी थंडीने गारठले होते, पण या स्वप्नरंजनात गुंग झाले होते. का कोण जाणे पण मला वाटत होते की, या दोन स्त्रियांची अदलाबदल होणार आहे. कारण एकीचा कुटुंबकबिला होता तर दुसरी अगदी एकटीच होती. तिची कोणाला गरजही नव्हती. दुःखीकष्टी होती बिचारी. यात फारसे वावगे असे काही वाटत नव्हते.

मी हे प्रत्यक्ष समोर घडताना पाहिले. आई पुढे पुढे येत होती. दुसऱ्या बाईची माझ्याकडे पाठ होती. राखाडी रंगाच्या आकाशाच्या पार्श्वभूमीवर तिचा लाल रंगाचा स्कार्फ उठून दिसत होता. तो लाल ठिपका माझ्या आईच्या दिशेने जात होता. ''या गुप्तहेरांचे बॉसेस अतिशय निष्ठुर असतात,'' असे पीटर म्हणाला. त्यांच्या लेखी मध्यस्थांना फारशी किंमत नसते. जर एखादा मध्यस्थ त्यांच्या दृष्टीने महत्त्वाचा असेल, तर इतर काही मध्यस्थांच्या बदल्यात त्या माणसाला वाचवले जाई.

मी मैदानाबाहेर पडले, पण पुढे काय करावे हे न सुचून शेवटी चर्चमध्ये गेले. क्लास सुटण्याची वेळ होईपर्यंत थांबण्यासाठी ही जागा चांगली होती. चर्चच्या बाजूचा बर्फ अजून पायदळी आलेला नव्हता. त्यामुळे तिथल्या दोन थडग्यांच्या

मधल्या जागेतला शुभ्र पांढरा बर्फ आणि बर्फाच्या किनारीने नटलेले ते दगड अतिशय सुरेख दिसत होते. चर्चच्या आतमध्येदेखील पांढऱ्या रंगाच्या भिंती आणि तसेच थंडगार वातावरण होते. पण तिथे ओक वृक्षाच्या लाकडापासून बनवलेले उंच पाठीचे बाकसुद्धा होते. आलेल्या माणसांना शांतपणे बसता यावे यासाठी बाकाच्या बाजूला दरवाजे होते. मी एक दार उघडले आणि माझ्यामागे बंद करून घेतले. त्या छोट्याशा बंद लाकडी खोलीत मी बरोबरचे पुस्तक काढून वाचायला सुरुवात केली. निघण्यापूर्वी डोके चालवून मी माझ्या क्लासच्या बॅगेत हे पुस्तक ठेवले होते.

मी वाचनात इतकी तल्लीन झाले होते की, फादर चर्चचे दरवाजे बंद करायला आले आहेत हेसुद्धा मला कळले नाही. पॅसेजमध्ये कोणाची तरी चाहूल लागली आणि मी घाबरून ताडकन उठले. या गडबडीत माझी क्लासची बॅग खाली पडली.

''अरे कोण आहे... तुला थंडी नाही वाजत?''

अर्थात मी काकडले होते आणि माझी विचारशक्ती बधिर झाली होती.

''मी ओळखतो तुला. तू ॲलेक वॅटची धाकटी मुलगी आहेस.''

''मी आत्ताच आले. माझा पियानोचा क्लास होता. इथून जाता जाता आत डोकावले.''

''ठीक आहे डिअर. तुला हवं तेव्हा तू इथे येऊ शकतेस. एवढ्याचसाठी तर चर्च बांधतात. पण तू नशीबवान आहेस. मी सरळ दाराला कुलूप घालून जाणार होतो. मी तसं केलं असतं आणि मग तू रात्रभर अडकून पडली असतीस. एखादा पक्षीबिक्षी आत अडकला नाहीये ना हे पाहायला मी इथे आलो. कधीकधी पक्षी आत येतो आणि अडकतो. मग सुटण्याच्या धडपडीत खिडकीला धडका देऊन सगळीकडे घाण करून ठेवतो.''

मी फादरना पूर्वी बघितले होते. ते कधीतरी शाळेत यायचे सणासमारंभाला. त्यांच्या घराच्या इथून जाताना ते नेहमी बागेत काम करताना दिसायचे. ते अगदी बारीक होते. त्यांचे केसही पिकलेले होते. एकंदरीत थोडे विचित्रच दिसायचे ते.

''मी आता घरी जाते.''

फादर एकदम हसले आणि त्यांनी खिशातून काहीतरी काढले. ते पन्नास पैशाचे नाणे होते.

''हे घे तुला. मला हे इथे पडलेले सापडले. चर्चला नसले तरी चालू शकेल.''

ते नाणे घेताना मला फार अपराध्यासारखे वाटत होते. रविवारी आमच्या चर्चमध्ये प्रार्थनेसाठी गेल्यावर, ते तिथल्या दानपेटीत टाकायचे असे मी ठरवले.

त्या दिवशीपण इतर वेळेसारखेच होते. म्हणजे अर्थात, मी एरवी तिथे गेले असते तर! हवामानात काहीही बदल झाला नव्हता. आकाशही तसेच राखाडी रंगाचे दिसत होते. सगळीकडेच उदासवाणी छटा होती. फक्त बर्फ थोडा कमी झाला होता. मी सकाळी नेहमीप्रमाणे उठले, त्यानंतर घरी आले. रस्ता एकदम मोकळा होता. तिथल्या झुडुपांवर कणभरही बर्फ नव्हता. रस्त्याच्या बाजूला शेतातून वाळके गवत दिसू लागले होते. दिवस अजगरासारखा प्रचंड मोठा आणि सुस्त वाटत होता. पण असा स्वच्छ सूर्यप्रकाश असताना खाली एवढासासुद्धा बर्फ खरंतर दिसायला नको होता.

"मी अजिबात सराव केलेला नाहीए."

सराह कॅनना थोडा खोकला झाला होता. कदाचित त्या खरेच आजारी होत्या. मी बुडवलेल्या क्लासबद्दल त्या काहीच बोलल्या नाहीत. त्यात आक्षेप घेण्याजोगे काही आहे असे त्यांना वाटले नसावे. त्या म्हणाल्या, "ठीक आहे. आधी जे शिकवले आहे त्यातल्या तुझ्या प्रगतीबद्दल बोलायलाच नको. छान आत्मसात केलंयस. आज आपण नवीनच काहीतरी शिकू या." संगीताची पुस्तके ठेवली होती त्या शेल्फकडे त्या वळल्या आणि त्यातून योग्य ते पुस्तक शोधण्यात मग्न झाल्या. अनेक वर्षांपूर्वीपासूनचा सबंध आयुष्यभर पुरेल असा पारंपरिक संगीताचा खजिना होता तिथे; परंतु आजच्या या धड ना हिवाळा धड ना वसंत ऋतू अशा धेडगुजरी दिवसाचा मूड पकडण्यासाठी योग्य असे काहीही त्यात सापडत नव्हते. काही धून आधीच वाजवलेल्या होत्या, काही खूपच कर्कश होत्या, तर काही अगदीच दुःखी मूडच्या होत्या. एक-दोन चिजा सराह कॅनना योग्य वाटल्या. त्यांनी ती पुस्तके खाली काढली. त्या स्टुलावर बसल्या आणि त्यांनी त्या वाजवून पाहिल्या. यापैकी

एक कर्कश तर एक उदास वाटली. काहीच मनास येत नव्हते. मला वाटले सराह कॅनना शोधाशोध करण्यातच क्लासचा तास संपवायचा आहे.

"माझ्या डोक्यात विचारांचा गुंता झाला की, तो सोडवण्यासाठी मी ही धून वाजवते. फारशी अवघड नाहीये, अतिशय सुरेख आहे. प्रयत्न केलास तर तुला नक्की येईल."

ते बाख होते. सराह कॅनने सावकाश वाजवून दाखवले आणि मला त्यातले बारकावे शिकवले. छान टोकदार पेन्सिलने नोटेशन करून दिले. हे करताना त्या मला बाख किती हुशार होता, त्याच्या मनात हा सुरांचा आलेख कसा तयार असायचा हे सांगत होत्या.

"हे पीटरसारखे आहे. तोपण हुशार आहे. तो लॅटिन आणि ग्रीक शिकतोय. सांकेतिक भाषा वगैरे सहज तयार करू शकतो तो." अचानक मला त्यांना सगळे सांगावेसे वाटले. त्यांच्याजवळ मन मोकळे करून विचारावे की, त्यांना यातले काय काय माहिती आहे. त्यांचा याच्याशी काहीही संबंध नाही, यातून काहीही निष्पन्न होणार नाही हे माहिती असूनही एकदा काय ते स्पष्ट विचारूनच टाकावे.

त्या वाजवून दाखवत होत्या त्यामुळे बहुतेक त्यांना ऐकू आले नसावे, कारण त्यांनी ऐकल्याचे कोणतेच चिन्ह त्यांच्या चेहऱ्यावर दिसत नव्हते. संगीताचे वरचे खालचे सूर एखाद्या कारंजासारखे नाचत होते. फक्त सुरांवर सगळे आधारित असते. शब्देविण संवादु साधता आला असता तर किती बहार आली असती. मी डोळे मिटून याचा आस्वाद घेत राहिले. नंतर पुन्हा डोळे उघडल्यावर ती खोलीसुद्धा अनोखी भासत होती. दिव्याच्या उजेडात फर्निचरचे पॉलिश, शेल्फवरचे चकाकणारे ग्लास या रंगछटा छान दिसत होत्या. त्या पियानोजवळ बसलेली स्त्रीसुद्धा वेगळीच दिसत होती जणू काही तिच्यावरची त्या दिवसाची उदासवाणी छाया दूर झाली होती.

हा माझा सराह कॅनकडचा शेवटचा क्लास होता.

पीटर सुट्टीला घरी आला तेव्हा त्याला तसेच तडक बाहेर जाऊन किती बर्फ शिल्लक आहे ते पहायचे होते. ''बर्फबिर्फ काही नाही उरलेला. सगळे संपले आहे, आता काही गंमत राहिलेली नाही,'' असे मी त्याला सांगितले. आपण शाळेत असताना इथल्या गोष्टी बदलाव्यात हे त्याला आवडले नाही. त्याच्या मते तो परत येईपर्यंत तरी निदान सगळे जैसे थेच रहायला हवे होते.

शुक्रवारी सकाळी बाबा ऑफिसला गेल्यावर आम्ही बाहेर पडलो. वारा नव्हता, पण हवेत अजूनही गारठा होता. आकाश जवळजवळ निरभ्र होते. ढगांच्या झिरझिरीत विरळ पडद्यामागे तो सोनेरी गोळा लपला होता. शेतात नवीन गवत उगवू लागले होते. गायी मात्र अजून गोठ्यातच बंदिस्त होत्या. त्यांच्या झुलत्या सावल्यांचा नाच बाहेरूनसुद्धा दिसत होता. शेतात चरण्यासारखे काही दिसत नव्हते, त्यामुळे त्यांना बाहेर काढण्यात अर्थच नव्हता.

आम्ही आधी टेकडीवर गेलो. तिथूनही दूरवरचे दिसू शकत नव्हते. आमच्या डोळ्यांसमोर ढग खाली उतरले आणि ती दरी भरून गेली. काही उंच घरांची छपरे आणि मधून वळणे घेत जाणारा नागमोडी रस्ता यावरून मधल्या अंतराची थोडीफार कल्पना येत होती. वाळक्या गवताच्या काड्या बर्फाच्या उरल्यासुरल्या आच्छादनातून बाहेर डोकावत होत्या. पाऊलवाटेवर ओल होती. मोकळ्या कुरणात फिरणे सोपे जात होते, पण तिथल्या खड्ड्यांमध्ये साठलेल्या बर्फाच्या खोलीचा अंदाज येत नव्हता. टेकडीच्या कड्यावरून येणाऱ्या वाऱ्यापासूनही सावध रहावे लागत होते. तिथल्या पाऊलवाटा येणाऱ्याजाणाऱ्यांनी सतत तुडवल्यामुळे बऱ्यापैकी स्पष्ट

दिसत होत्या, पण तरीही चालताना पायाखाली नीट लक्ष देणे आवश्यक होते.

"बाबा कसे आहेत?"

"ठीक आहेत."

हा त्याचा ठरावीक प्रश्न होता आणि हे माझे ठरावीक उत्तर.

"तू काय काय केलंस?"

"विशेष काही नाही."

आम्ही खाली उतरू लागलो. पीटर पुढे होता, मी त्याच्या मागे. आम्ही गावातल्या घरांच्या मागच्या बाजूने चालत होतो.

तो अनेक दिवसांनी सुट्टीला यायचा तोपर्यंत आमची त्याच्या सहवासाची सवय मोडलेली असायची. नव्याने हे अंगवळणी पडायला वेळ लागायचा. आता त्याच्या व्यक्तिमत्त्वात काय बदल झालेत, आवडीनिवडी कितपत बदलल्या आहेत हे जाणीवपूर्वक बघावे लागायचे. काही सुट्ट्या या आम्ही खऱ्या अर्थाने एकत्र घालवल्या. काही वेळा मात्र आम्ही अगदी वेगवेगळ्या परिस्थितीत दोन ध्रुवांवर वाढत आहोत असे वाटे. टेकडीवर पोहोचल्यावर तो तिथे थोडा वेळ थांबला होता. मी पण त्याच्या बाजूला उभी राहिले होते. खाली उतरताना तो माझ्या पुढे होता. माझे लक्ष नसताना तो मध्येच खाली वाकला आणि त्याने एक बर्फाचा गोळा माझ्यावर फेकला. मीपण लगोलग त्याची परतफेड केली. पण तोपर्यंत पीटर मागे वळून चालायला लागला होता. नेहमीप्रमाणे माझा नेम भलतीकडेच गेला. नशीब! पीटरने ते बघितले नाही.

मिसेस कॅनच्या घराजवळून जाताना आत डोकावून बघायची सवय झाली होती. यात पीटरचा काही विशेष हेतू होता असे नाही मला वाटले. सहज जाता जाता त्याने उतारावर असलेल्या त्या घराच्या दिशेने नजर टाकली आणि तो एकदम थबकला.

"ए, हे जरा विचित्रच आहे."

खोलीतल्या सामानाची हलवाहलव केलेली होती. टेबल एका बाजूला ढकलून दिले होते. ओट्यासमोरच्या रिकाम्या जागेत काहीतरी होते. नंतर मला वाटले की, मला किंवा खरेतर आम्हा दोघांनाही तिथे काय होते ते स्पष्ट कळले होते. पण त्या क्षणाला आम्हाला त्याचा नीट उलगडा झाला नव्हता. खोलीच्या आत किंवा बाहेरही फारसा उजेड नव्हता. सगळेच धूसर झाले होते.

"काहीतरी गडबड आहे असं दिसतंय." पीटरने भिंतीवरून आत उडी मारली. तो तिथल्या खड्ड्यातच उतरला. त्याची जीनची पँट खालून भिजली. "मी जाऊन बघतो काय आहे ते."

तो घराच्या दिशेने चालू लागला. तिथला बर्फाचा थर जसाच्या तसा होता. कुंपणाच्या भिंतीजवळ वर्दळीच्या खुणा दिसत होत्या. पण घराच्या समोरील

अंगणातला बर्फ कोणीही तुडवला नव्हता. त्यामुळे आता प्रथमच पीटरच्या पावलांचे ठसे त्यावर उमटत होते.

"पीटर नको. थांब."

"का नको?"

"त्यांना दिसेल. त्या तुला येताना बघतील ना! आपण इकडे या टेकडीवर येतो ते त्यांना माहितीये. त्यांनी आपल्याला जातायेता बघितलंय. त्या आत्ता तुला येताना बघतील किंवा नंतर तुझ्या पावलांच्या खुणा बघतील आणि मग आपण त्यांच्यावर पाळत ठेवतोय असे त्यांना वाटेल."

कदाचित मला माहिती असणार, नाहीतर मी एवढी घाबरले नसते.

"काय फरक पडतो?" पीटर थांबला. टाच रोवून त्याने आपल्या पावलांभोवती बर्फाचे वर्तुळ तयार केले. हवा अतिशय कुंद होती. मला त्याचा चेहरा स्पष्ट दिसत नव्हता. सूर्य ढगामागे होता आणि दाट धुके पडले होते.

"नको रे, खरंच नको." माझ्याकडे काहीही कारण नव्हते. पण त्याने तिथे जाऊ नये असे मला वाटत होते. "पीटर, परत ये ना प्लीज!"

तो क्षणभर तसाच उभा राहिला.

"ठीक आहे." तो परत वर आला.

"चल शर्यत लावूया. कोण आधी घरी पोहोचतो बघूया." तो म्हणाला आणि आम्ही गावातून पळत सुटलो. घरी पोहोचेपर्यंत अंगात चांगली ऊब आली होती आणि प्रचंड भूकही लागली होती. पण काय बघितले ते आम्ही विसरलो नव्हतो. धावतानासुद्धा अंतर्मनात त्या दृश्याची प्रखर जाणीव होती. आमच्या पाऊलखुणा मागे पडत होत्या. आधीच्या खुणांबरोबर त्यांची सरमिसळ होत होती. त्यातच भिंतीजवळचा तो खड्डा होता. तिथल्या एका भुसभुशीत बर्फाने बुजलेल्या खड्ड्यात पीटर पडला होता. आधीचे ठसे आणि आता सराह कॅनच्या घराच्या दिशेने जाणारे नव्याने बनलेले पीटरच्या पावलांचे ठसे उतारावरून खाली गेलेले आणि एका ठिकाणी थांबून मागे फिरलेले. कोणीतरी तिथून उघड्या खिडकीपर्यंत गेले होते आणि त्या घरातले गुपित कळल्यावरही उघडकीस न आणता परत येऊन आपल्या साथीदाराबरोबर निघून गेले होते, याचा हा सज्जड पुरावा होता.

दुपारी जेवणासाठी डॅफ्ने लेसींनी शेफर्ड्स पाय बनवला होता हे मला चांगले आठवते. ठळक आणि महत्त्वाच्या गोष्टींबरोबर या छोट्या छोट्या गोष्टीसुद्धा मनात

कोठेतरी नोंदवल्या जातात. आम्ही कॅथॉलिक आहोत आणि शुक्रवारी आम्ही मांसमटण खात नाही हे त्यांच्या लक्षात राहिले नव्हते, हेही मला आठवते. तरीही मासे खावे लागणार नाहीत, याचाच मला आनंद झाला होता. पुढ्यात आलेले अन्न झिडकारून त्याचा अपमान करणे योग्य नाही. त्याऐवजी निषिद्ध पदार्थ खाणे हे पाप क्षम्य आहे असे मला वाटले.

पाय खास करून पीटरसाठी बनवला गेला होता. तो सुट्टीला आल्याच्या पहिल्या दिवशी त्या नेहमीच काहीतरी विशेष त्याच्या आवडीचे असे तयार करत. मग त्याच्यावर प्रश्नांची सरबत्ती करत गप्पा मारता मारता त्याला आग्रहाने जेवू घालीत. त्या अतिशय मायाळू होत्या. त्याला घरच्यासारखे वाटावे, परकेपणा वाटू नये यासाठी ही धडपड असायची. त्या दिसायच्या तितक्या काही वेडपट नव्हत्या. फक्त या सगळ्यात एक अवघडलेपणा असायचा. कोणालाही निवांत मोकळे वाटत नसे. त्या कशावरही आपले मत द्यायच्या नाहीत. कदाचित हे त्यांना धोकादायक वाटत असेल. मत सांगितल्यावर त्या मुद्यापाशी सगळे खुंटेल, तुम्ही पुढे जाऊ शकणार नाही अशी काहीशी त्यांची समजूत असावी. यापेक्षा नुसते वरवर बोलून मुद्यांना स्पर्श करून पुढे जाणे चांगले. सबंध आयुष्य याप्रकारे घालवल्यास गणित एकदम सोपे होऊन जाते. फक्त प्रश्न विचारत रहायचे. शाळा काय म्हणते? या वेळी कोणता खेळ खेळलास? फुटबॉल का दुसरा कुठला? स्कॉलरशिपची परीक्षा कशी झाली? निकाल कधी आहे? आणि पीटर उत्तरे देत रहायचा. मोठ्या माणसांशी बोलताना त्याचा आत्मविश्वास बघण्यासारखा असायचा. होस्टेलला राहणारा एक हुशार शाळकरी मुलगा, मला तो सर्वस्वी अनोळखी होता. हा सकाळी माझ्याबरोबर टेकडीवर आलेला मुलगा असणे शक्य नव्हते. या दोन्ही भूमिका तो अगदी लीलया पेलत असे. शाळा मस्त चालली होती. परीक्षा ठीक झाली. चार्लीचा पाय फ्रॅक्चर झाला.

हे दोघेही आपापले संवाद बोलणारे नट होते. त्यांच्यात काही अर्थ नव्हता. त्यांचा आवाज माझ्या मनात घुमायचा. जणू काही मी पण त्यांच्यासारखीच पोकळ होते. त्यांचे बोलणे थांबले की, अंगावर येणाऱ्या शांततेचासुद्धा प्रतिध्वनी ऐकू यायचा.

''ॲना, तुला बरं वाटत नाहीये का? तू काहीच जेवली नाहीस. चेहराही उतरलाय तुझा. तुला सर्दी वगैरे होणारे की काय? सुट्टीच्या पहिल्याच दिवशी सर्दी! नको रे देवा!''

डॅफ्ने लेसींनी माझ्या कपाळावर हात ठेवून तापबीप आहे की काय ते पाहिले. (त्यांचे हात लांब होते आणि सुरकुतलेले असल्यामुळे निस्तेज वाटायचे. त्या वापरत असलेल्या मलमामुळे ते ओशट दिसायचे. त्या नेहमी ओट्यापाशी उभ्या

राहून आपले हातमोजे काढून हात धुवायच्या आणि मग ते मलम चोपडून आपली अंगठी परत बोटात घालायच्या.)

"छान आहे की मी!"

"मला वाटतं की, तू आजच्या दिवस दुपारी घरातच खेळावंस. उगीच निमित्त नको. सकाळी खूपच वेळ बाहेर गेली होतीस."

"मी ठीक आहे." मी परत सांगितले, पण वाद घातला नाही. मला ते स्वयंपाकघर आठवले. तिथली भयाण शांतता, खालच्या दगडी फरशीवरची ती बाई आणि टेकडीवरून खाली उतरणाऱ्या दोन मुलांचे खिडकीतून आत झिरपणारे आवाज, 'नको रे, खरंच नको. परत ये ना, प्लीज.' दूर अंतरावरून ते आवाज अगदी हळू ऐकू येत होते. मी काय करायला हवे ते एकदम माझ्या लक्षात आले. मी एकटीने पीटरला बरोबर न नेता पुन्हा तिथे जाऊन बघायला हवे होते. काहीतरी कारण काढून मी सरळ त्यांचे दार वाजवायला पाहिजे होते. गोची ही होती, की हे बोलायला सोपे होते. पण मला एवढा धीर होत नव्हता.

संपूर्ण शनिवार, रविवार मी हे विसरायचा प्रयत्न केला. अनेक दिवसांनंतर बाबांनी पुन्हा आपले बागकाम करायला सुरुवात केली होती. या वादळात एक झाड पडले होते आणि बाबांनी आपली करवत काढून तो बुंधा पूर्ण साफ करायचा ठरवले होते. फांद्यांचे छोटे तुकडे करून ते रचून ठेवणार होते. छोट्या ढलप्या बागेतच ठेवून जरा सगळे वाळल्यावर ते त्यांची शेकोटी करणार होते. मी घरात बसून टी.व्ही. बघण्यात वेळ घालवला. खरेतर बघण्यासारखे काही नव्हते. पण तरीही मी सोफ्यावर मस्तपैकी ब्लँकेट गुंडाळून बसले आणि कुठलेतरी खेळांचे सामने, एक जुना सिनेमा असे काय काय बघितले. अनेक दिवसांनी बागेत काम करता आल्यामुळे बाबा खूश होते. मधेच हॉलच्या खिडकीजवळून जाताना त्यांनी काचेला नाक लावून मला चक्क वेडावून वगैरे दाखवले. त्यांच्या चेहऱ्यावरसुद्धा माती उडाली होती. चल बाहेर ये, त्यांनी मला खुणेने सांगितले. नंतर त्यांनी आत येऊन मला बाहेर काढण्याचा प्रयत्न केला. ते म्हणाले की, बाहेर अतिशय छान वाटत होते, वसंत ऋतूचे आगमन झाले होते एकदाचे, त्यामुळे बाहेर स्वच्छ मोकळी हवा होती. पीटरसुद्धा कधी नव्हे ते फांद्या बाजूला करायला त्यांना मदत करत होता. आपण पाहिजे तर टेकडीवर फिरायला जाऊ या, असेही आमिष त्यांनी मला दाखवले.

"मी नाही येणार. मी इथेच बसणारे." मी म्हणाले.

तिथला सगळा बर्फ पूर्णपणे वितळल्याशिवाय मी पुन्हा त्या बाजूला फिरकणार नव्हते.

"माझ्या डोक्यातून हे जातच नाहीये." मार्गारेट म्हणाली.

त्या दिवशी सोमवार होता. मार्गारेट साफसफाई करायला आली होती. मिसेस लेसी तिच्याशी गप्पा मारायला आल्या होत्या आणि मग कॉफी प्यायला थांबल्या होत्या. मी आणि पीटर हॉलमध्ये होतो. स्वयंपाकघराचे दार उघडेच होते. मार्गारेट चांदीची भांडी स्वच्छ करत होती. तिने भांडी काढली. टेबलावर वर्तमानपत्र पसरून त्यावर ती मांडली, ते मी पाहिले होते. घरभर चांदीच्या पॉलिशचा वास येत होता.

"बिच्चारी! ओव्हनमध्ये असं डोकं घालायचं म्हणजे किती भयंकर!"

"त्या वारल्या," पीटर कुजबुजला.

दोनच छोटेसे शब्द. सटकन नेम धरून एखादी गोटी मारावी तसे त्याच्या तोंडून बाहेर पडले."

"एक संपूर्ण दिवस ती तिथेच तशीच पडली होती. मग कुणाला तरी दिसली," मार्गारेट सांगत होती.

त्याने माझ्याकडे एकदम रोखून बघितले.

"माझी बहीण जॉईस तिच्या शेजाऱ्यांशी बोलत होती. त्यांनी सांगितले की, शुक्रवारी संपूर्ण दिवसात एकदाही पियानोचा आवाज ऐकू आला नाही. तेव्हाच त्यांना वाटलं की, काहीतरी गडबड आहे. ते अगदी शेजारीच राहतात. त्यामुळे त्यांना नेहमी तिचा पियानो ऐकू येतो. कधीकधी तर ती रात्रीबेरात्री वाजवत बसायची. अगदी मध्यरात्रीसुद्धा तिचं वाजवणं त्यांनी ऐकलंय. तिला बहुतेक झोप यायची नाही. बिच्चारी! तिचा तो मित्र शनिवारी सकाळी आला, पण तिने दारच उघडलं नाही. आतला दिवा मात्र चालूच होता. मग तो शेजारी विचारायला गेला. दोन्ही बाजूच्या शेजाऱ्यांना विचारलं. मग काही माणसं मागच्या बाजूने घरात गेली तर

समोर हा प्रकार!''

पण दारे बंद होती तर ते लोक आत कसे घुसले? बागेच्या जवळच्या खिडकीतून ते आत डोकावले असणार आणि मग आत जे दिसले ते पाहून त्यांनी दार फोडले असणार. असेच घडले असेल. नक्कीच! सगळे चित्र माझ्या डोळ्यांसमोर उभे राहिले.

ही कल्पना करणे सोपे गेले, कारण त्या घरात कोठे काय आहे ते मला माहिती होते.

पीटर अजूनही माझ्याकडे टक लावून बघत होता.

''हे काही माझ्यामुळे घडलेले नाही,'' मी माझ्या नेहमीच्या आवाजात स्पष्टपणे आणि मोठ्यांदा म्हणाले. ते आत ऐकू गेल्यामुळे आतले आवाज मात्र एकदम थांबले.

मी मार्गारिटला भांडी आवरायला मदत केली, कारण मला पीटर जिथे होता त्या खोलीत थांबायचे नव्हते. शिवाय मला चांदीच्या वस्तू हाताळायला आवडायच्या. ते गुलाबी रंगाचे पॉलिशही मला आवडायचे. त्याचे भांड्यावर जमणारे ढग, जरा चोळले की साफ व्हायचे आणि त्या वस्तूला अनोखी झळाळी प्राप्त व्हायची. मार्गारिटच्या बाजूला बसून मी एकेक चमचा पुसू लागले. प्रत्येक चमचा काळजीपूर्वक पुसून मी ते सगळे एकात एक नीट अडकवून बाजूला ठेवत होते. चहाचे चमचे, आइस्क्रीमचे चमचे, डाव सगळे मी पुसले. तोपर्यंत मार्गारिटने काटे पुसले. मग मी आईबाबांना लग्नात भेट मिळालेली सिगारेटची केस आणि आईच्या ड्रेसिंग टेबलावरील छोट्या छोट्या चांदीच्या डब्या घेऊन आले आणि त्यांना पॉलिश केले. चांगलीच जड आणि चमकदार होती ती चांदी.

मार्गारिट कोणते तरी पॉप गाणे गुणगुणत होती. तिला गप्प बसून काम करायला आवडत नसे.

''तू आज गप्प गप्प आहेस?''

''अं हं!''

''का? तुझा तो भाऊ तुला सतावतोय का? तो काही बोलला की काय?''

''नाही. असं काही नाहीये.''

त्यांचे बोलणे मी ऐकले की काय अशी शंका मला तिच्या चेहऱ्यावर दिसत होती. असल्या गोष्टी तिने मला सांगता कामा नयेत, हे तिला माहिती होते. तिने स्वत:च्या तोंडाला आवर घालायला हवा होता.

''कधीकधी एखाद्याला बोलावंसं नाही वाटत, एवढंच.''

माझे हात कामात गुंतलेले असले तरी माझी कल्पनाशक्ती चौखूर उधळली होती. तो धुक्याने लपेटलेला पूल पुन्हा माझ्या नजरेसमोर आला. धुके इतके दाट होते की, पुलाचे दुसरे टोक दिसतच नव्हते. ती बाई ज्या गाडीतून आली होती त्या गाडीच्या दिव्यांच्या पिवळ्या झोतात पूल दिसतच नव्हता. त्यामुळे ती अधांतरी चालत आहे असे वाटत होते. हा प्रकाशही जवळच्या कठड्याजवळ संपत होता. तिच्या पावलांचा फारसा आवाजसुद्धा येत नव्हता. दूरवरून तुमच्या दिशेने येणाऱ्या दुसऱ्या स्त्रीच्या पावलांचा आवाज ऐकण्यासाठी तुम्ही कान टवकारलेत; पण ती समोर आलीच नाही. ती सावळ्या अंगकांतीची बाई हळूहळू धुक्यात अदृश्य होत होती. तिचा लाल स्कार्फ प्रथम दिसेनासा झाला, नंतर तिचा काळा कोट गेला आणि सरतेशेवटी तिची पूर्ण आकृतीच विरघळून गेली. फक्त ते धुके आणि पुलाचे एक टोक मागे उरले. पुलाचे तुटके खांब मधेच लोंबकळत असल्यासारखे वाटत होते. तरीही ती स्त्री आलीच नाही. आता दोघीही दिसेनाशा झाल्या.

"नक्की सगळं ठीक आहे ना बेबी?"

"अर्थातच! का नसावं?"

हा माझा दोष नव्हता. तुम्ही स्वप्नात कोणाचा मृत्यू नाही चिंतू शकत.

"माझी काही मदत होण्यासारखी नाहीये का?"

"नाही. काही नाही." माझाच आवाज मला परका वाटला. सडेतोड. एखाद्या मुलाने आपल्या नोकराशी बोलावे तसा. मी ठरवून टाकले, जेव्हा ते विचारतील तेव्हा मी सांगेन की, आता यापुढे मी पियानो शिकणार नाही. पुढच्या वर्षी शाळेत मी दुसरे कुठलेतरी वाद्य वाजवायला शिकेन. पीटरसारखे क्लॅरिनेट किंवा मग बासरी. बासरी छान होती.

मी पॉलिश करतच होते. त्या किटलीत माझे प्रतिबिंब दिसत होते. वेड्यावाकड्या चेहऱ्याच्या नॉमसारखे माझे नाक दिसत होते. माझी बोटे पॉलिशमुळे राखाडी झाली होती. तो रंग धुतल्यावर जाईल. पण हाताचा वास जाईपर्यंत युगे लोटतील.

"चला. झालं एकदाचं. छान झालं काम."

"आणखीन काही करायचंय का? दुसरी काही स्वच्छता वगैरे?"

"नाही. मला तरी आठवत नाहीये."

मागरिटने सगळी फडकी गोळा केली. पॉलिशच्या डब्यांची झाकणे लावून टाकली. पसरलेले कागद घडी घालून ठेवून दिले.

"पाहिजे तर तू मला हे सगळं जागेवर ठेवायला मदत करू शकशील."

हा सबंध वेळ पीटर वरती आपल्या खोलीतच होता. तिथे तो सामानाची

हलवाहलव करत होता. येरझाऱ्या घालत होता. खाली आवाज ऐकू येत होते. मागरिट गेल्यावर तो वह्या, पुस्तके, कागद यांनी ओसंडून वाहणारी कचऱ्याची बादली घेऊन खाली आला.

"काय करत काय होतास तू?"

"जरा आवराआवरी केली. आता बराच बदल होणारे." तो म्हणाला.

"ही तर तुझी सांकेतिक भाषेच्या वह्या, पुस्तके आहेत. हो ना?"

"ती अशी इकडे तिकडे पडून चालणार नाही."

तो बागेतल्या चुलीपाशी गेला. चूल म्हणजे एक गंजके, भोके पाडलेले पिंप होते. त्याने पानन्पान फाडून त्यात टाकले आणि त्या ढिगाला काडी लावली. बराच वेळ तो तिथेच होता. आमच्या जिन्यातल्या मोठ्या खिडकीतून समोरची बाग छान दिसे. मी तिथूनच बघत होते. शेकोटीच्या जागेपासून हे पिंप थोडे खालच्या बाजूला होते. ते फारसे वापरातही नव्हते. आमच्या आधी या घरात राहणाऱ्या लोकांच्या वेळेपासून ते तिथेच होते. उन्हाळ्यात या पिंपाच्या अवतीभवती त्याच्याच उंचीच्या खाजकुयरीच्या झुडपांचे रान माजे आणि ते पिंप दिसेनासेच होई. पण तेव्हा बर्फाच्या थरामुळे त्या झाडाची मुळे मेली होती. या पार्श्वभूमीवर ते काळेमिचकुट्ट पिंप आणि त्यातून लपलपणाऱ्या केशरी ज्वाला उठून दिसत होत्या.

याचा अर्थ खेळ संपला. आता सगळे विसरून जायला हरकत नाही असा होतो का, हा विचार माझ्या मनात डोकावला.

पीटर आत आला आणि जिन्याच्या पायथ्याशी उभे राहून त्याने वर पाहिले. मी काहीतरी बोलेन असे त्याला वाटले.

"मग?"

"तू सगळं जाळून टाकलंस?"

"हो."

"मग आता?"

नंतर मी जेव्हा टी.व्ही. लावला तेव्हा तो हॉलमध्ये येऊन आरामखुर्चीत बसला.

"माझ्याकडे असं बघू नकोस."

"मी काहीही बघत नाहीये."

"मग दुसरीकडे बघ."

त्याची नजर टी.व्ही.वर होती, पण त्याचे लक्ष भलतीकडेच होते.

"तुला काय वाटतं, त्यांच्या कुटुंबातली बाकीची माणसंपण त्यांच्यासारखीच मेली असतील? तू म्हणालीस त्याप्रमाणे या बाकीच्या लोकांना जर्मनीतच सोडून

त्या इकडे इंग्लंडला आल्या असतील, तर ती माणसं छळछावणीत मेली असणार. गॅसनी गुदमरवून मारलं असणार त्यांना.''

''मला याबद्दल काहीही माहिती नाही.''

''पण बहुतेक असंच झालं असणार.''

''गप्प बस. मला काहीही ऐकायचं नाहीये, जाणून घ्यायचं नाहीये.''

''तोच किंवा त्याच प्रकारचा गॅस. कोल गॅस,'' पीटर बोलत होता ''कोळशापासून तयार होतो आणि विषारी असतो. हा हवेपेक्षा जड असतो. त्यामुळे तुम्ही जमिनीवर झोपलेले असाल तरी याचा त्रास होतो. गॅस चेंबरमध्ये माणसं एकमेकांच्या अंगावर चढून शुद्ध हवेत शेवटचा श्वास घेण्यासाठी धडपडली होती. यापुढे आपल्याला कोल गॅस मिळूच शकणार नाही. आपल्याला नैसर्गिक वायू मिळायला लागेल आणि मग माणसांना या वायूमुळे असे मरता येणार नाही.''

''तुला काही करावंसं वाटलं असतं तर तुला करता आलं असतं. नेहमी मी तुझ्याबरोबर असलंच पाहिजे, असं काही नाही.''

''बरोबर आहे तुझं. मला खरंच अशी गरज नाहीये. हो ना?''

या वेळी आमच्या बाबांना वाटले की, आम्ही आता मोठे झालो आहोत. आम्हाला सगळे कळले पाहिजे. नंतरच्या सोमवारी संध्याकाळी जेवणापूर्वी ते आमच्याशी बोलले. ओव्हनमध्ये काहीतरी गरम करायला ठेवले होते. स्वयंपाक करताना वापरायचा एप्रन त्यांनी घातला होता. आम्ही पाने घेतली होती, मग त्यांनी आम्हा दोघांना टेबलपाशी बसायला सांगितले आणि थोडक्यात पण स्पष्टपणे सगळे सांगितले.

"मला तुम्हाला काहीतरी सांगायचंय. मिसेस कॅन शुक्रवारी वारल्या. त्यांनी आत्महत्या केली असं सगळ्यांना वाटतंय."

त्यांच्या शब्दांचा साधेपणा मला आवडला. यामुळे तुमच्या विचारांना एक स्थिर दिशा मिळते. प्लेटच्या बाजूच्या काट्याचमच्याप्रमाणे अशा शब्दांची नीट रचना करता येते.

"तुम्ही आता या गोष्टी समजण्याइतपत मोठे आहात."

मग अचानक सुचल्याप्रमाणे ते म्हणाले, "तुम्ही दोघांनी आज रात्री त्यांच्यासाठी प्रार्थना करायला हवी. संपूर्ण आयुष्यभर त्या दु:खीकष्टीच होत्या. युद्धात मला वाटतं आधी त्यांचं सगळं कुटुंबच्या कुटुंब मारलं गेलं. नंतर त्यांचा नवरा गेला."

"हो. त्या खूप दु:खी होत्या." मी म्हटले.

एवढंच! पीटरने काहीही प्रतिक्रिया दर्शवली नाही. त्याने धड ऐकलेच नसावे असेच तुम्हाला वाटेल. नंतरच्या भयाण शांततेत माझ्या डोळ्यांत अश्रू उभे राहिलेले मला जाणवले. पण मला हुंदके येत नव्हते. जणू हे नुसतेच पाणी होते.

एका ट्रेनमधून एक मुलगी प्रवास करत होती. सावळी, बारकीशी, माझ्यापेक्षा

वयाने फारतर थोडी मोठी असेल. गाडीत इतरही अनेक लहान मुले होती.

त्या डब्यात फक्त मुलेच होती. गाडी चालू असताना ती मुले आपापसात बोलत होती. गाडी थांबल्यावर डब्यात मोठी माणसेसुद्धा चढली आणि मग मुले एकदम चिडीचूप झाली. गाडी मधेच कोठेतरी थांबली होती. भेदरून हातपाय पोटाशी घेऊन बसलेल्या मुलांनी आपापले सामानही छातीशी कवटाळले होते. प्रत्येकाला आपण कोण आहोत, आपले नावगाव, नातलग या सगळ्याची आठवण येत होती. गाडी पुन्हा सुरू झाल्यावर त्या नादात आणि तालात ही उजळणी सुरू राहिली.

छानपैकी पाने घेतलेल्या त्या टेबलाशी उभे राहून बाबा आळीपाळीने आमच्याकडे बघत होते. त्यांनी एप्रन घातला होता आणि आपल्या रिकाम्या हातांचे काय करावे हे त्यांना सुचत नव्हते. स्वयंपाक करताना ते नेहमीच असे भांबावल्यासारखे दिसत. आपण मुलांना एक गोष्ट याआधी कधीच सांगितलेली नाही, यापुढेही ती सांगायला जीभ रेटणार नाही, असे काही त्या क्षणी त्यांच्या मनात येत असेल का?

४

जेव्हा पीटरने आपल्याकडच्या सगळ्या गोष्टींची होळी केली, तेव्हाच खरेतर त्याने ठरवले असणार. खूप आधीपासून अतिशय काळजीपूर्वक सर्वांगीण विचार करून हा बेत आखला असणार. सुट्टीतल्या त्या शेवटच्या एकदोन आठवड्यांत त्याच्या मनातली खळबळ त्याच्या वागण्यातून बिलकूल जाणवली नव्हती. त्याच्यातला लक्षात येण्याजोगा बदल म्हणजे तो एकदम मोठा झाला आहे, प्रगल्भ झाला आहे, मुद्दामहून ठरवून तो मनाने आमच्यापासून दूर गेला आहे असे वाटले होते. तो आपल्या डाटबोर्डवर डार्ट्स फेकत बसायचा आणि रेडिओवर लक्झेमबर्ग स्टेशन लावून ते कार्यक्रम ऐकायचा. हे करत असतानाच तो मनाशी आपला बेत तडीस नेण्यासाठी योग्य ती आखणी करत होता. शाळेतून आधी ऑक्सफर्ड नंतर लंडन हार्विच आणि तिथून पुढे पूर्वेला जिथे त्याला जायचे होते तिथले मार्ग शोधत होता, पडताळून बघत होता.

''तू काय करतोयस?'' मी विचारे आणि 'कुठे काय, काही नाही' असे उत्तर देऊन तो आपल्या खोलीत निघून जाई. कधीतरी तो आपली एअर रायफल घेऊन खाली उतरे आणि शूटिंगसाठी बाहेर पडे.

''मी पण येऊ?''

''चल, तुला हवं असेल तर!''

आपली बंदूक काखोटीला मारून तो चालू लागला. मला अजून बूटबीट घालायचे होते, पण तो माझ्यासाठी थांबलाच नाही. त्याला गाठण्यासाठी मला धावावे लागले. फळांच्या बागेतून तो पुढे गेला. गवतातून बाहेर फुटू पाहणाऱ्या डॅफोडिल्सच्या दिशेने आम्ही चालू लागलो. तिथे सगळीकडे वठलेली निष्पर्ण झाडे होती आणि बोरीबाभळीसारख्या काटेरी झुडपांचे रान माजले होते. यावर थोड्याफार

कळ्या आल्या होत्या. पण बहराचा अजूनतरी पत्ता नव्हता. गुरांच्या येण्याजाण्याने खालची जमीन थोडीशी साफ होऊन पाऊलवाट तयार झाली होती. आम्ही तेथे थांबलो, पण तिथे कसलीही हालचाल दिसली नाही. पीटरने तर बंदूक खांद्यालासुद्धा लावली नव्हती.

"खरंतर नेहमी इथे खूप पाखरं असतात."

"हां, पण मला तर एकही दिसत नाहीये."

बाबा म्हणतात तसंच असेल कदाचित. या भयानक हिवाळ्यामुळे सगळ्यांनी राम म्हटलाय. उपासमार झाल्यामुळे बर्फात गाडली गेली असणारेत सगळी.

"पण मग तू त्यांना गोळ्या का घालणारेस? जर एखादुसरंच वाचलं असेल, तर त्याला असं ठार मारणं बरोबर आहे का?"

काहीही उत्तर न देता तो पुढे चालू लागला. कुंपणातल्या फटीतून एक झुलती काटेरी तार बाजूला करून तो एका शेतात घुसला. तिथे गायीम्हशीसुद्धा नव्हत्या. कधीकाळी या जनावरांच्या पावलांनी तयार केलेली वाट मात्र स्पष्ट दिसत होती. तेवढ्यात आमच्या समोरच्या एका उंच वृक्षामागून चारदोन कबुतरांनी एकदम हवेत झेप घेतली. पीटरने नेम धरेपर्यंत ती दिसेनाशीही झाली. दूरवर एक कावळा उकरून उकरून काहीतरी मटकावत होता. पीटर शिकार टिपण्याचा फारसा प्रयत्नच करत नव्हता. जास्त वेळ तो बंदूक नुसती हातातच धरत होता. खाली बघून वाळक्या काटेरी गवतातून वाट काढण्यावरच त्याचे लक्ष केंद्रित झाले होते.

"चल परत जाऊ या. पाऊस येणारे बहुतेक."

दवबिंदूंसारखे पावसाचे पहिले थेंब माझ्या हातावर पडलेले मला जाणवले होते.

पाऊलवाटेने शेत ओलांडून पुढे गेल्यावर समोर एक विस्तीर्ण माळरान लागले. आम्ही फाटकातून आत गेलो. बाजूला एक गंजक्या लोखंडी छपराचे दगडी कोठार होते. समोरच ट्रॅक्टर्स आणि इतर काही मशीन्स पडली होती. त्या कोठाराला एक अर्ध्या उंचीच्या दरवाज्याची खिडकी होती आणि कुलूपबंद दार होते.

"नीट बघ."

दाराच्या काचा काळ्या रंगाच्या होत्या आणि त्यावर एक पाण्यासारखा पातळ पडदा होता.

बंदुकीत गोळी भरून त्याने नेम धरला आणि काचेच्या मधोमध गोळी झाडली. काचेचा चुरा इतस्ततः पसरला.

गोळीच्या आवाजानंतर पसरलेली भयाण शांतता बंदूक खोलण्याच्या आवाजाने भंगली. बंदुकीत पुन्हा एक गोळी भरून त्याने ती माझ्यापुढे धरली.

"चालवायचीये का?"

"नाही."

"गोळी भरलीये. आता मारायलाच पाहिजे."

"मला नाही चालवायचीये."

काचेवरच्या आधीच्या भोकाच्या उजवीकडे त्याने दुसरी गोळी मारली.

"तू हे का करतोयस? यात फार अवघड, कौशल्यपूर्ण वगैरे काही नाहीये."

त्याने माझ्याकडे नुसते बघितले. मला याचे कारण समजायला हवे होते. मी जर खंबीर असते तर मला कळले असते, असा त्याच्या नजरेचा अर्थ होता. पण मला फक्त या कृतीतला फोलपणा जाणवत होता.

त्याने पुन:पुन्हा बंदूक ठासली आणि झाडली. अचूक नेम धरल्यामुळे तिथल्या सगळ्या काचा एकामागून एक फुटल्या. त्यांची वेडीवाकडी लटकणारी टोकेरी पाती आतल्या मिट्ट काळोखावर उठून दिसत होती. बाहेरच्या खिडकीखालच्या चिखलात काचांचे धारदार तुकडे पडले होते.

पाऊस व्यवस्थित सुरू झाला होता. याच वाटेवर थोडे पुढे रिचर्डचे बाबा गोठ्याच्या आडोशाला उभे राहून कोणाशीतरी बोलत होते.

"ते बघतील तर हे आपणच केलंय हे त्यांना कळेल ना."

"काय फरक पडतो?" पीटर म्हणाला.

त्यांच्या लक्षात येईल, त्याच्या आत हा इथून निघून जाणार होता.

तो शाळेतून पळाला, घरातून नाही, यातून त्याची चलाखी दिसून येते. कोणीही आपल्या मागावर येऊ नये म्हणून त्याने आपल्या बरोबरच्या एका मुलाला सांगून ठेवले होते की, त्याला यापुढे त्या शाळेत शिकणे जमणार नाही आणि त्यामुळे तो घरी निघून जात आहे. साहजिकच तो पळाला आहे हे कोणाच्याही लक्षातच आले नाही. तो घरी पोहोचला असणार अशीच त्यांची अपेक्षा होती. शाळेतून मिसेस लेसींना फोन आला. मग त्यांनी बाबांना कळवले. ते लगेच ऑफिसमधून घरी आले. नंतर अनेक दिवस तो येईल किंवा त्याचा फोनबीन तरी येईल म्हणून कोणी ना कोणी कायम घरात थांबायचे. पहिल्यांदा बाबा एकटेच थांबले, मग मार्गरिट किंवा मिसेस लेसी आळीपाळीने बसायच्या. नंतर रोज पोलीस घरात यायला लागले. बहुतेक करून तो एक जाडा मंदबुद्धी पोलीसच उगवायचा. स्वयंपाकघरात बसून तो सिगारेटी फुंकायचा आणि मला उगीचच बेटी बेटी करायचा. कधीकधी दुसऱ्याच कोणाचीतरी ड्यूटी लागायची. काहीजण कडक गणवेशात असायचे, तर काही चक्क साध्या कपड्यातच वावरायचे.

सुरुवातीला मला फक्त बाबांनी प्रश्न विचारले, पण जसजसे दिवस जाऊ लागले आणि तरीही पीटरची काही खबर आली नाही, तसतसे पोलीसही मला

नानाविध प्रश्न विचारू लागले. 'तो कोठे जाऊ शकेल याची काही कल्पना आहे का?' 'त्याने बोलता बोलता कुठल्या गावाचा कधी उल्लेख केला होता का?' नुसता माझा तर्क असला तरी चालणार होते. ''नाही,'' मी म्हणाले, ''अजिबात नाही. अलीकडे तो माझ्याशी फारसे बोलायचाच नाही. तो काय करायचा तेही मला माहिती नव्हते. तो कधीही, काहीही बोलला नव्हता.'' माझ्या सततच्या नकारार्थी उत्तरांनी शेवटी मलाच अपराध्यासारखे वाटू लागले.पण याबाबतीतली माझी अनभिज्ञता हेच सत्य होते. आधी माझ्या बाबांनी आणि मग पोलिसांनी त्याची खोली, बाकीचे घर अगदी प्रत्येक कानाकोपरा धुंडाळला. आणखी कुमक मागवून त्यांनी आजूबाजूचा परिसरही पिंजून काढला. मला याची खूप भीती वाटली. मुले नाहीशी होतात तेव्हा ते असाच शोध घेतात. लाठ्याकाठ्या घेऊन माग काढणाऱ्या कुत्र्यांना सोबत घेऊन रांगेने ही फौज निघते. गावकरी पण साथीला येतात. ते सगळी शेते तुडवतात, झाडेझुडपे झोडपून बघतात, अगदी नदीचा, तलावाचादेखील ठाव घेतात.

साधारणपणे असा शोध सुरू झाला की, वर्तमानपत्रांत टी.व्ही.वर या बातम्या झळकतात.म्हणून मग मी मोठ्या माणसांसारखा बातम्या बघायला टी.व्ही. लावला. तिथे काहीच बातमी नव्हती. त्यांच्या दृष्टीने याला फारसे महत्त्व नव्हते. मी वर्तमानपत्रेही वाचली आणि सहाच्या बातम्याही पाहिल्या. तिथे एका खऱ्याखुऱ्या गुप्तहेराची ताजी बातमी सांगितली जात होती. सगळीकडच्या हेडलाईन्स 'प्रोफ्युमो' नावाच्या एका माणसाबद्दल आणि एका क्रिस्टीन कीलर नावाच्या पिंगट केसांच्या कॉलगर्लबद्दल होत्या. मला काही ती बाई सुंदर वगैरे अजिबात वाटली नाही. पीटरच्या नाहीशा होण्याविषयी अवाक्षरही नव्हते. बाहेरचे जग हे खूप अलिप्त आणि आमच्यापासून खूप दूरवर असल्यासारखे भासत होते किंवा मग आम्हीच एखाद्या वेगळ्याच बेटावरचे कोणीतरी परके रहिवासी होतो. कोणीच आमच्यापर्यंत पोहोचू शकत नव्हते. कोणीही नाही, अगदी परागंदा झालेला पीटरसुद्धा नाही.

सरतेशेवटी मी एका नव्यानेच आलेल्या लेडी पोलीसशी बोलून टाकले. मी तिला यापूर्वी कधी पाहिलेही नव्हते. ती माझ्याबरोबर पाय मोकळे करायला बाहेर पडली होती. खरेतर मला ती बरोबर यायला नकोच होती. मी एकटीनेच निघण्याचा प्रयत्न केला होता, पण बहुतेक मला एकटीने बाहेर जायची परवानगी नव्हती.

आम्ही टेकडीवर गेलो. खूप छान हवा पडली होती. सगळीकडे हिरवळ होती. दूरवर निळे क्षितिज स्पष्ट दिसत होते. या अथांग पसाऱ्यातच ती शोध पार्टी आपले काम करत होती. खाली पायथ्याशी आमचे टुमदार गाव होते. आमच्या घराकडे निघालेली एक पोलिसांची गाडी मला वरून दिसली. पीटरही असाच बाहेर कुठेतरी असणार होता.

मी ऑक्सफर्ड कुठल्या दिशेला आहे ते विचारले.

या बाईला मी पूर्वी कधी भेटले नव्हते हे माझ्या पथ्यावर पडले होते. मी तिच्याशी खोटे बोलले नव्हते किंवा तिचे प्रश्न टाळलेदेखील नव्हते.

"मला एक कल्पना सुचलीये. अगदी आत्ताच माझ्या मनात आले. तो तिथे तर गेला नसेल? तो तिथे गेला असण्याची शक्यता होती, कारण आमची आई तिथेच असेल असे त्याला वाटत होते."

मी हे सांगितल्याबद्दल पीटर आयुष्यभर माझा तिरस्कार करेल हे मला माहिती होते.

* * *

बाबा माझ्याजवळ आले. ते खूप थकल्यासारखे दिसत होते. मी कधी कोणाला इतके दमलेले बघितले नव्हते.

तो तिचा कोट होता. ती स्वत: होती की नाही कोण जाणे. तिच्याचसारखी एकजण होती, पण ती नव्हती हे मला जाणवत होते.

एकदा तोंडातून निघालेला शब्द परत नाही घेता येत. लोक आपले शब्द धरून बसतात आणि एकमेकांना परत परत सांगत राहतात. यावर मग तुमचे कसलेच नियंत्रण राहत नाही. मी त्या लेडी पोलीसला सांगण्याचाच अवकाश, आता बाबा मला प्रश्न विचारून भंडावू लागले. मी इतरांजवळ न बोललेले असे काही त्यांना मात्र सांगेन, असे बहुतेक त्यांचे मत होते. त्यांना कोणालाच काहीही कळत नव्हते. बसस्टॉपवरची ती बाई, तो कोट हेच मी परत परत सांगत होते. आणखी काहीही बोलत नव्हते. मिस्टर किस किंवा त्या संपर्कस्थानाविषयी तर एक अक्षरही उच्चारत नव्हते. मी अनेक सिनेमे बघितले होते. अशा उलटतपासणीसारख्या प्रश्नांचा रोख मला कळत होता. हे नियम मला माहिती होते. अगदी गरजेचे असेल तरच बोलायचे आणि आवश्यक तेवढेच सांगायचे. मग मात्र कोणीही प्रश्न विचारला तरी तुमची गोष्ट एका शब्दानेही बदलायची नाही.

एका मध्यरात्री पोलिसांच्या गाडीतून त्याला परत आणले गेले. गाडीचा आवाज मी ऐकला. आम्हाला आधी याची सूचना देण्यात आली होती, त्यामुळे आम्ही वाटच बघत होतो. बाबा फोनवर पीटरशी बोललेसुद्धा होते. मला झोपायला पाठवण्यात आले होते, पण मी जागीच होते. माझ्या खोलीच्या बंद दाराखालून उजेडाची तिरीप येत होती, म्हणजेच बाबासुद्धा खाली अस्वस्थपणे त्याची वाट बघत होते. राष्ट्रगीतानंतर टी. व्ही.चे प्रक्षेपण बंद झाले. घड्याळात बाराचे अणि

नंतर दोनचे टोले पडले. मला वाटले की, मला मधेच झोप लागली असणार म्हणून मला एकचा टोला ऐकू आला नाही. या मधल्या काळात जे घडले ते ऐकायचे हुकले, असेही मला वाटले. फारसा आवाज न करता गाडी येऊन उभी राहिली. दरवाज्याजवळ जे काही थोडे बोलणे झाले ते दबक्या आवाजात होते. एक अर्धवट झोपेत असलेला मुलगा एका माणसाकडून दुसऱ्या माणसाच्या ताब्यात दिला जात असल्याचे दृश्य माझ्या डोळ्यांसमोर आले. त्याला हलकेच आधार देऊन जिन्यातून वर आणले गेले. त्याचे डोके त्याच्या बाबांच्या खांद्यावर विसावलेले होते. त्याच्या कमरेभोवती हात घालून जवळजवळ त्याला उचलून, त्याच्या पलंगावर झोपवले गेले; पण त्याला बघण्यासाठी मी काही उठले नाही. नंतर माझे पांघरूण सारखे करण्यासाठी बाबा माझ्या खोलीत डोकावले, तेव्हाही मी झोपेचे सोंग घेऊन पडून राहिले. अगदी स्थिर झोपायचे. डोळे हलकेच मिटलेले पाहिजेत. आवळलेले नकोत. तोंड अर्धवट उघडे पडलेले हवे. श्वासाची गती मंद असायला हवी. बाजूच्या खोलीतला मुलगाही माझ्यासारखाच टक्क जागा आणि सावध होता हे मला माहिती होते. तो मनापासून माझा तिरस्कार करत होता.

"तू का सांगितलंस त्यांना?" तो म्हणाला.

पण मी त्यांना त्याच्या मागावर पाठवले नव्हते. तो सापडला तो त्याच्याच नशिबाने. डच बंदरातल्या एका ट्रकच्या तपासणीत हौद्यातल्या सामानाच्या मागे एक इंग्लिश मुलगा सापडला. मुलगा मिळाल्यावर त्याने स्वत:चे नावगाव सांगितले नाही, तरीही पुढचा पोलीस तपास अगदीच सोपा होता.

"मी त्यांना जास्त काहीच सांगितले नाही. फक्त बसस्टॉपबद्दल बोलले. मग बाबांनी मला त्या पोलिसाबरोबर ऑक्सफर्डला नेले. तिथे आम्ही गाडीतून सगळा परिसर पुन्हा पुन्हा फिरलो; पण नक्की कोणता बसस्टॉप तोही मला दाखवता आला नाही."

"पण तू त्यांच्याजवळ पचकलीसच. तू काय केलंस ते समजत नाहीये का तुला?"

"माझा बांध फुटला."

मी म्हणाले की, "कदाचित ती आई नसणारच. आम्हाला फक्त वाटलं की ती असेल. कदाचित तो नुसता तिचा कोट असेल. त्यांनी विचारलं कोणता कोट? ट्विडचा. जाएगरमध्ये घेतलेला. चेल्टनहॅममध्ये ती ज्या दुकानात जायची तिथून. आठवतंय?"

"तुला कळतंय का?" तो परत म्हणाला.

"जर ती अजूनही तिथेच असेल तर? त्यांनी जाऊन तिला पकडले म्हणजे?"

तो हुक ऑफ हॉलंडला गेला होता. मी त्या जागेचे नाव समजून घेतले. पोलवरच्या स्कॉटसारखा तो तिथला हीरो आहे असे चित्र मी नजरेसमोर उभे केले. एका छोट्याशा टिकलीएवढ्या बेटावरील पीटर आणि त्याच्या पायाशी लोळण घेणारा तो महाकाय सागर. वर दिमाखात फडकणारा पीटरचा झेंडा. पण पीटर हा हीरो वाटत नव्हता. तो पूर्णपणे शेपूट घालून शरमिंदा होऊन परतला होता. तो कोणाशीही, अगदी माझ्याशीसुद्धा बोलत नव्हता. मला पूर्वीचे दिवस आठवले. तो हेरगिरीचा खेळ, ती जाळून टाकलेली सांकेतिक भाषेची वह्यापुस्तके, ती संशयाची सुई मला यातली कोणतीही गोष्ट परत अनुभवायला खूप आवडली असती. मग तो पण एक सामान्य मुलगा न राहता एक एजंट बनला असता. अशा प्रकारे एक कथा घडली असती. गुप्तहेर पीटर त्याच्या अयशस्वी कामगिरीवरून परतला होता. पुढच्या सूचनांची वाट पाहत होता. इतरांशी त्याचा काहीही संपर्क नव्हता. तळहातावरच्या फोडाप्रमाणे तो आपले गुपित जपत होता. ही एखादी गोष्ट असती तर पुढे सरकण्याचा मार्ग मिळालाच असता. काहीतरी घडले असते. जखमा भरून आल्या असत्या. गोष्टीत सतत काहीतरी घडत राहते.

सगळा विचार केल्यावर एक मार्ग सापडला होता. एवीतेवी त्या टर्मच्या अखेरीला पीटर बाहेर पडणारच होता. मग उरलेल्या थोड्या दिवसांसाठी तो शाळेत परत गेलाच नाही, घरीच राहिला. आठवड्यातले काही दिवस, काही तास तरी त्याला शिकवण्यासाठी कोणी ना कोणी मिळाले होते. बाबांनी पण त्याच्यासाठी मुद्दाम सुट्टी घेतली. पीटरशी संवाद साधता यावा हा बाबांचा हेतू होता, पण त्यांनी पुन्हा जास्तीत जास्त वेळ बागेत काम करण्यातच घालवला.

एकंदरीत बाकीचे वर्ष चांगले होते. मी शाळेतून घरी यायचे, मग बाबा कुठे

आहेत ते शोधायचे. नंतर आम्ही फिरायला जायचो. पीटर वर त्याच्या खोलीत असायचा. त्या खोलीच्या खिडक्या सताड उघड्या असायच्या. त्यावरून तो तिथे आहे हे समजायचे. अन्यथा त्या खोलीत कोणाचाही वावर जाणवायचा नाही. जिन्यात या खिडकीखाली रेडिओचा हलकासा आवाज ऐकू यायचा.

त्या भयानक हिवाळ्यामुळे झालेले नुकसान बघून बाबा हळहळायचे. अनेक कोवळ्या रोपांनी माना टाकल्या होत्या. बाकीचीही पंथालाच लागली होती. पण बाबांनी ती अगदी भुईसपाट छाटली आणि आता ती पुन्हा चक्क अंकुरली होती. ते लालसर कोवळे अंकुर बघून ते म्हणाले, "बघ परिस्थिती इतकी काही वाईट नाहीये. खोलवर जमिनीत अजूनही नवनिर्मितीची शक्ती आहे."

जिथली रोपे मेली होती किंवा छाटून टाकली होती त्या मोकळ्या जागेत आता सुंदर फुले झुलत होती. बाबांनी हवामानाचा एकंदर रागरंग पाहून काही बिया आधीच पेरून ठेवल्या होत्या. त्याच आता रुजल्या होत्या आणि माझा आवडता नाजूक रंगीत ताटवाही बहरला होता. मी बाबांबरोबर हिंडत असताना त्यांनी मला या फुलांची नावे सांगितली. मी काही फुले तोडली आणि घरात आणली. काही झाडांच्या नवीन पालवी फुटलेल्या छोट्या छोट्या फांद्यापण मी गोळा केल्या. यावरचे पिटुकल्या चांदण्यांसारखे भाग रात्री उमलायचे आणि दिव्यावर येणारे किडे त्या वासाने तिकडे आकर्षित व्हायचे.

गुलाबांना तर पीस, पेनेलोप, मास्क्वरेड अशी अनोखी नावे होती. वाळक्या फांद्या कापण्यासाठी बाबांनी मला मोठी कात्रीसुद्धा वापरायला दिली होती. 'व्यवस्थित छाटणी केली तर वसंतात जास्त चांगली बहरतील ही झाडे.' नवीन अंकुरावर जर चतुर किंवा दुसरा एखादा किडा बसलेला दिसला तर आपल्या बोटांनी तो चिरडून ते रुमालाने हात पुसून टाकायचे. (मला मात्र नंतरही अनेक वर्षे हे जमले नव्हते. ते किडे असे बोटांनी चिरडणे हा प्रकार मला किळसवाणा वाटायचा.) सगळ्या कळ्यांचेही त्यांनी बारकाईने निरीक्षण केले. पावसामुळे जर एखाद्या कळीचा रंग बदलला असेल तर ते अतिशय हळुवार हातांनी त्या कळीच्या बाहेरच्या पाकळ्या काढून टाकायचे. त्यामुळे आतल्या कळीचा मूळ रंगाचा दिमाख खुलून दिसायचा.

कधीकधी मला जाणवायचे की, पीटर वरच्या खिडकीतून आमच्याकडे बघत आहे. खिडकीच्या कट्ट्यावरच त्याची दुर्बीण असायची. नेव्हीमधल्या आमच्या खापर पणजोबांनी वापरलेली चांगली मोठी दुर्बीण होती ती. त्याच्या बाजूलाच एका गोल डब्यात एअर रायफलचे छरे असायचे. शेजारीच बंदूकही उभी करून ठेवलेली असायची. पडद्याच्या कडेने कधीकधी मला त्याची रोखलेली दुर्बीण नजरेला पडायची, तर कधी बंदुकीची नळी दिसायची. जणू काही एखादा हत्यारबंद सैनिक हल्ला करायला टपलेला होता. आतातर त्याने बंदुकीला टेलिस्कोप लावला होता.

तो आम्हाला अगदी जवळून न्याहाळू शकत होता. आमच्या ओठांच्या हालचालींवरून आमच्यातले बोलणेदेखील त्याला कळत असावे.

एके दिवशी मी त्याच्या खोलीत गेले तेव्हा मला तो खिडकीजवळ पालथा झोपलेला दिसला. बंदुकीने नेम धरून तो गुलाबाच्या कळ्या उडवत होता. बाबा गवत कापत होते. आपल्या कामात ते इतके मग्न होते की, त्यांचे इकडे लक्षच नव्हते. गवत कापण्याच्या मशीनच्या आवाजामुळे त्यांना बंदुकीचा आवाज ऐकू आलेला नव्हता.

''असं कसं करू शकतोस तू? त्यांचं किती प्रेम आहे आपल्या बागेवर.''

''जरा थांब आणि गंमत बघ. त्यांनी पडलेल्या कळ्या उचलल्या, की त्यांना वाटेल कसल्यातरी विचित्र किडीमुळे त्या गळून पडल्यात.

खोलीतून बाहेर जाता जाता मी विचारले, ''पीटर, तू कुठे जाणार होतास? कोनिग्जबर्गला. हो ना? आता त्याचं जे काही नवीन नाव आहे ते. पण आता ते गाव रशियात आहे. तुला तिथे जायचं होतं.''

माझ्याकडे ढुंकूनही न बघता त्याने खिडकीबाहेर नेम धरला.

''का मग बर्लिनला? काहीही असलं तरी शुद्ध वेडेपणाच होता तो. तुला काहीही सापडलं नसतं.''

तो एकदम वळला आणि माझ्या नजरेला नजर न भिडवता त्याने आपली बंदूक माझ्या पायाजवळ रोखली.

मी पटकन बाहेर पडले. त्यानंतर मला बंदुकीचा आवाज ऐकू आला. बंदुकीची गोळी खोलीच्या दरवाज्यात घुसल्याचेही मी पाहिले.

नंतर एक दिवस खूप पाऊस पडला. त्या दिवशी बाबा आम्हाला ऑक्सफर्डला घेऊन गेले. सकाळी उठल्यापासून पावसाची संततधार चालू होती. रात्रीदेखील त्याने विश्रांती घेतलेली नव्हती. रस्त्यावरचे पाणी गटारामधून वाहून जात होते. गुलाबाच्या पाकळ्यांत सुद्धा भरपूर पाणी साचले होते, त्यामुळे ती फुले फांद्यांसकट वाकली होती. लव्हेंडरची फुले शीशासारखी जड झाली होती. त्या दिवशी पावसामुळे बागेत काम करता येणारच नव्हते म्हणून आम्हाला त्यांनी तिकडे नेले असावे किंवा मग त्यांनी जायचे आधीच ठरवले होते आणि अचानक पावसाला सुरुवात झाली असावी.

रस्त्याकडेच्या एका टपरीवर आम्ही जेवलो. अवतीभवती धूर कोंडलेला होता. पावसात येणाऱ्या-जाणाऱ्या वाहनांचे आवाज येत होते. आम्ही स्टीक आणि चिप्स

खाल्ले. त्यानंतर स्ट्रॉबेरीज आणि क्रीमचा फडशा पाडला. फक्त ते क्रीम नॅचरल नव्हते. आम्ही तिथे कशासाठी जात होतो ते त्यांनी सांगितले नाही आणि आम्ही विचारले नाही. त्यांच्या चेहऱ्यावर गंभीर भाव होते. पार्श्वभूमीचा तो पाऊस, एकूणच सगळे वातावरण, यामुळे जे घडत होते ते एखाद्या सिनेमाच्या शूटिंगसारखे अवास्तव वाटत होते. ऑक्सफर्डला पोहोचल्यावर आम्ही गावाच्या मध्यवर्ती भागात न जाता त्याला वळसा घालून ओली कुरणे पार करत गावाच्या दुसऱ्या टोकाला एका फाटकापाशी आलो. तिथे उंचच्या उंच भिंत होती आणि अणकुचीदार तारांचे कुंपण होते. कुंपणापलीकडची थडगी पाहताच आपण कोठे आलो आहोत ते आम्हाला कळले.

"मला वाटतं तुम्ही आता हे बघायला हवं."

आम्ही दोघांनीही काहीच उत्तर दिले नाही.

फाटक उघडेच होते. आम्ही गाडी बाहेरच लावली आणि पायीच आत निघालो. बाबांनी गाडीच्या डिकीतून त्यांची मोठ्ठी पंतोजी छत्री काढून उघडली आणि आमच्या डोक्यावर धरली. तोपर्यंत पीटर आपल्या खिशात हात घालून कोटाची टोपी खाली करून पावसाची तमा न करता तसाच पुढे चालू लागला होता.

बाबांनी छत्रीचा दांडा धरला होता म्हणून, नाहीतर मी बाबांचा हात धरला असता. मी त्यांना अगदी खेटून चालत होते. ते ढांगा टाकत होते त्यामुळे मला जवळजवळ धावावे लागत होते. (आजही माझे मित्रमैत्रिणी मी किती भराभर चालते याविषयी बोलतात. पण याची सुरुवात बाबांबरोबरच्या अशा फिरण्याने झाली हे त्यांना माहिती नाही.)

"वेडाच आहे हा मुलगा. त्याला कुठे माहितीये की ते कुठे आहे."

पीटर तिथल्या मुख्य रस्त्यावरून स्मशानाच्या मधोमध पोहोचला होता. तिथे एक छोटेसे चॅपेल होते आणि तिथून इतर थडग्यांकडे जाणाऱ्या पाऊलवाटा सुरू होत होत्या. ही जागा हमरस्त्याएवढी रुंद होती. एकावेळी दोन गाड्या शेजारून शेजारून जाऊ शकल्या असत्या. बाकीच्या वाटा मात्र जेमतेम एक गाडी जाण्याइतक्याच रुंद होत्या. पीटर पुढे जाऊन एका झाडाखाली आडोशाला थांबला होता.

"कुठून जायचंय?"

"उजवीकडे पुढे. थांब. मला वाट दाखवावी लागेल."

त्यामुळे पीटरला आमच्या मागून यावे लागले. तरीही तो छत्रीत आला नाही. तो आमच्या बाजूनेही चालत नव्हता. थोडे अंतर राखून मागून येत होता.

तो दगड अगदी साधा होता. एका मोठ्या पुस्तकाच्या आकाराचा, आयताकृती. तो एका उभ्या दगडावर ठेवला होता. त्यामुळे लांबून अगदी एका स्टँडवर एक पुस्तक ठेवले आहे असे दिसत होते. त्यावर कॅरोलिन वॅट हे नाव, एक तारीख

आणि आरआयपी असे कोरले होते. भोवती गवत माजले होते. ती सबंध जागा एकदम सपाट होती. तिथे कधी काळी कोणी खड्डा खणला असेल आणि आता त्या जागी कोणाचे तरी थडगे असेल अशी पुसटशीदेखील खूण तेथे नव्हती. बाजूच्या वृक्षाच्या पानगळीचे अवशेष तिथल्या लालसर गवतावर विखुरलेले होते. तो वृक्ष माझ्या ओळखीचा होता. वसंत ऋतूत त्या वृक्षाला पांढऱ्याशुभ्र रंगाचा सुंदर बहर यायचा आणि त्या झाडाचे सौंदर्य खुलायचे. एरवी मात्र मुद्दाम लक्ष जावे असे त्यात काहीही नव्हते. तेव्हा त्या झाडाचा फायदा म्हणजे त्याच्या छत्रछायेखाली आम्हाला पावसाच्या झडीपासून थोडा आसरा मिळाला होता.

"तिथे, त्या तिथे तिचे दफन झाले.'' ते ज्या शोधक नजरेने आजूबाजूला बघत होते त्यावरून ते यापूर्वी कधी येथे आले होते की नाही अशी शंका मला आली. आसपासची सगळी थडगी ते न्याहाळत होते. प्रत्येकाची खास बात, त्यावरचे क्रॉस आणि गोलाकार दगडात कोरलेली नावे, रंगीत काचेवरची नक्षी, अस्थिकलश, फुले सगळा तपशील ते नीट पारखत होते. "तुम्हाला दोघांना इथे घेऊन यायचं बरेच दिवस माझ्या मनात होतं. याआधीच आणायला हवं होतं बहुतेक. उशीर झाला की काय मला नाही माहीत.'' आमच्याशी बोलतानासुद्धा त्यांची नजर भिरभिरतच होती. ते नक्की कशाचातरी शोध घेत होते. पण कशाचा? "त्यावेळी सगळे अगदी साधेपणाने पार पडणे अगत्याचे होते. आम्हाला तिथे कसलीच गडबड होऊ द्यायची नव्हती. अशा वेळी तमाशा होणे हे योग्य वाटले असते का?''

ते 'आम्ही' म्हणाले होते. पण आम्ही म्हणजे कोण? हेन्री मेडेलिन आणि लेसी पती-पत्नी? काहीही गडबड गोंधळ न होता सगळे ठरवण्यात त्यांना कोणीतरी मदत केली होती. शेवटी हा खरा ते, मी आणि पीटर आम्हा तिघांचाच प्रश्न होता. पीटर थडग्याच्या दुसऱ्या बाजूला पावसात भिजत उभा होता. आम्हा तिघांव्यतिरिक्त तिथे कोणीही नव्हते. या सगळ्याचा विचार करत मी तिथे उभी होते. थोडा वेळ कोणीच काही बोलले नाही. पुढच्या एका थडग्याजवळून एक माणूस जात होता. त्याने रेनकोट आणि टोपी घातली होती. कुत्र्याला फिरायला न्यावे तसा तो चालत होता. फक्त त्याच्याबरोबर कुत्राबित्रा नव्हता. पाऊस आता थोडा कमी झाला होता. त्यामुळे तिथला एक माळी आपली हत्यारे एका ढकलगाडीत ठेवून नेताना मला दिसला.

"बाबा, आपण फुलंबिलं का नाही आणली? तुम्ही मला आधी सांगितलं असतंत तर निदान मी तरी घेतली असती ना?''

"पुढच्या वेळी, पुन्हा जेव्हा येऊ ना तेव्हा तू हवी तेवढी फुलं आण. आत्ता

तू फक्त प्रार्थना केलीस तरी चालेल.''

थडग्यावर पडलेला पाचोळा त्यांनी बाजूला केला. त्यांनी ताजी फुले आणायचे कष्ट घेतले नव्हते, मग आता हे साफसफाईचे नाटक तरी कशाला, असे मला वाटले. असे हात हलवत येण्याचा मला खरंच राग आला होता हे त्यांना समजलेच नाही. हे असे फारसे महत्त्वाचे नसल्यासारखे अगदी सहजपणे आम्हाला तिथे नेल्याबद्दल, फुलेसुद्धा बरोबर न घेतल्याबद्दल मी त्यांना माफ करू शकले नाही. ज्यांनी फारसे नाटक न करता बाबांना सगळे आटपायला सांगितले होते, त्यांनीच त्यांना हे असे वागायला सांगितले होते का? पण असे असेल तर मी बाबांना, त्यांनी सांगितलेले जसेच्या तसे ऐकल्याबद्दल कधीही क्षमा करू शकले नसते. कधीच नाही. मी मनातल्या मनात 'होली मेरी' ही प्रार्थना म्हणण्याचा प्रयत्न केला. पण मी पुढची ओळ विसरले आणि माझा गोंधळ झाला. तो कुत्र्याचा मालक आल्या दिशेने परत चालला होता. एक फुलांनी मढवलेली शववाहिनी मधल्या भागात येऊन थांबली होती. तिच्या मागे तीन काळ्या गाड्या आल्या होत्या. त्यात माणसे होती, फुले नव्हती.

'होली मेरी मदर ऑफ गॉड प्रे फॉर अस, सिनर्स, नाऊ अँड अॅट द अवर ऑफ आवर डेथ. आमेन.'

ती मिरवणूक जाईपर्यंत आम्ही थांबलो आणि मग परत निघालो. आभाळ स्वच्छ होत होते. ढगांमधून सूर्यप्रभा फाकत होती. सूर्य पूर्णपणे बाहेर आला की, पुन्हा जून महिना आल्यासारखे वाटले असते, पण या पुसटत्या राखाडी रंगाच्या पार्श्वभूमीवर पीटर माझ्या कानात काहीतरी कुजबुजला. मला जरासा धक्का देऊन तो पुढे गेला. त्याने आपल्या कोटाची टोपी घातलेली होती. हात खिशात घालून माझ्याजवळून जाताना त्याने मला कोपराने ढोसले. तो बराच पुढे जाईपर्यंत त्याच्या बोलण्याचा अर्थ माझ्या ध्यानातच आला नाही. तो हॅरी लाईमसंबंधी काहीतरी म्हणाला. हे नाव कोठे ऐकले आहे ते आठवायला मला थोडा वेळ लागला.

एका अशाच आळसावलेल्या रविवारी दुपारी टी.व्ही. वर बघितलेल्या एका सिनेमातील एका माणसाचे नाव हॅरी लाईम होते.

लोक त्याच्या अंत्ययात्रेला जातात. पण तो खरा मेलेलाच नसतो.

हॅरी लाईमची मुलगी त्या सिनेमात जशी थडग्यांमधल्या मोकळ्या जागेतून चालताना दाखवली होती अगदी तसाच पीटरही चालत होता. इकडे तिकडे न बघता खाली मान घालून. मी बाजूने गेले असते, त्याला हाक मारली असती तरी त्याने वर पाहिले नसते.

हॅरी लाईम व्हिएन्नामध्ये होता. 'द थर्ड मॅन'ची गोष्ट बर्लिनमध्ये नाही तर व्हिएन्नामधे घडते. त्या ओल्या गारेगार गावातल्या फरसबंदी रस्त्यावर माझे आईबाबा भेटल्याची कल्पना मी रंगवत असे. सत्य काय आहे याची मी स्वत:ला पुन्हा एकदा जाणीव करून द्यायला पाहिजे होती.

कॅस्टॅनिएनलीमधल्या हॉटेलजवळच ट्रॅमची लाईन होती. मला जाग आली, तेव्हा पहिल्यांदा पावसाचा आणि नंतर ट्रॅमचा आवाज ऐकू आला. माझ्या खिडकीपाशी माझ्या ओळखीचा तो आवाज थांबला आणि पुन्हा निघतानाची घाईगडबड कानावर पडली. खरेतर मला ट्रॅमच्या आवाजाची सवय नव्हती. पण सिनेमांमधून मी तो इतक्या वेळा ऐकला होता की, आता त्याचा नुसता परिचय होता असे नाही, तर त्या आवाजाबरोबर माझ्या मनात इतर अनेक आठवणीदेखील दाटून येत. लांबच्या लांब रेनकोट्स, सिगारेटच्या धुराची वलये, चुटपुटत्या गाठीभेटी. माझे आईबाबा हेसुद्धा तिथे एका गोष्टीतल्या भूमिका वठवत होते.

"तुला माहिती आहे का आम्ही प्रथम कुठे भेटलो ते? १९४७ साली. मला बर्लिनला जाऊन तेव्हा सहा महिने झाले होते. मी दुभाषाचे काम करीत असे. एक दिवस ऑफिसमध्ये एक तरुण जर्मन मुलगी आली. तीच तुझी आई." स्मशानभूमीतून बाहेर पडल्यावर घरी परत जात असताना गाडी चालवता चालवता बाबा बोलत होते. मी पुढेच बसले होते. पीटर मागच्या सीटवर फुरंगटून पहुडला होता. ते जरी माझ्याशी बोलत असले तरी त्यांचा हा, पीटरची समजूत काढण्याचा प्रयत्न होता. मी हे समजू शकत होते. मला पुढे बसवून माझ्याशी बोलणे सोपे होते, पण ते

खरेतर पीटरशी बोलत होते. कॉट्सवोल्डवरच्या डोंगररांगेतल्या एका कड्यावरून आम्ही जात होतो. मला हा रस्ता खूप आवडे. माझ्या सुलभ बायबलच्या पुस्तकातल्या 'प्रॉमिस्ड लँड'सारखीच इथेही एक खोल दरी होती.

"तिला कोणीही नव्हते. बर्लिनमध्ये अनेक माणसे एकेकटी होती. घरदार, कुटुंब काही नाही. स्वत:च्या नावाशिवाय कशाचाच पत्ता नाही. ती पण त्यांच्यापैकीच एक होती. तेव्हाच्या धूळधाण उडालेल्या बर्लिनची तुम्हाला कल्पनासुद्धा करता येणार नाही. माझ्याकडे काही फोटो आहेत. कुठेतरी नीट ठेवलेत. मी ते तुम्हाला दाखवलेत की नाही ते आठवत नाहीये. पाहिलेत का तुम्ही? नसले पाहिले तर दाखवेन कधीतरी. अगदी बघवत नाहीत. उद्ध्वस्त घरे, नुसती धुराडे शाबूत असलेली एक भिंत, काही घरांचा फक्त दर्शनी भाग, काही ठिकाणी नुसताच मधला चौक आणि तिथून दिसणारे आकाश. तुम्ही हे भग्नावशेष बघता तेव्हा तुम्हाला आपल्या कल्पनाशक्तीच्या जोरावर एकेकाळी तिथे वसलेले गाव, तिथले रुंद रस्ते मनात उभे करावे लागतात. अशा जमीनदोस्त झालेल्या इमारतींमध्ये त्या पडक्या ढिगाऱ्यांमध्ये माणसे रहात होती. काहीतरी करून त्यांनी भोवतालचा मोडक्या दगडविटांचा ढीग बाजूला केला होता. त्यातनंच पुन्हा आपल्या चिल्ल्यापिल्ल्यांसाठी एक छप्पर उभारले होते. काही लोकांची घरे पडली तरी तळघरे शाबूत राहिली होती आणि त्यांनी तिथेच वस्ती केली होती. कोणाचीही गस्त चालू नाही हे बघून ते भुतासारखे अचानक बिळातून बाहेर येत. कायम असे कोंडून घेतल्यामुळे ते निस्तेज दिसू लागले होते. जर चांगली हवा पडली असेल आणि इतर काही धोका नाही याची खात्री असेल तर ते शेगडी घेऊन बाहेर येत आणि उघड्यावर कोंडाळे करून बसत. मुलाबाळांसकट तिथेच स्वयंपाक, जेवणे सगळे आटपत.

"मात्र तुमची आई त्यात नव्हती. एका अर्धवट पडक्या इमारतीत तिला आसरा मिळाला होता. आतल्या खोल्या ठीक होत्या. पण पुढचा भाग, खिडक्या वगैरे उडवले गेले होते. मग तिने खिडक्यांच्या जागी वर्तमानपत्रे चिकटवून आडोसा तयार केला होता. तिथे ती एकटीच रहायची. तिला कोणी नातेवाईक नव्हते आणि मला नाही वाटत, ती इतर कोणाला ओळखत होती. तिला खरेतर एखाद्या खेडेगावात रहायला पाठवले जाणार होते. बऱ्याचशा जर्मन निर्वासितांच्या बाबतीत असेच केले गेले होते. सगळ्यांना निरनिराळ्या गावात पाठवले होत. पण बर्लिनला एकटीने राहणे तिला जमले. तिला इंग्रजी भाषा येत होती. त्याचा उपयोग झाला. आम्ही तिला काम देऊ शकलो. तुमची आई भाग्यवान होती. तिच्यासारखी हजारो माणसे तिथे टाचा घासत होती. जर्मनांशिवाय लक्षावधी फ्रेंच, इटालियन, पोलिश, लिथुनिअन्स, झेक आणि इतर अनेक देशांच्या रहिवाशांना त्या युद्धाच्या धामधुमीत जबरदस्तीने जर्मनीत काम करावे लागत होते किंवा देशोधडीला लागलेली ही माणसे नशिबाने इथे येऊन पोहोचली होती.

काही जण अजूनही छावण्यांमध्येच होते. काही असे नुसतेच भटकत रहायचे. बरेचजण आपल्या पांगलेल्या कुटुंबाचा शोध घेत होते. कुटुंबातील एखादा जरी अजून तग धरून राहिला असेल, तर त्याला गाठून त्याच्याबरोबर आपापल्या प्रांतात परत जाण्याची त्यांची मनीषा होती. काहीजण तुमच्या आईसारखे पूर्वेकडून आले होते आणि परत जाऊ इच्छित नव्हते. त्यांच्या देशांच्या सीमारेषाच बदलल्या होत्या. पोलंड आणि जर्मनीचा काही भूभाग रशियात समाविष्ट झाला होता. जर्मनीचा उर्वरित भाग पोलंडने गिळंकृत केला होता. सगळा गोंधळच होता. अनेक जणांना इंग्लंड, अमेरिका किंवा तत्सम नवीन ठिकाणी जायचे होते, कारण आपल्या मूळ गावी आता काहीही शिल्लक असणार नाही याची त्यांना खात्री होती. शिवाय त्यांना रशियनांची धास्ती वाटायची. पश्चिमेकडच्या देशांत गेलो तर आपले ग्रह पालटतील असे त्यांना वाटे.

"हॅरी लाईमच्या छोट्या मैत्रिणीसारखे!" मी म्हणाले.

"कोण?"

"त्या सिनेमातील हॅरी लाईमची मैत्रीण. ती एकटीच होती. तिला कागदपत्रं हवी होती आणि हॅरीने ती तिच्यासाठी मिळवली. ॲना श्मिद असं तिचं नाव होतं. ही आणखी एक ॲना."

"हां. बरोबर." ते म्हणाले, "असंच काहीसं होतं ते."

थोडा वेळ आम्ही कोणीच बोललो नाही. नुसताच गाडीचा आवाज येत राहिला. ॲना श्मिदला त्या कागदपत्रांची एवढी निकड का भासली ते मला समजलेच नव्हते. माझी आई थोडीशी या ॲना श्मिदसारखी दिसे हे माझ्या लक्षात आले. ज्या नटीने ॲनाचे काम केले होते ती दिसायला हेडी लेमरसारखी होती. सगळ्यांमध्ये बऱ्यापैकी साम्य होते.

आम्ही स्मशानभूमीत गेल्यापासून प्रथमच पीटरच्या तोंडून प्रथमच शब्द फुटला. "तुमचा साखरपुडा झाला त्या आधी किती दिवस तुम्ही एकमेकांना ओळखत होतात?"

"अरे, फार दिवस नव्हते झाले. दोनचार महिने झाले असतील. ती आली तेव्हा हिवाळा होता आणि वसंताच्या सुरुवातीला आमचा साखरपुडा झाला. आम्हाला परवानगी मिळाल्याबरोबर लगेचच आम्ही लग्न केले."

"त्याआधी ती काय करत असे?"

"ती एका गावातून दुसऱ्या गावी अशी भटकत होती. तेव्हा सगळाच गोंधळ होता. मी म्हटले त्याप्रमाणे लाखो लोक असे देशोधडीला लागलेले होते."

"तिनी आपल्या कुटुंबाचा, नातलगांचा शोध का नाही घेतला? तिनी त्यांना शोधायला हवं होतं."

"तिच्या कुटुंबापैकी कोणीही वाचलं नव्हतं."

“तिला काय माहीत? तेव्हा सगळा गोंधळ होता ना? मग अशी खात्री कशी वाटली तिला?”

गाडीच्या मागच्या सीटवरून बंदुकीच्या फैरीसारखे प्रश्न येत होते. प्रत्येक प्रश्नागणिक स्वर अधिकाधिक बोचरा होत होता. गाडीचा वेग मंदावला. आम्ही एका वळणापाशी आलो आणि शांतपणे वळलो. येथे या गोष्टीला पूर्णविराम मिळाला. काळ हेच या मन:स्थितीवरील उत्तम औषध आहे, असे बहुतेक आमच्या बाबांना वाटले असेल. लोकांनीपण त्यांना हेच सांगितले असणार. ‘त्या मुलाला थोडा वेळ एकटे राहू दे. फार लक्ष देऊ नका. थोडा अवधी गेला की, तो आपणहून यातून बाहेर पडेल.’ बाबांनी रेडिओ चालू केला. घरी पोहोचेपर्यंत आम्ही होम सर्व्हिसचा हळुवार आवाज ऐकत होतो. नंतर परत कधी त्यांनी या विषयावर बोलण्याचा प्रयत्न केला नाही. मी याचे कारण समजू शकत होते. अशा विषयावर तुम्ही पुन:पुन्हा संवाद सुरू नाही साधू शकत. प्रवासातच असे विषय निघू शकतात, कारण तेव्हा तुम्ही एकमेकांकडे न बघता रस्त्याकडे खिडकीबाहेर बघू शकता.

माझ्या बाबांचे विशेष असे फोटो नाहीएत. त्यांच्याकडे जे फोटो होते ते आता माझ्याकडे आहेत. हे कोणत्या ठिकाणी काढले आहेत ते बघण्यासाठी मी ते स्वत:जवळ ठेवले आहेत. स्प्री नदीचे धूसर दृश्य. बऱ्या स्थितीतल्या चौकावरील रशियन सैनिकाचा फोटो. एका नवीन रशियन स्मृतिस्थळाजवळून जाणारी निर्वासितांनी खच्चून भरलेली एक ट्रेन. गेली अनेक वर्षे बाबांजवळ असलेल्या ब्राऊनी कॅमेऱ्यावरूनच सगळे फोटो टिपले असणार अशी माझी कल्पना होती. छापील फोटोंसारखे चांगले नव्हते ते. अगदी छोटे होते आणि धूसरही झालेले होते. पण मौल्यवान नक्कीच होते. माझ्या बाबांनी स्वत: या गोष्टी बघितल्या होत्या. ते कोणी काढले हे माहिती असल्यामुळे त्यांना वेगळा अर्थ प्राप्त होत होता. विस्मृतीत गेलेल्या घटनांविषयी हे फोटो माझ्याशी बोलत. बाबा गेले तेव्हा आवराआवरीत मला हे बाड सापडले आणि मी ते घरी आणले. एकदा असाच विषय निघाला तेव्हा मी ते माझ्या मुलीलापण दाखवले. “हे युद्धानंतरचे बर्लिन. इथे पहिल्यांदा आजीआजोबा एकमेकांना भेटले,” मी सांगत होते. पण माझ्या मुलीच्या लेखी हा फक्त इतिहास होता. मी या माणसांमध्ये, या घटनांमध्ये भावनिकदृष्ट्या पुरती गुंतले होते, तर माझ्या मुलीच्या लेखी ही एक फार पूर्वी कोणा एकाच्या बाबतीत घडलेली गोष्ट होती. तिच्या अशा वस्तुनिष्ठतेमुळे इतिहास आणि आठवणी यांच्यातले अंतर अधोरेखित होत होते.

एक पराभूत शहर छत्रहीन राईशटॅग. बर्लिनमध्ये मिळणाऱ्या जुन्या पोस्टकार्डमध्येही तिला इतपतच रस वाटला असता. घरी पाठवण्यासाठी मी काही कार्डे घेतली होती. सकाळी गाडी पकडण्यापूर्वी मी ती लिहिणार होते. मी जरा लवकरच स्टेशनला पोहोचेन म्हणजे मग गडबड झाली नसती. तिथेच कोठेतरी बसून इथल्या शेवटच्या कॉफीचे घुटके घेताना हे काम हातावेगळे करता आले असते. अंतर द लिंदेन मधल्या खुल्या हवेतल्या कॅफमधले वसंत ऋतूतले उल्हासमय वातावरण दर्शवणारे एक पोस्टकार्ड माझ्याकडे होते. हे मी तिला पाठवेन. 'सगळ्यात गमतीची गोष्ट म्हणजे तुझे आजीआजोबा या फोटोमधल्या लोकांमध्ये असू शकतील.' दोस्त राष्ट्रांचे सैनिक, बॉम्बच्या वर्षावाने सर्वस्व गमावलेले बर्लिनवासी, छावण्यांतून जीव वाचवून पळण्यात यशस्वी झालेले निराधार सबंध युरोपमधले निर्वासित किती चेहरे! प्रत्येकाची आगळी मन हेलावणारी कहाणी. सगळे त्या दिवशी तिथल्या छान स्वच्छ सूर्यप्रकाशात एकत्र आले होते. कोणाच्या अंगावर कडक गणवेश तर कोणी सुटाबुटात होता. काहींच्या अंगावर मात्र लक्तरे होती. काहींनी जन्मापासून ते कपडे घातलेत, कधीही उतरवलेले नाहीत असे वाटत होते, तर काहींनी त्या घटकेला तो परीटघडीचा पोशाख अंगावर चढवलेला दिसत होता. माझ्या आईची गोष्ट पण या असंख्य कथांमधलीच एक होती. पूर्व जर्मनीतल्या आठ लाख निर्वासितांपैकी ही एक छोटी मुलगी. तिने एकटीनेच धीर करून बर्लिन गाठले. ही कथा आहे युद्धाची, अर्थातच जयपराजय यासोबतच, या शोककथेत बॉम्बवर्षाव, नुकसान, बलात्कार, पलायन, अत्याचार, कल्पनातीत टगेपणा, नशिबाने साथ दिल्यामुळे सफल झालेली हिरोगिरी, निर्वासित म्हणून शिरकाव झाल्यावर मालदार ब्रिटिश ऑफिसरशी विवाह करून राजरोसपणे बाहेर फिरणाऱ्या महिला, या सगळ्याचा अंतर्भाव होणे स्वाभाविक होते.

सिनेमात ओस्टबानूहॉफ ही जागा धोकादायक असल्याचे दाखवले होते. हे पूर्वेचे स्टेशन पूर्व पश्चिम यामधले जंक्शन होते. त्यामुळे तिथे सर्वांत जास्त टेहळणी होत होती. कुजबुजणारे आवाज आणि निरखणारी नजर. काळपट हिरवा गणवेश घालून प्लॅटफॉर्मच्या टोकाशी उभा असलेला, आपली मशीनगन सांभाळणारा एक नवखा सैनिक. वरच्या मजल्यावर रस्त्याच्याही वर आणखी डझनभर प्लॅटफॉर्म्स त्यावरून जाणारी मधेच थांबून तिकीट काढणारी तुरळक माणसे. आता बघितले तर हे सगळे अगदी निरुपद्रवी वाटते.

पहिली गाडी बाल्टिक किनाऱ्यावर जायला निघाली. एप्रिलमधला एक पावसाळी सोमवार. पर्यटकांची संख्या अगदी कमी होती. तासाभरात उतरून गाडी बदलून पोलंडला जाणार होते. मला खिडकीजवळची जागा मिळाली होती. बाहेरच्या पावसात दिसेल तेवढे दृश्य मी बघत होते. शहर केव्हाच मागे पडले होते. काही कारखाने, नवीन घरे, चढउतार असलेली मोकळी जागा, काळ्या ढगांच्या छपराखाली अंकुरलेली गव्हाची शेते या सगळ्यांनी विस्तृत कम्युनिस्ट चौकांची ओळ भेदली होती. हे इंग्लंडमधल्या पूर्वेकडच्या प्रदेशासारखेच होते. फक्त इथे तळी होती आणि शेतांच्या चौकोनांना हे जंगलांचे कुंपण होते. या घनदाट जंगलांमध्ये शिकारसुद्धा करता येते. तिथल्या शेतांच्या कडेला आणि मधल्या मोकळ्या जागांमध्ये लाकडी टॉवर्स बांधले होते. तिथून हरणांची शिकार करता येते. पांढऱ्याशुभ्र पवनचक्क्यांचा एक समूह तिथल्या एका टेकडीवर बघायला मिळाला. हे स्थळ म्हणजेच पूर्वाश्रमीचे पूर्व जर्मनी.

मला जिथे गाडी बदलायची होती, ते अगदी पिटुकले स्टेशन आहे. आणखी काही हाताच्या बोटांवर मोजता येतील असे प्रवासी माझ्याबरोबर पुढची गाडी

पकडणार होते. त्यातले दोघे बहुतेक विद्यार्थी आहेत. एक वयस्कर बाई आणि तिची मुलगी होती. बाकीचे एकेकटे आहेत. दोन पुरुष आणि एक पिवळाधमक कोट घातलेली बाई. तिच्या कपड्यांचा हा रंग एकदम डोळ्यांत भरला. त्या उघड्या प्लॅटफॉर्मवर दुसऱ्या गाडीपर्यंत तो माझ्या पुढेच होता आणि माझ्याच डब्यात पुढच्या दाराने चढला. डब्यात शिरल्यावर ती सोनूबाई दुसऱ्या कंपार्टमेंटमध्ये गेलेली मी बघितली.

गाडीत मला बहुतेक डुलकी लागली असणार. जाग आल्यावर मी बॅगेतून पाण्याची बाटली काढली. त्या स्वच्छ आणि गार पाण्याच्या घोटाने माझा झोपेत कोरडा पडलेला घसा थोडा ओला झाला आणि मला ताजेतवाने वाटले.पोलंडमध्ये शेतांऐवजी जंगले जास्त दिसत होती. पाऊसही कमी झाला होता. या अनोळखी सफरीची मला आता मजा वाटू लागली होती.

डब्यात एक छोटा मुलगा होता. बराच वेळ तो आईच्या बाजूला शांतपणे बसला होता. पण मग कंटाळून तो आमच्या आजूबाजूला फिरू लागला. तो बाहेरच्या पॅसेजमध्ये जाण्यापूर्वी त्याच्या मरगळलेल्या आईने चपळाईने मधले दार लावून घेतले. आपल्या बाजूची जागा हाताने थापटून, तिने त्याला तिथे बसायला सांगितले. त्याने अर्थातच ऐकले नाही. माझ्यासमोर उभे राहून आपला चिमुकला हात माझ्या गुडघ्यावर ठेवून, त्याने माझ्याकडे टक लावून बघितले. इतर सगळी माणसे सोडून तो माझ्याकडेच का आला? मांजर जसे खोलीतला जो माणूस त्याच्याकडे संपूर्ण दुर्लक्ष करेल त्याच्याकडेच जाते, तसेच या मुलानेही केले. अनोळखी मुलांबरोबर मी पटकन दोस्ती नाही करू शकत. मी खूप बुजरी आहे किंवा बहुतेक खूप सावध आहे. लहान मुले माझ्याविषयी काय ग्रह करून घेतील याबद्दल मी जरा साशंक असते.

हे बाळ अगदी निरागसपणे माझ्याकडे पाहते. दिसायला काही ते खूप खास नव्हते. इतर प्रवासी, एक तरुण मुलगी आणि एक मध्यमवयीन गृहस्थ माझी प्रतिक्रिया बघत असतात. मी त्या बाळाला इंग्लिशमध्ये हॅलो म्हणते.

''सॉरी हं. तो तुम्हाला त्रास देतोय ना,'' त्याची आई आपल्या भाषेत त्याला रागवत मला म्हणते.

''नाही, नाही.अजिबात नाही.''

''तुम्ही ब्रिटिश आहात का?''

''हो.''

''मूळ कुठल्या तुम्ही?''

"लंडन." हे खरे नसले तरी सांगायला सोपे होते. मी लंडनहून आले आहे हे लोकांना ऐकायला आवडते, हे आता इतक्या माणसांशी बोलल्यावर मी समजून चुकले होते. नाहीतरी मी खरी कोण, कुठली याचा तसा इथे काय संबंध होता?

"माझा आतेभाऊ तिथेच आहे कामाला."

मला भेटलेल्यांपैकी बहुतांश पोलिश लोकांचे कोणी ना कोणी लंडनमध्ये नोकरीला होते. डब्यातले इतर लोक हे संभाषण ऐकतात, पण बोलत नाहीत. कदाचित माझे बोलणे त्यांना समजले असावे. त्यांचेपण नातेवाईक लंडनलाच काम करत असतील.

"कुठे निघालाय तुम्ही?"

"दान्स्क."

"टूरिस्ट?"

"हो."

त्या बाळाचा माझ्यातला इंटरेस्ट संपला आणि समोरच्या बाईने बिस्कीट देऊ केल्यावर त्याने आपला मोर्चा तिकडे वळवला आणि त्यांचा पोलिश भाषेतला संवाद सुरू झाला.

निघायच्या काही दिवस आधी मी पीटरला भेटले होते. तो काही कामानिमित्त लंडनला आला होता. मग दोघांच्या सोयीने वेळ ठरवून एके दिवशी दुपारी आम्ही जेवायला गेलो. हे असे दुपारचे भेटणे खरंतर चूकच ठरले होते. म्हणजे रात्री आरामात भेटणे जास्त चांगले झाले असते. पीटर सूटबीट घालून आला होता. बिझनेसमन, ऑफिसवाली माणसे धावतपळत कसेतरी दोन घास पोटात ढकलायला हॉटेलमध्ये आली होती. पीटरही सारखा घड्याळ बघत होता. त्यामुळे त्याची पुढची मीटिंग गाठायची घाई मला सतत जाणवत होती.

त्याने फारसे काही खाल्लेही नाही. "अशा ऑफिस दौऱ्यावर रात्री अनेकदा वेळीअवेळी वेडेवाकडे खायला लागते म्हणून आत्ता थोडेसेच काहीतरी खाईन." असे तो म्हणाला. मग आम्ही फक्त सॅलड मागवले. वाईन वगैरे काही नाही. निवांत वेळ घालवण्याच्या दृष्टीने आमचे टेबल एकदम रिकामे वाटत होते.

पीटरचे एकंदरीत चांगले चालले होते. तब्येतही बरी दिसत होती. हाँगकाँगमध्ये रहायचा तो. तिथे तो रोज जिमला जायचा, पोहायचा, शनिवार-रविवार बोटिंगला जायचा.

"छान आहे. मला पण आणखी व्यायाम करायला हवाय. थोडेसे बागकाम सोडले तर मी हल्ली व्यायामासाठी विशेष काही करत नाहीये." मी म्हटले.

त्याची बायको आणि दोन्ही मुली ठीक होत्या. त्यांना काही अडचण असली तरी याने मला त्याविषयी काही सांगितले असते का याची मला शंकाच होती. माझ्या घरचे पण ठीक होते. दूर राहणाऱ्या नातलगांच्या अशा उडत्या भेटीत एकमेकांची ख्यालीखुशाली पटकन मोजक्या शब्दांत विचारून टाकली जाते. शब्दांमधल्या रित्या जागांचा अर्थ प्रत्येकाने आपापल्या कुवतीप्रमाणे लावावा. पूर्वी पोस्टाच्या तारेतून या बातम्यांचे आदानप्रदान होई. एरवी मी थोडे खोलात जाऊन चौकशी केली असती, पण तेव्हा मला नमनाला घडाभर तेल घालायचे नव्हते. मी आखलेल्या या ट्रीपबद्दल मला त्याला सांगायचे होते.

''तुला काहीही सापडणार नाही.''

''पण निदान मला बघू तर दे. मी यातले एकही ठिकाण पाहिलेले नाही.''

''बर्लिन बघण्यासारखे आहे. नवीन प्रकारच्या इमारती आणि सुरेख कलाकुसर. तुला हे कलाप्रकार आवडतील. पण तू कालिनीग्राडला जाऊ नकोस. ते रशियात आहे, माहितीये ना?''

''अर्थात मला माहितीये. माझा व्हिसा तयार आहे.''

''तिथे कितपत सुरक्षित आहे याची काही कल्पना आहे का?''

आम्हाला भेटून जेमतेम पंधरा मिनिटे झाली होती तेवढ्यात त्याने मला स्वतःच्या वागण्याचे समर्थन करायला लागेल अशी वेळ आणली. पीटरला माझ्यापेक्षा जास्त माहिती होती. नेहमीच असणार होती. हे त्रिकालाबाधित सत्य होते.

''तू सरळ सुट्टी का नाही घेत? आमच्याकडे ये. आधी कधी आली नाहीयेस.''

पीटर कोणाच्याही डोळ्याला डोळा भिडवत नाही. जर नजरभेट झालीच तर तो चटकन आपली नजर हटवतो. माझ्याबाबतीत तरी तो खूप राखून ठेवून बोलतो. मी त्याला चांगलीच ओळखून होते.

आम्ही आजूबाजूचे भरपूर बोललो. कॉफी वगैरे घेतली. त्याने बिल मागवले. आम्ही उठलो. वेटरने टेबल आवरायला घेतले. या कृतीमुळे माझा अवघडलेपणा थोडा कमी झाला.

''परवाच मी वर्तमानपत्रात काहीतरी विचित्र गोष्ट वाचली. इस्तवान किसला श्रद्धांजली. तू वाचलीस का ती बातमी? तो गेला. तो तसा प्रसिद्ध होता. (आणि खरेच अस्तित्वातही होता. हे आम्ही बोललो नाही.) पण हा विचार आमच्या दोघांच्याही मनात होता. आम्ही याचा उल्लेख केला नव्हता. लहानपणच्या त्या आठवणी, ते शब्द. यापासून आम्ही लांब पळायला बघत होतो. मोठेपणी जाणूनबुजून विसरायचा प्रयत्न केला होता. आपला अजाणत्या वयातला वेडेपणा या सबबीवरही कधी हे बोललो नव्हतो. तेव्हातरी आम्ही काय करू शकणार होतो. एवीतेवी

उशीरच झाला होता. आमच्या हातात काहीच नव्हते. (हे सगळे खरे असूनही आम्ही हा विषय मात्र टाळला होता एवढे नक्की.)

पीटर खिशातून क्रेडिट कार्ड काढत होता. त्याच्या त्या फॅशनेबल पाकिटात अनेक कार्डे होती. वेटर बिलासाठी थांबला होता.

''मी त्याच्या एका कार्यक्रमाला गेलो होतो. मी सांगितलं की नाही तुला? खूप वर्षांपूर्वी. मी तेव्हा बोस्टनला होतो कामाला.''

म्हणजे तो पण काहीही विसरला नव्हता. वरून कितीही आव आणला तरी दोघांच्याही डोक्यात तेच होते. मी पण तसेच सोंग पांघरून पुढे विचारले, ''नाही. मला नव्हतं माहीत. चांगलं वाजवलं का त्यांनी?''

''अरे एकदम सुंदर. बाखची रचना सादर केली. फारच छान!''

तेवढ्यात तो वेटर निघून गेला आणि आम्हाला थोडा मोकळेपणा मिळाला.

''बाय ॲना. रशियाला जातीयेस. काळजी घे. काही धागादोरा मिळालाच तर मला लगेच सांग. कळवशील ना?''

आधी पोलंड. मी घड्याळ पाहिले. आम्ही लवकरच दान्स्कला पोहोचणार होतो. तिथे उतरण्यापूर्वी सामानाच्या आवराआवरीबरोबरच मला माझ्या विचारांची दिशा निश्चित करायला हवी होती. कोठे जायचे, तिथपर्यंत कसे पोहोचायचे वगैरे वगैरे. पाऊस नव्हता तरी बाहेर उदासवाणेच वाटत होते. कोट अंगावर चढवलेलाच बरा होता. तेवढेच ओझेही जरा कमी झाले असते. (सराह कॅनकडे आयुष्यभर होते तेवढे सामान मी दोन आठवड्यांसाठी वाहत होते.) समोरच्या माणसाने माझा खाली पडलेला स्कार्फ उचलून मला दिला. सामानाच्या फळीवरून मी कोट खाली काढला तेव्हा पडला असणार. तो पोलिशमध्ये बरेच काही बोलला. मला त्याच्या हावभावांवरून अंदाज आला.'काही घाई नाहीये. सावकाश आवर. आत्ताशी दिन्या आलंय. पुढचं किंवा त्याच्या पुढचं स्टेशन दिन्स्क.' जाड आखूड बोटांचा, मानेचा पत्ताच नसलेला मध्यमवयीन स्थूल माणूस. पण चेहऱ्यावर माझ्या अपेक्षेपेक्षा दयाळू भाव होते. मला अजून थोडा वेळ स्वस्थ बसावे लागणार होते. कोट घातल्यावर उकडायला लागले होते. माझ्या पायाशी एक मोठी बॅग होती, तर मांडीवर दुसरी छोटी बॅग.

उतरताना दरवाज्याशी गर्दीत जरा धक्काबुक्की झाली. पण मी पोलंडच्या प्लॅटफॉर्मवर उतरू शकले. भुयारी मार्गाने बाहेर पडण्यासाठी मी लोंढ्याबरोबर निघाले. इकडूनच बाहेर जाण्याचा मार्ग असणार, पण मी कोणाला विचारू शकत नव्हते. अशा परकी भाषा असणाऱ्या संपूर्ण नवीन देशात दाखल झाल्यावर आपली

बोलती बंद झाल्यासारखे वाटते. आपले अस्तित्वच हरपते. तो भडक पिवळा कोट माझ्या समोरूनच चालत होता. ती एक पोलीश मुलगी होती आणि तिने केसांना तांब्यासारखा लाल रंग लावला होता. स्टेशनखालच्या बोगद्यात परत मी तिची पाठ धरली. पायऱ्यांवरून माझी बॅग कशीबशी उचलून मी बाहेरच्या उजेडात प्रवेश केला आणि जुन्या शहराकडे जाण्यासाठी रस्ता ओलांडून गेबल्स आणि स्पायर्सच्या दिशेने निघाले. डॅझिंगच्या या इमारती पुन्हा नव्याने बांधल्या गेल्या होत्या. आता कोटामुळे भयंकर गरम व्हायला लागले होते. खालच्या खडबडीत रस्त्यावर बॅगेची चाके अडकत होती. 'एखाद्या कॅफेमध्ये थांबून हॉटेल शोधण्यापूर्वी मी क्षणभर विश्रांती घेईन.'

दुसऱ्या दिवशी मी व्हिस्ट्युला लगूनला कसे जायचे ते हॉटेलच्या रिसेप्शनमधल्या मुलीला विचारले.

तिने सांगितले की, क्रीनिका मोर्स्का नावाचं एक रिझॉर्ट आहे. पण आत्ता सीझन नाहीये. त्यामुळे तिथे फारसे कोणी नसेल. एकच बस आहे तिथे जायला. ती सकाळी निघते आणि थोडा वेळ तिथेच थांबून दुपारी परत येते.

हा शहराबाहेरचा प्रवास अगदी कंटाळवाणा होता. नदीचे सपाट मुख. चौकोनी शेते. खड्डे. उदासवाण्या आकाशाकडे रोखलेले राक्षसांच्या अंगठ्यासारखे भासणारे झाडांचे निष्पर्ण बुंधे. माझ्या कल्पनेपेक्षा हे वाळवंट वेगळेच होते. इथे वाऱ्यामुळे आपली जागा बदलणाऱ्या वाळूच्या टेकड्या नव्हत्या, तर झाडांमुळे इथल्या वाळूवर बंधन पडले आहे. व्हिस्ट्युला आणि बाल्टिक दरम्यान साठ किलोमीटर्स एवढे लांबच्या लांब पाईन झाडांचे जंगल लागले. त्या मुलीने सांगितल्याप्रमाणेच क्रीनिका मोस्का जवळजवळ निर्मनुष्य होते. बस थांबली. ड्रायव्हरने निवांतपणे सिगारेट शिलगावून ड्रायव्हर समोरच्या डॅशबोर्डवर आपले पाय पसरून ताणून दिली. त्याला दोन तास थांबायचे होते. मी खाली उतरून चालू लागले. माझ्याबरोबर इथे आणखी एकदोघेच उतरले. ते इथले स्थानिक रहिवासी असावेत. ते लगेच बाजूच्या बोळकांडीत ते लगेच दिसेनासेही झाले. रस्त्याच्या एका बाजूला खाडीचे पाणी होते, तर दुसरीकडे पाईन झाडांनी झाकल्या गेलेल्या वाळूच्या टेकड्या. याच्या मागे समुद्रकिनारा असणार. पुराव्यादाखल रस्त्यावर तिथल्या उन्हाळी शिबिरांच्या आणि हॉटेल्सच्या पाट्या दिसत होत्या. कोठे वळायचे ते न कळल्यामुळे रस्ता अरुंद होईपर्यंत मी चालत राहिले. मग मागे वळून झाडांमधलीच एक छोटी वाट निवडली आणि शेवटी एकदाची किनाऱ्यापाशी पोहोचले.

हा किनारा मला वाटले होते त्यापेक्षा खूप रुंद होता. इथे बऱ्यापैकी झाडी तर होतीच, शिवाय टेकड्या आणि घळी यांची तर माळकाच होती. एवढे अंतर चालायला लागेल आणि ते असे एकसुरी असेल असे मला वाटले नव्हते. पण युद्धाच्या धामधुमीत जे या मार्गाने पळाले, त्यांना या झाडांच्या आणि टेकड्यांच्या आडोशाचा थोडा आधार वाटला असणार. बर्फावरून चालल्यावर थोडा विसावा. शेवटी मी जेव्हा किनाऱ्यावर आले तेव्हा बोचरा वारा होता. जानेवारी महिन्यातल्या थंडीत तर इथे ब्लेडसारखा धारदार वारा असेल. मैलोन्‌मैल वाळू पसरली होती. समुद्राचे हिरवे पाणी रागारागाने त्या वाळूला ढुशा देत होते.

या थंडीवाऱ्यात चालणे कठीण होते. सगळीकडे तेच दृश्य असल्यामुळे पुढे जाण्यात काही अर्थही नव्हता. मागे पाईन्समध्ये मात्र मला छान शांतता लाभली. समुद्राची गाज होती. बरोबर सुसाट वारा होता आणि याव्यतिरिक्त नीरव शांतता नांदत होती. ते या इथून गेले. एका निर्वात प्रदेशात शिरल्याचा मला भास झाला. मी याविषयी जे वाचले होते ते माझ्या डोळ्यांसमोर आले. आरडाओरडा, गोंधळ, सैनिकांच्या आरोळ्या, भयभीत झालेल्या मुलांचे रडणे, एखाद्या मुक्या प्राण्याने आपल्या पिल्लाशी संवाद साधावा तसे केवळ स्पर्शाद्वारे त्यांच्या आयांचे त्यांच्यावर रागावणे आणि समजूत काढणे. बर्फात धावणाऱ्या घोडागाड्या, त्यातूनच मार्ग काढणारे रणगाडे, आधी तिथून गेलेल्या लोकांनी तुडवलेली ती वाट जाणाऱ्यांपैकी काहीजणांचे मागे उरलेले अवशेष, एका मातेच्या गोठलेल्या शरीरातून जीवनरस चोखण्याचा प्रयत्न करणारा तिचा लहानगा. हे सर्व दृष्टीस पडणाऱ्याच्या मनावर किती आघात होत असतील, त्यांची जीवनधारणाच कशी आमूलाग्र बदलत असेल याची मी फक्त कल्पनाच करू शकत होते.

एक छोटेसे हॉटेल उघडे होते. नाहीतरी बस सुटायला थोडासा वेळ होता. त्या हॉटेलात एखादी कॉफी घेता आली असती. तिथे काउंटरवर एक पंधरासोळा वर्षांची मुलगी होती आणि एक मुलगा तिच्याशी गप्पा मारत बसला होता. एका बाऊलमध्ये तिने मला अतिशय चविष्ट सूप आणून दिले. समोरच्या आरशात मला स्वत:चे प्रतिबिंब दिसले. चेहऱ्यावर वाऱ्याने वेडेवाकडे फटकारे मारलेली एक एकाकी परदेशी स्त्री. माझ्या गालांवरची चकाकी ही वाऱ्यामुळे आलेली होती का गाळलेल्या अश्रूंची आहे, हे कोणालाही नक्की सांगता आले नसते.

घरून निघण्यापूर्वी मी माझ्या आईचे होते नव्हते ते सगळे फोटो बाहेर काढून आणि टेबलावर पसरले होते. प्रत्येक फोटो मी नीट निरखून पाहिला. जणू त्यामुळे तिला काय काय अनुभवावे लागले त्याची मला थोडीफार तरी कल्पना येणार होती.

दुपारी टेबलावरचा बाकीचा पसारा आवरून मी हे फोटो लावायला घेतले. आईबाबांचे लग्न झाले तेव्हा ती अशी दिसत होती. पुढचा फोटो ती नुकतीच इंग्लंडला आली तेव्हाचा. एक पीटरच्या जन्माच्या आधीचा, एक नंतरचा. मग आमच्या घरी मला घेतलेला. आमच्या दोघांच्या लहानपणचा. शक्य तेवढा क्रम मी जुळवला. अल्बममध्ये न लावलेले फोटो मी वेगळे काढले. जणू ते स्वत:हून मला तत्कालीन परिस्थिती सांगणार होते आणि मग मला ते योग्य ठिकाणी लावता येणार होते.

त्यात एक स्टुडिओत काढलेले रेखाचित्र होते. ते बहुतेक तिला खूप आवडायचे. त्याचीच एक ब्लॅक अँड व्हाईट प्रिंटसुद्धा होती आणि कॅमेऱ्याकडे बघून हसणाऱ्या आईचे एकहाती रंगवलेले चित्र होते. कलती मान एका हातावर टेकलेली होती तर वरून सोडलेल्या प्रकाशात केस आणि चेहरा चमकताना दाखवले होते. त्यावेळच्या चि.सौ.कां. मुलींची ही खास पोज होती. तेव्हाच्या मासिकांमध्ये अशा पोजमधले अनेक फोटो असायचे. हे दोन्ही फोटो मी फ्रेममधून बाहेर काढले. त्यामुळे ते जिवंत होणार होते बहुतेक. त्यांच्या मागचा *के.एल. हांचेन, ॲटेलिअर फर फोटोग्राफीच, बिल्डनीस, बर्लिन डब्ल्यू १५, बायेरीशस्ट्रास ३१,* हा फोटोग्राफरचा स्टँपपण मी पाहिला. हे फोटो मला अगदी सुरुवातीला लावायला हवे होते. हे आमच्याकडे असलेले माझ्या आईचे अगदी पहिले फोटो होते. सगळ्यात जुने असूनही त्यांचीच स्थिती खरेतर सर्वांत चांगली होती.

या सुरुवातीच्या फोटोतली आई, माझी मुलगी आत्ता ज्या वयाची आहे, साधारण त्याच वयाची असणार. एकोणीस वर्षांची. संपूर्ण जगाला पायाशी लोळण घ्यायला लावता येईल असा पुरेपूर आत्मविश्वास. पण या आत्मविश्वासाच्या चिलखतापायी मी तिच्यापर्यंत पोहोचू शकत नव्हते असे मला वाटले.

"कशी होती तुझी आई?" तिने विचारले. एकेक करत तिने सगळे फोटो बारकाईने बघितले. ते खाली ठेवताना माझा क्रम तिने बिघडवून टाकला.

मी काय बोलणार होते? माझ्यासमोर हे फोटो होते. त्यात मला तिचे सौंदर्य, तिचे हास्य दिसत होते. युद्धानंतरची नवीन जमान्यातली एक स्त्री, ही तिची प्रतिमा तिथे प्रकट होत होती.

"ती बरीचशी तुझ्यासारखीच दिसायची. तुझे डोळे, भुवया तशाच आहेत."

"पण या बाह्य रूपापलीकडे ती कशी होती? कोण होती?"

"एक आई."

"एवढंच कसं म्हणू शकतेस तू?"

"बरोबर आहे. तू आत्ता जेवढी आहेस त्या वयात नाही म्हणू शकत. पण आठ वर्षांची असताना फक्त तेवढंच म्हणू शकते. त्यावेळी सगळ्या आया नुसत्या आयाच तर असतात. हो का नाही?"

"मग आता विचार करून सांग. ती खरी कशी होती?"

जणू काही असे सांगता आले असते आणि येणार असते तरी, जसा काही मी यावर कधी विचारच केला नव्हता.

"मला माहीत नाही. मला खरंच माहीत नाही ग! तुला वाटतंय तितकं सोपं नाहीये ते."

मी असे बोलले त्याचा माझ्या मुलीला फणकारा आला.

"अशीच आहेस तू. प्रयत्नसुद्धा करत नाहीस. सोडूनच देतेस लगेच. तुला खरं मनापासून शोधायचंच नाहीये. विचारच करायचा नाहीये."

"अगं पण मी आत्ता तेच तर करायचा प्रयत्न करतीये ना! करतीये की नाही?"

"ठीक आहे. पण एवढ्या दिवसांनंतर!"

आत्ता ती माझ्यावर का रागावली ते मला कळलेच नाही.

१९५७ असेल किंवा ५८/५९ साल असेल. जेवणे आटपून हेलन क्रोगर मागचे आवरत होती. क्रिस्टीन, कीलर अजून शाळेतच होते. बेडरूममध्ये माझी आई तयार होत होती. मी तिला निरखत होते. मी बऱ्याचदा असे करायचे. माझ्या आवडत्या कामांपैकी एक होते ते. तसे चवळीच्या आकाराचे ड्रेसिंग टेबल त्यावेळच्या क्रेझप्रमाणे सगळ्यांकडे असायचेच. खोलीचे पडदे आणि या टेबलावरचा टेबलक्लॉथ मॅचिंग होता. पिवळ्या रंगाचा. टेबलावर एक काच होती आणि त्यावर आईच्या वापरातल्या निरनिराळ्या बाटल्या, ट्यूब्ज, डब्या, पावडरी, लिपस्टिक, ब्रशेस, कंगवे, फण्या, छोट्या चंदेरी डब्या, छोटासा आरसा अशा अनेक मनोवेधक गोष्टी रचल्या होत्या. काचेखाली माझे आणि पीटरचे लहानपणापासूनचे डझनभर फोटो ठेवले होते. आमच्या चौघांचे एकत्र असे एकदोन फोटोसुद्धा तिथे होते. पण आश्चर्याची गोष्ट ही की, त्या सगळ्यात पीटरच्या जन्मापूर्वीचा त्यांचा एकही फोटो नव्हता.

हे रोज सकाळचे आन्हिक होते. फक्त तिच्या त्या दिवशीच्या पोशाखाच्या रंगाला अनुरूप असा लिपस्टिकचा रंग ती ठरवत असे.

ती दिसायला छान होती, आकर्षक होती, असे सगळे म्हणत. तिचे कपडेही अतिशय नीटनेटके असायचे. आपण कसे दिसतो याचे भान तिला कायम असे.

"चल ना आई. यात किती वेळ घालवतीयेस. यापेक्षा काहीतरी मजा करूया."

मी फक्त वरवरचेच बोले.

"मला वाटतं की, ती खूप... योग्य शब्द शोधायला कठीण आहे... अलिप्त

असायची. घरात असताना नाही. घरी आमच्याबरोबर असताना ती छान प्रेमळ, आपली वाटायची. पण बाहेरची गोष्ट वेगळी होती. तिला कोणी मित्रमैत्रिणी होते की नाही मला माहीत नाही. माझ्या आठवणींप्रमाणे तरी नव्हते.'' मला तिचे मित्रमैत्रिणी माहिती नसतील, पण तिच्या पावडरचा आणि सेंटचा वास मला प्रकर्षाने आठवतो. तिच्या कुशीत हा सगळा संमिश्र वास यायचा.

''कदाचित ती जर्मन होती म्हणून असं असेल.''

''असेलही कदाचित!''

माझी मुलगी माझ्याबरोबर यायला तयार झाली होती. ''माझी कॉलेजची परीक्षा संपेपर्यंत थांब ना. मग आपण दोघीही जाऊ या. तिचं मूळ गाव बघू या. आपल्या वंशवृक्षाची पाळंमुळं शोधू या.''

हे बरोबर होणार नाही असे मला वाटले. मी सांगून टाकले की, 'माझी जवळजवळ सगळी बुकिंग्ज झाली आहेत. आखलेल्या बेतात आता बदल करता येणार नाही.' कदाचित माझा हा निर्णय चुकला असेल. तिला बरोबर येऊ द्यायला पाहिजे होते. त्यामुळे बाकी काही नाही, तरी आम्ही दोघी मनाने जवळ आलो असतो. पण मी तसे करू शकले नाही. या सगळ्यात फारसा अर्थ नाहीये, हे मला तिच्यापर्यंत पोहोचू द्यायचे नव्हते.

आरशात तिचा चेहरा तिन्ही बाजूंनी दिसत होता. रेशमी पिंगट केसांच्या लडी पाठीवर रुळत होत्या. तुकतुकीत कांती आणि गहिरे निळे डोळे. हेडी लेमरर सारखी छबी, असे लोक म्हणत.

नीट जवळून दिसावे म्हणून ती थोडी पुढे वाकली.

"सुरकुत्या पडायला लागल्यात," ती हलकेच म्हणाली आणि मंदशी हसली. हसताना तिच्या डोळ्यांभोवती पडणाऱ्या सुरकुत्या मला दिसतात.

"म्हातारपणी माझा पिंजलेला कापूस होणार. नक्की!"

मग तिने फाऊंडेशन क्रीम लावले. बोटांनी चेहरा ताणून आणि थोडासा चोळून तिने ते क्रीम जिरवले. डोळ्यांभोवती हळुवार बोटांनी गोलाकार मसाज केला. माझ्या तेव्हाच्या वयानुसार मी बोलण्याचा शब्दश: अर्थ घेतला. पिंजलेल्या कापसाची मला भीती वाटली. ब्रश घेऊन तिने आधी केस उलटे विंचरले. कासवाच्या कवचापासून बनवलेल्या कंगव्याने कानशिलावरच्या बटा नीट बसवल्या.

"कशी पंचाईत आहे बघ ना, तुझे केस माझ्या केसांसारखेच छान आहेत. माझ्या आईचे केसही असेच सुंदर होते. पण कितीही सुरेख वेणीफणी केली तरी जरा बाहेर पाऊल टाकतो न टाकतो तोच सगळे विस्कटते तरी किंवा मग केस चप्प तरी बसतात." ती म्हणाली.

सकाळच्या दैनंदिन व्यवहारातल्या अशा गप्पा, त्यातल्या एखाद्या शेऱ्याने माझ्या माहितीत पडणारी मोलाची भर हेच सत्य. अशा आठवणींचे तुकडे जपून ठेवायचे आणि नंतर हे आठवणींचे शिंपले उघडून आतले मोती बघत जीव रमवायचा.

* * *

"तू लहानपणी जिथे रहायचीस तिथे कसं होतं सगळं?" मी एकदा विचारले होते.

"असं नव्हतं," आजूबाजूला बघत हसून ती म्हणाली आणि तेव्हा तिच्या बोलण्यावरचा जर्मन भाषेचा पगडा लक्षात येण्याइतक्या प्रभावीपणे जाणवला होता. कदाचित तिच्या बोलण्यातून तिचा परदेशीपणा अधोरेखित झाला असेल. "असे इंग्लंडच्या गावाकडच्या सारखे काहीही नव्हते. ते व्यवस्थित शहर म्हणता येईल असे होते. नदीतल्या एका बेटावर एक राजवाडा आणि एक कॅथेड्रल होते. पूल होते. चांगले रुंद रस्ते होते. बाजूला मनोरे असलेली चर्चेस होती. एक इमारत तर पाच मजली होती. आम्ही दुसऱ्या मजल्यावर रहायचो. आमच्या वरच्या मजल्यावर माझी आजी रहायची. ती तिथे इतक्या जवळ रहायची हे आमच्या दृष्टीने चांगले होते. मी एकटी पण तिच्याकडे जाऊ शके. मी सगळ्यात लहान होते आणि माझे नाव तिच्या नावावरून ठेवले होते म्हणून तर मी तिची लाडकी होते."

"तिचे नाव पण कॅरोलिन होते?"

"कोणाचे?"

"तुझ्या आजीचे नाव तुझ्यासारखे कॅरोलिनच होते?"

"माझी आजी?" तिचा स्वर वेगळाच होता. काहीच आठवत नसल्यासारखा. द्विधा झाल्यासारखा. "नाही. इंग्लिश कॅरोलिन नाही. करोलिने. जर्मनीत वेगळा उच्चार करतात. शेवटी मात्रा असते."

"आणखीन काहीतरी सांग ना!"

"कशाबद्दल?"

"तुझी आजी रहायची तिथली गंमत."

"थांब, आठवू दे." आयब्रो पेन्सिल घेऊन ती पुढे वाकली आणि तिने आपल्या भुवया गडद केल्या. "विचार करू दे. आजीचं घर आमच्या घरापेक्षा छान होतं. आमच्यापेक्षा लहान होतं, पण तिथे जुनीपुराणी चित्रं, दागिने, फर्निचर अशा अनेक गमतीशीर गोष्टी खच्चून भरलेल्या होत्या. तिच्या घराला एक पोटमाळादेखील होता. छपराला मोठ्ठे डोळे असल्यासारख्या त्या माळ्याला खिडक्या होत्या. मी बरेचदा या माळ्यावर जायचे. तिथल्या खिडकीतून संपूर्ण शहर दिसायचे. शिवाय बोटीपण दिसायच्या."

"आपण पण जाऊ या ना कधीतरी तिथे!"

"आता तिथे काहीच शिल्लक नाहीये. माझ्या कानावर जे आलं त्यावरून ते शहरच्या शहर उद्ध्वस्त केलं गेलं." हातातली पेन्सिल खाली ठेवून तिने लिपस्टिक उचलले.

"बघण्यासारखं थोडंफार तरी असेलच ना?"

तिने ओठ एकमेकांवर आवळून धरले आणि मग विलग केले. मग पुढे वाकून आपल्या दातांवर लिपस्टिकचे डाग पडलेले नाहीत याची खात्री करून घेतली.

"मी कोणते कानातले घालू ग?"

भूतकाळ पुन्हा कुलूपबंद झाल्याचे माझ्या लक्षात आले. आपल्या चेहऱ्यावरच्या मेकअपच्या थराप्रमाणे तिने पुन्हा वर्तमानकाळाचा बुरखा पांघरला होता. आजमितीला कोणते कानातले घालायचे हा तिच्यापुढचा सगळ्यात गहन प्रश्न होता.

आपली स्मृती ही दोन प्रकारची असते. एक जागृत मनात तर दुसरी अंतर्मनात. जागृत मनातल्या आठवणींचा सतत धांडोळा घेतला जातो. त्यांचे चर्वितचर्वण कायमच सुरू असते. त्यातली एखादी आठवण, एखादी व्यक्ती कधीतरी एकदम प्रकर्षाने ध्यानात येते. पुढेपुढे यातील भावना गोठतात आणि मागे उरतो फक्त एक इतिहास. पण जेव्हा अंतर्मनातल्या आठवणी उफाळून येतात तेव्हा तेव्हा त्यांचा पुनःप्रत्यय स्वप्नवत भासतो. यावर आपले काहीही नियंत्रण नसते. हे विचार आपल्याला बेसावध क्षणी गाठतात आणि आपल्या विस्मृतीत गेलेल्या गोष्टी नको तेव्हा आपल्या मनात घोळू लागतात. काही आठवणींची तर मालिकाच सुरू होते. एखाद्या सिनेमासारखी! हे आपल्याच मनाचे खेळ आहेत हे माहिती असले तरी हे शोध आपल्याला कधी लागले याचे आश्चर्य वाटते. एखाद्या स्वप्नाप्रमाणे आपली भूमिका बदलत राहते. या मनोव्यापारात आपले स्वतःचे अस्तित्वसुद्धा ढवळून निघते.

मला कुठेतरी वाटत होते की, जर मी या फोटोंसारख्याच माझ्या सगळ्या आठवणी एकसंधपणे जुळवल्या, तर स्थलकालाबाबतीतले सत्य मला उलगडता येईल. पण हा गतस्मृतींचा पाठपुरावा एवढा सोपा नव्हता. त्यांना असंख्य कंगोरे होते. त्यांची एकमेकांत सरमिसळ झाली होती. पाऱ्यासारख्या त्या हातातून निसटून जायच्या आणि मागे उरायची एक निर्वात पोकळी!

कधीकधी माझी आई मला तयार करायची. कपडे घालायची. एखादा नाजूकसा पट्टेवाला रेशमी ड्रेस ती मला निवडू द्यायची. मी तो तिच्या मदतीने अंगात चढवला की, तो माझ्या पायात येऊन मी पडू नये म्हणून ती तो थोडा वर खोचायची आणि शेवटी पट्टा बांधायची. मागून त्याचा घोळ एखाद्या नववधूच्या पोशाखासारखा दिसायचा. 'तो तसाच राहू दे', असे ती म्हणायची. पुढची बाजू आखूड असली पाहिजे आणि जिन्यावरून वरखाली करताना ती हलक्या हाताने वर धरली पाहिजे अशी तिची सूचना असे. मला त्या ड्रेसमध्ये एखाद्या परीसारखे सुरेख वाटायचे. मग तिचे लिपस्टिक लावायला मिळावे यासाठी मी लग्गा लावायचे. आई लिपस्टिक

घेऊन माझ्यासमोर खाली बसायची आणि अतिशय काळजीपूर्वक मला लिपस्टिक लावायची. मग मी आरशापाशी जाऊन तिच्यासारख्याच ओठांच्या हालचाली करायचे. आई आपल्या दागिन्यांच्या डब्या उघडायची आणि एखादी सुरेखशी माळ माझ्या गळ्यात घालायची. माझ्या पोशाखाला साजेसा स्कार्फ फेट्यासारखा माझ्या डोक्यावर चढवायची. नंतर सगळी तयारी मनासारखी झाल्यावर ती मला तिच्यासमोर गोल फिरायला सांगायची आणि मला सर्वांगाने न्याहाळायाची.

मी घेतलेले सोंग सुरेख वठलेले असायचे.

एकदा अशी तयारी झाल्यावर मी बाबा बागेत काम करत होते तिथे गेले. माझ्या हातात सिगारेटच्या आकाराची गोळी (लांबसडक पांढरी कांडी एका टोकाला पेटवलेले टोक असल्यासारखा लाल रंग) होती. त्यांच्या पुढ्यात उभे राहून मी त्यांना सांगितले की, 'मी हेडी लेमरर आहे.'

एका टॅक्सीच्या डाग पडलेल्या घाणेरड्या खिडकीतून मला कालिनग्राडचे पहिले दर्शन झाले. माझ्या कल्पनेपेक्षा हे रशियन शहर खूपच मोठे निघाले. इथे राजवाडा शिल्लक नाही, पण साठ वर्षांपूर्वीच्या लढाईत उद्ध्वस्त झालेल्या त्या बेटावरच्या कॅथेड्रलची डागडुजी सुरू झाली होती. शहराच्या मध्यभागी जिथे पूर्वी खूप प्रशस्त रस्ते होते, टॉवर्स होते तिथे आता वस्ती झाली होती. घरे, सोसायट्या, मोकळी मैदाने आणि रनवेएवढे रुंद रस्ते आले आहेत. टॅक्सीचा वेग कमी न करता बाजूचे कथीड्रल दाखवून आपल्या मोडक्यातोडक्या इंग्रजीत ड्रायव्हर काहीतरी बोलला आणि त्याने रशियनांनी बांधायला घेतलेल्या भोवतालच्या वैराण जागेत उठून दिसणाऱ्या अर्ध्यामुर्ध्या राजवाड्याकडे बोट दाखवले. अचानक टॅक्सीसमोर एक म्हातारी बाई आली. तिच्या ढकलगाडीत तिची खरेदी, नाही खरेदी नसेल बहुधा, तिने पिकवलेल्या वस्तू होत्या. तिच्यासाठीसुद्धा आमच्या गाडीचा वेग मंदावला नाही. माझ्या छातीत धडकी भरली. ही घाणेरडी फाटक्या सीटवाली, वास मारणारी, मीटरचा पत्ता नसलेली गाडी ही अधिकृत टॅक्सी नसणार. स्टेशनवरच्या गोंधळात नक्की काय प्रकार झाला ते सांगणे कठीण होते. असा प्रवास करण्यात मी बिलकूल वाकबगार नव्हते. मला ड्रायव्हरची खात्री वाटत नाही. आत बसताना मी त्याच्याकडे धड बघितलेलेदेखील नाही. मागून त्याची जाडजूड मान आणि तेल लावलेले केस फक्त दिसत होते. खरेतर मी तिथे रशियात जायलाच नको होते. माझे त्या रशियन लोकांशी काय देणेघेणे?

त्याने मला निदान बरोबर हॉटेलपाशी तरी पोहोचवले. वीस यु.एस. डॉलर्स भाड्याची त्याची मागणी होती. मी निमूटपणे देऊन टाकले. एवढ्या अंतरासाठी खरे किती पैसे होतात याची मला सुतराम कल्पना नव्हती.

मी वरच्या मजल्यावरच्या एका छोट्या खोलीत शिरले. तिथे सामान ठेवून मी आल्या पावली बाहेर पडले. हॉटेलच्या रिसेप्शनमधून मला पर्यटकांसाठी ठेवलेला कामचलाऊ नकाशा मिळाला. त्यातून फारसा अर्थबोध झाला नाही, पण त्यावर लिहिलेले मी वाचू शकले, हेच माझ्यासाठी पुरेसे असते. प्रॉस्पेक्ट मीरा या भागात हे हॉटेल होते. मनाचा हिय्या करून मी चालू लागले. मी जोपर्यंत नकाशात दाखवलेल्या हमरस्त्यांवरून फिरेन तोपर्यंत मला परतीची वाट सापडू शकेल अशी मला खात्री वाटली.

टॅक्सीतून येताना बघितलेल्या या एवढ्या मोठ्या शहरात नक्की कोणत्या दिशेने सुरुवात करावी याची मला कल्पना नव्हती. प्रॉस्पेक्ट मीरा हा मुख्य बाजाराचा भाग असावा. इथल्या इमारतीत कोणी राहत असेलसे वाटले तरी नाही. तिथल्या प्रत्येक मजल्यावर जे उद्योगधंदे चालत होते, त्यांच्या अगम्य भाषेतल्या पाट्यांनी इमारतींचे प्रवेशद्वार व्यापलेले होते. काही खूप जुनी ऑफिसेस होती; पण बहुतांश कंपन्यांची स्थापना युद्धानंतर झालेली होती. सगळ्या पाट्यांवर धुळीची पुटे जमली होती. या रस्त्यावर भरपूर रहदारी होती, त्यामुळे धूर आणि आवाज यांचे प्रमाण प्रचंड होते. रस्ता जाईल तशी मी चालत राहिले. एकटे असण्याचा हा फायदा असतो. तुम्ही मनसोक्त भटकू शकता. कोठे जायचे यावर चर्चा, परिसंवाद, वादविवाद, स्पष्टीकरण कसलीही गरज नसते. मागे वाट बघणारे कोणीही नसते. (याच कारणासाठी पीटर परत घरी येऊ इच्छित नव्हता का? त्यालाही हा शोध लागला होता का?)

इथे येण्यापूर्वी मी एखादा जुना जर्मन नकाशा मिळवायला हवा होता. म्हणजे मग मला तो नकाशा आणि हा रशियन नकाशा ताडून बघता आला असता. या शहरात मधेच एक खोल दरी होती. त्यावर छानसा पूलपण होता. वाऱ्याबरोबर पानगळ सुरू नसती तर ती दरीतली रंगीबेरंगी वनश्री खूप सुंदर दिसली असती. एका बाजूला प्राणिसंग्रहालयाचे प्रवेशद्वार होते. जवळच सुरेख सजावटीचे छत असलेला कॅफे होता. त्याला चक्क एक गच्चीपण होती. दिसायला छान असले तरी या कॅफेतला प्लॅस्टिकच्या ग्लासातला चहा पीत निवांत बसायला ही जागा योग्य नव्हती. मरणाची थंडी वाजली असती तिथे.

तिचे घर पाच मजली होते. आत खूप जिने होते. माळ्याला डोळे होते.

ती खरेच सांगत होती. आता इथे काहीही शिल्लक नव्हते. सगळे जमीनदोस्त केले गेले होते. युद्धात झाले नसले तर नंतर केले असणार. थोडेफार पडले असेल, उरलेले काही पाडले असेल, सपाटीकरण केले असेल. प्रशियन शहराचा संपूर्ण मध्यवर्ती भाग साफ केला गेला होता ही वस्तुस्थिती होती. रशियनांनी फक्त शहर जिंकून तिथला ताबा मिळवला होता आणि त्याचे नव्याने नामकरण केले होते असे नाही तर त्यांनी पद्धतशीरपणे त्या शहराचे अस्तित्वच पुसून टाकले होते. तिथे

सर्वांतीने नवीन गाव वसवले होते. तिच्या लहानपणचे तर तिथे काहीच नव्हते. आताचे हे गाव माझ्या लहानपणाचे वाटत होते. मी एका विस्तीर्ण चौकापाशी आले. तिथे स्टॅलिनच्या छापाचे बांधकाम होते. सरकारी इमारतींवर कॅलिनग्राड संस्कृतीच्या साठ वर्षांच्या कारकिर्दीचा जयघोष करणारे फलक झळकत होते. इतपत रशियन तर मलासुद्धा समजत होते. आम्ही सगळे एकेकाळी याच रशियाची कल्पनाचित्रे रंगवत असू. मी उदासपणे मागे वळून पाहिले. एक जॅकेट घातलेला माणूस हातातली सिगारेट खाली टाकून ती पायाने विझवून झटकन वळला असा भास मला झाला. कदाचित या कारणासाठीसुद्धा मी ही यात्रा करत होते.

अंधार पडू लागला म्हणून मग मी परतीचा रस्ता धरला. मला वाटले होते त्यापेक्षा मी खूप लांबवर आले होते. पण मी भरकटले नव्हते हेच खूप होते. अजूनही रहदारी, धूर, आवाज तसेच होते. लोक भराभर चालत होते. ही पुढारलेली नागरी रशियन जनता होती. चामड्याचे कोट्स, उंच टाचेचे सँडल्स, कॅल्व्हिन क्लेनच्या पोस्टर्सवरचे जिवंत चेहरे, कॅटवॉक करणाऱ्या मुली. गरिबीला इथे थारा नव्हता. जणू काही जुन्या शहराचा आणि या नवीन रशियाचा अर्थाअर्थी काहीही संबंध नव्हता. या पुनर्निर्मित कुरूप शहरात लोक पुन्हा नव्याने वस्ती करायचा प्रयत्न करत होते. मी या साच्यात शोभत नव्हते. त्यामुळे मी मनातून धास्तावलेली होते, पण तशीच रेटून यातून मार्गही काढत होते.

हॉटेलमध्येच मी काहीतरी तोंडात टाकते. अगदीच सपक लागला तो पदार्थ. पण त्यामुळे मी जरा सैलावले. आजची संध्याकाळ मी इथेच घालवणार होते. आता परत बाहेर नव्हते जाणार. समोरचा मेन्यूसुद्धा कंटाळवाणा होता. पास्ता वॉल्डॉर्फ, सलाड, क्लब सँडविच. खोलीच्या देखाव्याला साजेसा. उदासवाणा. माझ्या आजूबाजूला विशेष कोणी नव्हते, यात फारसे आश्चर्य वाटण्याजोगे काही नव्हते. पलीकडच्या कोपऱ्यात एक ब्रीफकेस घेतलेला माणूस बसला होता. माझ्या बाजूच्या टेबलावर एक जर्मन जोडपे होते. ते आजोबा माझ्याशी बोलले. अगदी सावकाश मुद्दाम आठवून आठवून ते इंग्लिश बोलण्याचा प्रयत्न करत होते. माझ्या त्या मनस्थितीत ते ऐकायला फार बरे वाटले. हळुवार फुंकरीसारखे!

"तू जर्मन नाहीयेस. हो ना?"

"नाही. इंग्लिश."

"वाटलंच मला. आणि इथे काय करतीयेस? तू नक्कीच पर्यटक वगैरे नाहीयेस आणि इथे पर्यटकांनी बघण्यासारखं आहे तरी काय?"

त्यांचे बोलणे थोडे कृत्रिम वाटले. वाक्याच्या मधेच किंवा एखाद्या शब्दाच्या

सुरुवातीचे थबकणे विचित्र होते. जणू त्यांना बोलणे अवघड जात होते. एखादा उच्चार करणे जमत नव्हते. कदाचित त्यांना काही आजार झाला असावा. त्यामुळे त्याच्या जिभेवर परिणाम झाला होता. बोलणे अस्पष्टपणे अडखळत बाहेर पडत होता. सतत बोलून ते, आपण अजून बोलू शकतो याची खात्री करून घेत असावेत. त्यांच्या डोक्यावर थोडेफार पांढरे केस भुरभुरत होते, पण त्याला जवळजवळ टकलूच म्हणता आले असते. लांबट चेहरा आणि निळे डोळे. गालावर एका जागी खुरटलेली दाढी दिसत होती.त्यांची बायको बाजूला बसून नुसती बघत होती, पण संभाषणात भाग घेत नव्हती. मधूनमधून ती मान डोलावत होती म्हणजे तिला इंग्लिश समजत असावे.

ते सांगू लागतात, माझा जन्म इथलाच. कोनिग्जबर्गचा. मी आठ वर्षांचा असताना म्हणजे बघ डिसेंबर १९४४ मध्ये आम्ही इथून गेलो. आम्ही म्हणजे माझी आई, मोठी बहीण आणि लहान भाऊ. तेव्हा तो दोनेक वर्षांचा असेल. जेव्हा व्हिस्ट्युला ओलांडणे शक्य होते तेव्हा ट्रेनने आम्ही दॅनझिंगला गेलो. तेव्हा रेल्वेचा पूल उभा होता. माझे वडील आणि मोठा भाऊ नंतर आले. माझा भाऊ आणि त्याचा मित्र पिल्लाऊहून बोटीने आले. माझ्या वडिलांनी फ्रिश्चर्शॅफपासूनचे अंतर चालत पार केले. आता मी परत आलोय. नव्वदच्या दशकात इथे येणे शक्य झाले. मग मी ताबडतोब आलो. आतापर्यंत मी सहा वेळा इथे येऊन गेलोय. यावेळी बायको बरोबर आहे. आठवडाभर आहोत आम्ही इथे. ती इथली नाहीये, रहूरची आहे. (बायकोला त्याच्या आजाराची कल्पना होती बहुतेक, म्हणून ती त्याच्यावर लक्ष ठेवून होती. तिला सुट्टी उपभोगता येत नसणार.) १९९० च्याही पूर्वीपासून मी इथे येण्याचा प्रयत्न करत होतो. पण इथे रशियनांची सत्ता होती. जर्मन तर सोडाच, पण कोणत्याही परदेशी इसमाला यायला बंदी होती. पक्का बंदोबस्त होता. मी माझ्या राष्ट्राध्यक्षांना पत्र लिहीत होतो की, इथे येण्यासाठी मला मदत करा म्हणून.

"तुम्ही इथे आलात साधारण त्याच कारणांसाठी मी पण इथे आलीये. माझ्या आईविषयी मला माहिती काढायचीये." मी म्हणाले.

कधीतरी त्यांच्या आवाजातली ती खरखर जायची, मग थोडा वेळ ते एकदम सुरळीत बोलायचे.

"आज आम्ही किनाऱ्यावर गेलो. उन्हाळ्यात आम्ही तिथे चार आठवडे तरी जात असू. कोनिग्जबर्गमध्ये उदासवाणं हवामान असलं, तरी तिथे खूप सुंदर असायचं. आजपण तसंच झालं. इथे ढगाळ असलं तरी तिथे स्वच्छ ऊन होतं. तू पण तिथे टॅक्सीने जाऊ शकशील. पाहिजे तर मी तुला माझ्या ड्रायव्हरचा फोन नंबर देईन. तो तुला एका सबंध दिवसाचं भाडं सांगेल. इथं असं गाडी ड्रायव्हर घेऊन हिंडणं परवडण्यासारखं आहे. इथल्या वाळूत अँबरसारखे मौल्यवान खडे सहज

सापडतात. मी हिला पण दाखवलं अँबर कसे शोधायचे ते. हा बघ." बोलता बोलता त्यांनी आपली रुमालाची पुरचुंडी उघडली. त्यात दोनचार पिवळे स्फटिक होते.

"माझ्या आईने मला अँबरबद्दल सांगितलंय."

"आणखी काय काय सांगितलंय तिने?"

"विशेष काही नाही. जवळजवळ काहीच नाही. म्हणूनच तर मग मी स्वत:च यायचं ठरवलं."

"मला बॉम्ब टाकले जायचे ते आठवतंय. ऑगस्ट महिना होता. ब्रिटिश रॉयल एअर फोर्स. सायरनचा इशारा मिळायचा. मग खंदकात लपायचं. कॅथेड्रल उद्ध्वस्त केलं गेलं. बेटावरच्या इमारती, इमॅन्युएल कँट शिकवायचे ते विद्यापीठ सगळ्याची राखरांगोळी झाली. आकाशातला तो लालभडक आगीचा लोळ मला अजून डोळ्यांपुढे दिसतोय. माझे बाबा आणि भाऊ काय झालं ते बघायला बाहेर धावले होते. तुझी आईपण बॉम्बिंगच्या वेळी इथेच असेल."

"मला वाटतं, होती."

"पण ती इथून गेली कशी? कधी? काही माहिती आहे का तुला?"

"ती इथून कशी सटकली कोण जाणे. नंतर कदाचित ती परतही आली असेल. मला नक्की कल्पना नाही."

ती सापडली होती का या बॉम्बवर्षावात? नसेल तर ती तेव्हा कोठे गेली होता? ती नक्की कोण होती? मी त्यांना सांगू शकत नव्हते. मला काहीही माहिती नाही.

कोळणीकडे जाताना आम्ही, म्हणजे मी आणि आई चेल्टनहॅमला एके ठिकाणी थांबत असू. तिथे बॉम्बमुळे उद्ध्वस्त झालेल्या एका घराचे भग्नावशेष अनेक दिवस शिल्लक होते. बोळक्या तोंडातल्या एकमेव तुटक्या दातासारखे. त्या रस्त्यावर ते एकच घर होते. त्या काळात चेल्टनहॅममध्ये किंवा ग्लोसेस्टरमध्ये हवाई हल्ल्यात नासधूस झालेल्या अनेक इमारतींचे सांगाडे दृष्टीस पडायचे. या जागा साफ करून पुन्हा तिथे काही बांधकाम करावे यासाठी कोणीही पुढाकार घेतलेला नव्हता. डोळ्यांसमोर घडलेला हा धडधडीत जिवंत इतिहास होता. काही ठिकाणी या ढिगाऱ्यांसमोर जाहिरातींच्या मोठाल्या पाट्या लावून ठेवल्या होत्या. त्यामुळे तिथे फटीतून आत डोकावून बघितल्याशिवाय हा पुरावा समोर यायचा नाही. कुठेकुठे फक्त साधे तारेचे कुंपण घातले गेले होते. या अवशेषांमध्येसुद्धा काही नाजूक रोपांचे सुरेख अंकुर कधीकधी बहरलेले दिसायचे. पुढे ही रोपे मोठी होऊन मोहोरली की, अगणित फुलपाखरे तिथे नाचायची. एखाद्या शहरात अशी अकल्पितपणे सुंदर रंगीत फुलपाखरे सामोरी येणे, हा एक सुखद अनुभव असायचा. झाडाचे पिवळे पान खाली पडताना जसे गिरक्या घेत आनंदाने लहरत जाते, तशीच ही फुलपाखरे स्वत:भोवती गिरक्या घेत वर उडत असत आणि भिंतीतल्या वरच्या खोबणीत एखादी बी रुजवत. मग तिथेही इतक्या प्रतिकूल परिस्थितीतदेखील कोवळी पाने फुटायची.

एक उभी भिंत सोडली तर ते घर पूर्णपणे नामशेष झाले होते. तीन मजले होते

तिथे. आता काहीही उरले नसले तरी अवशेषांवरून कल्पना करता येत होती. पहिल्या मजल्यावरचा अगदी जसाच्या तसा राहिलेला हिरवा नक्षीदार वॉलपेपर, यावर टांगलेल्या चित्रांमुळे मागे उठलेल्या खुणा, खोलीत बसलेले कुटुंब, आरामखुर्च्या, फायरप्लेसची ऊब सगळे डोळ्यांसमोर उभे करता येत होते. तिथून जाताना मी नेहमी त्या कुटुंबाचा विचार करे. कधीकधी आईला त्यांच्याबद्दल विचारून भंडावून सोडे. बॉम्ब पडण्यापूर्वी ग्रीन कुटुंबातील माणसे सुरक्षित ठिकाणी गेली होती का? ती सगळी वाचली का? आता ती कोठे राहतात? त्यांच्या घरातल्या वाचवता येण्यासारख्या ज्या गोष्टी होत्या त्या घ्यायला ते लोक परत आत गेले असतील. धुळीच्या खकाण्यात शोधाशोध केली असेल.

"हो बेटा. माझी खात्री आहे की ते वाचले असणार. सायरनचा इशारा व्हायचा ना आधी," आई उत्तर द्यायची. "बॉम्ब पडण्यापूर्वीच ते दुसरीकडे आसऱ्याला गेले असणार."

आम्ही कोळणीकडे जाताना ती हळूच सांगायची आणि कोळणीशी गप्पा मारण्यात मग्न व्हायची. परतताना मात्र ती पूर्वीसारखी तिच्या गावी मिळायची तशी ताजी फडफडीत मच्छी न मिळाल्याबद्दल कुरकुरायची.

तिचे ते उत्तर माझ्या मनात घोळायचे, कारण त्या वरकरणी बोलण्यात दम नसायचा. ते खरे वाटायचे नाही.

मी त्या जर्मन म्हातारबाबांना विचारले की, इथून पळाल्यावर ते कोठे गेले?

"हॅम्बर्गजवळ माझे मावसभाऊ रहायचे. शहरात नाहीत. शहराबाहेर. ते शहर बेचिराख झाले. पण सुदैवाने ही बाहेरची घरे वाचली. नंतर आम्ही शहरात रहायला आलो. आमच्यासारखेच तिथे पूर्व प्रशियातून आलेले अनेक लोक होते." ते म्हणाले.

"पण ज्यांना असे दुसरीकडे सुरक्षित ठिकाणी राहणारे नातेवाईक नसतील त्यांचं काय?"

"काही योजना आखल्या होत्या. एक गृहनिर्माण संस्था होती. त्यांच्यामार्फत व्यवस्था लावली गेली. शिबिरांमधून भरती झाली. शाबूत असलेल्या घरांमधल्या काही खोल्या खास यांच्यासाठी रिकाम्या करण्यात आल्या. तरी कोठेही सोय होऊ शकली नाही असे काहीजण होतेच. काही लोक एका जागी न स्थिरावता भटकत राहिले. लोकांच्या अशा परिस्थितीला आता युद्धानंतर डॉक्टरांनी एक विशिष्ट नाव दिले आहे. आताआतापर्यंत ही माणसे दारावर थाप मारत. ते कोण असतील ते जाणता येणे शक्य होते. त्यांना शक्य ती मदत देऊ केली की, ती घेऊन ते आपल्या वाटेला लागायचे." ते म्हणाले.

पूर्वी ते जिथे रहायचे तिथल्या पुराण वस्तू संग्रहालयाला मी भेट द्यावी, रशियन असूनही तिथली संचालिका चांगली आहे, माहिती मिळवण्यासाठी ती सर्वतोपरी मदत करेल, असे त्यांचे मत होते. बाहेर पडल्यावर आजोबा अगदी हळूहळू पावले टाकू लागले. आजीबाईंनी त्यांचा हात पकडलेला होता. टॅक्सी करावी असे त्यांचे मत होते, पण आजोबांना चालचाल करायची होती. फार लांब जायचे नव्हते. पण जेव्हा आम्ही प्रॉस्पेक्ट मीरातून बाहेर पडलो तेव्हा त्या घाईगर्दीत, रहदारीत

वेगळ्याच जगात गेल्यासारखे वाटले. पहिल्यांदा मी संपूर्ण जर्मन छाप असलेला जो चौक बघितला होता, त्या चौकात आम्ही आलो.

''किती शरमेची गोष्ट आहे ना! त्यांनी कशी वाट लावली बघ ना!''

आजीबाई अतिशय दु:खाने आणि चीड येऊन आजूबाजूला पहात होत्या. ''बघ, बघ,'' त्या पण म्हणाल्या.

आजोबांनी थांबून एका दिशेला आपली काठी रोखली.

''इथे कशा प्रकारची वस्ती होती कल्पना करता येईल का? सुंदर घरे, बागा, हिरवळ, वृक्ष, फुले. माझे आजोबा इथून जवळच रहात. नंतर तुला दाखवेन कुठे ते.''

ठीक आहे, मी म्हणाले. इथल्या सौंदर्याची मी फक्त कल्पनाच करू शकत होते. अर्ध्या शतकाच्या धूळमातीच्या आवरणाखालील जुने जर्मन बंगले मळकट, पडीक दिसत होते. रस्त्याकडेचे वृक्ष इतके फोफावले होते की, त्यांच्या मुळांनी फुटपाथ उखडले गेले होते. तरीही त्यांना नवीन पालवी फुटतच होती. जांभळ्या फुलांची झाडे तर वाटेल तिथे रुजली होती.

पण तो सगळा उपनगरांचा विभाग होता. माझी आई तिथे राहत नव्हती.

''माझी आई बहुधा शहराच्या मध्यवर्ती भागात राहत होती. तिने मला तिच्या घराविषयी सांगितले आहे. ते खूप उंच होते आणि त्याच्या वरच्या खिडकीतून समुद्र दिसे.''

''शक्य नाही. असा समुद्र दिसणे मला नाही वाटत शक्य आहे.''

पण मला तिने सांगितल्याचं आठवतंय ना. तिने मला अगदी थोडंसंच सांगितलं होतं.

''पण आता मी सांगतोय ना हे शक्य नाही म्हणून. इथून समुद्र जवळजवळ तीसेक किलोमीटरपेक्षा जास्त लांब आहे.''

''मला आईचा शब्दन् शब्द आठवत होता. या म्हातारबाबांना ही जागा परिचयाची असली तरी त्यांची काहीतरी गफलत होत होती, असे मला त्यांना सांगावेसे मला वाटले.

''नक्की! समुद्र असणारच नाही. हां! कदाचित तिने नदी पाहिली असेल आणि त्यातल्या बोटी बघितल्या असतील.''

''बरोबर! असंच असणार.''

तरीही माझ्या कानात आईचा आवाज घुमत होता. ती समुद्रच म्हणाली होती.

शीतयुद्धाच्या काळी कोनिग्जबर्गचा जो काही ऐतिहासिक दस्तऐवज शिल्लक होता, त्याभोवती नवीन कालिनग्राड शहराच्या दस्तऐवजांची निर्मिती झाली. १९४७

मध्ये जे पहिले रशियन स्थलांतरित कुर्स्कहून आले, त्यात हा पुरावा जतन करणाऱ्या स्त्रीचे कुटुंब होते. पहिल्यापासून तीच याची देखभाल करत होती. आम्हाला आपल्या ऑफिसमध्ये घेऊन जाऊन ती बराच वेळ बोलत बसली. जर्मन आजोबांनी त्याचे भाषांतर केले. पहिली वीसेक वर्षे इथे नीरव शांतता आणि सुव्यवस्था होती आणि अशा ठिकाणी असेच असायला हवे. त्यांनी कामाला सुरुवात केली तेव्हा ती उंच इमारत नवाकोरी होती. आवश्यक त्या सगळ्या गोष्टी तिथे होत्या. संपूर्ण इमारतीची रचनाच मुळी एका फायलिंग कॅबिनेटसारखी होती. पांढऱ्याशुभ्र भिंती (नंतर त्या त्यांच्या केसांसारख्या राखाडी झाल्या होत्या.) आणि त्यातील पुढच्या बाजूच्या धूसर काचेच्या खिडक्यांच्या उभ्या ओळी. तळातले स्टीलचे दरवाजे. तिथे सर्व कागदपत्रांची छाननी करून त्यांची यथायोग्य वर्गवारी करून नोंद केली गेली. प्रत्येक ऑफिसचे सर्व उपचार पूर्ण झाल्यावर तिथल्या तेरा मजल्यांमधल्या योग्य मजल्यावरच्या बरोबर योग्य त्या खणात ते रचले गेले. त्यावेळी या कागदपत्रांची पुन्हा कधी जरूर भासेल असे कोणालाही वाटलेदेखील नव्हते. न लागणाऱ्या माहितीची विल्हेवाट, या तत्त्वावर हे ऐतिहासिक पुरावे त्या काळात जमवले गेले. कधी आवश्यकता भासल्यास ती माहिती उपलब्ध व्हावी, हा यामागचा हेतूच नव्हता.

या अधिकारी स्त्रीला सहानुभूतीची एक जाणीव आहे. बाहेरच्या जंगली शहराला न शोभेशा तिच्या या वृत्तीचे मला आश्चर्य वाटले. "पेरेस्त्रोइकाचा चांगलाच धक्का बसला इथे." ती म्हणाली. "१९९२ मध्ये कालिनग्राडच्या सीमा लिथ्युआनिआला खुल्या झाल्या. तोपर्यंत परदेशी व्यक्तींना या भागात संपूर्णपणे बंदी होती. हे बंधन उठल्यानंतर कितीतरी लोक इतिहास जाणून घेण्यासाठी इथले दरवाजे ठोठावायला लागले. त्यांना कोणत्याही चमत्कारिक गोष्टींची माहिती नको होती, तर आपल्या घराण्याविषयी विचारायचे होते. पहिल्यांदा लिथ्युआनिआच्या रहिवाशांचा लोंढा आला. त्यांच्याबरोबर काही जर्मन लोकही त्या मार्गाने आले. १९९५ मध्ये जर्मनीहून सरळ प्रवास करायला परवानगी मिळाल्यावर आणखी जर्मन माणसे आली. सुरुवातीला रोजच्या रोज लोक येत. पन्नास वर्षांपूर्वी बेपत्ता झालेल्या आपल्या वडील, भाऊ, पती यांची नावे, पत्ते घेऊन माणसे वेड्या आशेने येत. बहुधा ही माणसे वयस्कर असत. इथून पळून जातानाच्या किंवा तडीपार केल्याच्या आठवणी त्यांच्या मनात दाटत. आता भूतकाळात डोकावण्याचं, सिंहावलोकन करावंसं वाटण्याचं त्यांचं वय असे. नवीन पिढीचे प्रतिनिधी आपल्या आईबाबांतर्फे, माहिती मिळवण्यासाठी येत. काहींना तर (आणि या शोकांतिका त्यांच्या मनाला चटका लावून जात,) रशियन राजवटीतले अत्याचार सहन करायला लागू नयेत म्हणून त्यांच्या लहानपणी त्यांच्या जर्मन आईबाबांनी लिथ्युआनिअन कुटुंबांकडे सोपवलेले होते. ही मुले पुढे लिथ्युआनिअन्स

म्हणूनच मोठी झाली आणि आपल्या जर्मन नावाव्यतिरिक्त त्यांना पूर्वीचे काहीही माहिती नसायचे.'' आपण कोण आहोत हे जाणून घेण्यासाठी ही माणसे या बाईंना भेटायला येत.

या बाईसाठीही हा परीक्षेचाच काळ होता. या इमारतीत तिथल्या पॅसेजमध्ये त्यांच्या समोर बसलेली असंख्य माणसे, कधीही पटकन भावनातिरेक असह्य होऊन रडू लागत. आपल्याला मानसोपचाराचे प्रशिक्षण मिळायला हवे होते असे त्यावेळी त्यांना प्रकर्षाने जाणवे. अशा स्पेशल ट्रेनिंगद्वाराच त्या मानवी भावभावनांचा गुंता उकलू शकल्या असत्या.

आम्ही त्यांच्या ऑफिसमधे बसलो होतो. ती खोली बरीच अस्ताव्यस्त होती. त्यामुळे आमचे दडपण कमी झाले. तिथल्या भिंतींवर जुन्या कोनिग्जबर्गचे फोटो होते. खिडकीतल्या कुंडीत व्यवस्थित निगा राखलेली झाडे होती. मागच्या मोठ्या ऑफिसचे काचेचे दार उघडेच होते. तिथल्या बायका रशियन भाषेत कलकलाट करत होत्या. त्यांच्या बोलण्याच्या पद्धतीवरून, हास्यविनोदांवरून त्या आपल्या कामाविषयी बोलत नव्हत्या हे स्पष्ट होत होते.

''मला फक्त माझ्या आईचे नाव माहिती आहे.''

''त्या म्हणताहेत की, तुला सांगण्यासारखं त्यांच्यापाशी फारसं काही नाहीये.''

त्या अधिकारी बाई जर्मन भाषेत बोलत होत्या. माझ्याबरोबरचे आजोबापण त्यांच्याशी जर्मनीतच बोलत होते आणि मग माझ्याकडे वळून ते आपल्या बोलण्याचा गोषवारा इंग्लिशमध्ये सांगत होते. एखाद्या कसबी नर्तकाच्या हालचालींसारखे हे क्रमाने सुरू होते.

''त्यांच्या मते इथल्या चर्चेसमधली जन्म, विवाह, मृत्यू अशा सगळ्या नोंदी असलेली पुस्तके जर्मनीत गेली होती. त्यामुळे तिथल्या जर्मनीतल्या किंवा पोलंडमधल्या ऐतिहासिक दप्तरांमध्ये ही माहिती मिळू शकेल.''

''पण मग इथे यांच्याकडे काय माहिती आहे?''

त्या बाईंनी एका पुस्तकाकडे बोट दाखवले. त्यांच्या नजरेवरून आणि हावभावांवरून त्यांना काय म्हणायचे आहे ते मला कळले.

''त्यांच्याकडे पोस्टाचे रजिस्टर आहे. याला इंग्रजीत नक्की काय म्हणतात ते मला माहीत नाहीये. युद्ध छेडले गेले तेव्हा अगदी सुरुवातीला कोनिग्जबर्गमध्ये राहणाऱ्या प्रत्येक रहिवाशाचा नाव-पत्ता यांची नोंद इथे आहे. तुला तुझ्या आईचे नाव माहितीये म्हणतेस, तर तिच्या कुटुंबाचा तपशील तुला याच्यात मिळू शकेल.''

हे एखादे पुस्तक नव्हते, चक्क बॉक्स फाईल्स होत्या. आत पिवळ्या पडलेल्या कागदांच्या चळती होत्या. काही झेरॉक्स कॉपीज होत्या. काही पानांवरची अक्षरे वाचता येणार नाहीत इतकी डागाळली होती. हाताळून हाताळून पाने जीर्ण झाली होती. मूळ प्रतीच्या घड्यांच्या खुणा झेरॉक्सवर उमटल्या होत्या. अक्षरांचा टाईप गोथिक होता. काळाभोर आणि जाड.

नावे बाराखडीनुसार लिहिलेली होती. नावापुढे कुटुंबप्रमुखाचा व्यवसाय आणि पत्ता नोंदवलेला होता. दुसऱ्या फाईलमध्ये रस्त्यांची नावे, घर नंबर, मजला इत्यादी नोंदी होत्या. त्यामुळे सर्व माहिती तपासून पाहता येणे शक्य होते. अगदी गल्लीबोळांचा तपशीलसुद्धा लिहिला गेला होता. १९४० पासूनच्या, म्हणजेच ऐन युद्धाच्या वेळच्या अतिशय स्पष्ट अशा या नोंदी खरोखरच सुरेख, अगदी दाद द्यावी अशा पद्धतीने केलेल्या होत्या.

मला कसलीच घाई नव्हती. ते जर्मन आजी-आजोबा मला तिथे सोडून, नंतर भेटायचा वायदा करून आपल्या कामाला निघून गेले होते. तिथल्या त्या अधिकारी बाईने मला त्या पूर्णपणे रिकाम्या लायब्ररीत बसायची परवानगी दिली होती. सगळीकडे फक्त धुळीचा वास होता. त्या स्वत:सुद्धा नियमाप्रमाणे माझ्या टेबलाच्या बरोबर समोरच्या बाजूला माझ्यासोबत बसल्या होत्या. तिथे बसून त्यांनी आपले काम चालू ठेवले होते. मी काही लगेचच माझ्या शोधकार्याला सुरुवात केली नाही. आधी ती अगणित पाने मी पहिल्यापासून नुसती चाळू लागले. या नावांच्या भाऊगर्दीतच इतिहास दरवळतो. पहिल्याच पानावर *अच्छनेर, एब, एबल, एबर्नेट्टी, एबर्ट, एबेझेर, एब्राहम, एबेस्‌विझ* अशी जंत्री सापडली.

माझ्या आईचे नाव होते करोलीने ओडेवाल्ड. तिला सगळे कॅरोलिन म्हणत, पण मूळ उच्चार करोलिने होता. स्पेलिंगप्रमाणे चार अक्षरे होती, तीन नाहीत. लग्नाच्या वेळी तिच्याकडच्या कागदपत्रांवरसुद्धा करोलिने ओडेवाल्ड अशीच नोंद होती. इंग्लंडला येताना तिच्या पासपोर्टवर करोलिने वॅट असे नाव होते. तिथे आल्यावर मात्र ती कॅरोलिन झाली. या यादीत सहा ओडेवाल्ड होते. त्यातील कोणाचेही नाव कॅरोलिने नव्हते. पण त्यावेळी १९४० मध्ये ती अगदी लहान असणार, त्यामुळे ते नाव त्यात सापडेल अशी माझी अपेक्षाही नव्हती. तिथे एर्न्स्ट फ्रीट्झ हर्मन कार्ल मागरिट आणि ओटो होते. त्यांच्या व्यवसायावरून काहीही अर्थबोध होत नव्हता. करोलिनेचे वडील काय करायचे याची मला कल्पनाच नव्हती. घरात पियानोसारखे वाद्य असणारे हे कुटुंब उच्च मध्यमवर्गीय, खाऊनपिऊन सुखी असणार असे आपले मी गृहीत धरले होते. टिपिकल सुखवस्तू सूटबूट घातलेला व्यावसायिक वकील किंवा उद्योगपती असावा हा माणूस.

तो पियानो, माळ्यावरच्या खिडक्या आणि तिचे नाव एवढीच तर माहिती

होती माझ्याकडे. आजीच्या माळ्यावरच्या खिडक्यांतून समुद्र (चूकभूल द्यावी घ्यावी) आणि बोटी दिसत ही आठवण मला सांगितली गेली होती. मी दुसरी फाईल उघडली. यात सर्व रस्त्यांची नावे होती. ओडेवाल्ड जिथे रहात होते ती नोंद शोधायचा मी प्रयत्न केला. रॅडजीविलस्ट्रास, पोगेनस्ट्रास, अनगलस्ट्रास, बाल्टरस्ट्रास (इथे तर दोन ओडेवाल्ड शेजारी शेजारी रहात होते.) शेवटी बॅरेनस्ट्रासवरचा मागरिटचा पत्ता. पण या सहा घरांपैकी एकाही घराला दोनपेक्षा जास्त मजले नव्हते.

ती अधिकारी अगदी खाली डोके वाकवून काहीतरी लिहिण्यात मश्गूल झाली होती. खोलीत फक्त पाने उलटण्याची फडफड ऐकू येत होती.

लहानपणच्या चित्रांसारखी ती खिडकी माझ्या मनावर ठसली होती. माझ्याकडच्या एका गोष्टींच्या पुस्तकात एका सैनिकाच्या कहाणीत एक खिडकी होती. अजूनही ते पुस्तक माझ्याकडे आहे. माझी मुलगी लहान होती तेव्हा मी तिला त्यातल्या गोष्टी वाचून दाखवत असे. गावातल्या नर्सरीच्या उंच इमारतीची ती खिडकी. तो सैनिक तिथून तोल जाऊन धाडकन खाली पडतो. हे उंच छप्पर, खालचा रस्ता, दूरवरच्या बोटी आणि समुद्र हे माझ्या ओळखीचे होते. जणू मी स्वत: हे सगळे बघितले होते. आता माझ्या मनात ते चित्र आणि आईने सांगितलेल्या आठवणी यांची सरमिसळ झाली होती.

आई कोनिग्जबर्गची एक गोष्ट नेहमी सांगे. त्यांच्या घरी एकदा चोरी झाली होती. अनेकदा मी तिच्या तोंडून ही गोष्ट ऐकली असेल, पण त्यापैकी एक दिवस माझ्या चांगलाच लक्षात राहिला आहे.

"ते चोरबीर नव्हते. विध्वंसक लोक होते." ती म्हणाली.

"विध्वंसक म्हणजे?" पीटरने विचारले.

व्यवस्थित एप्रन लावून केसबीस बांधून आई चहा करत होती. स्वयंपाकघरात काम करताना ती आपली अंगठी काढून शेल्फवर एका वाटीत ठेवत असे. आम्ही शाळेतून आल्यावर मधल्या वेळेला खायला देण्यासाठी तिने ओव्हनमध्ये सॉसेजेस किंवा फिश असे काहीतरी ठेवले होते. समोरच्या ओव्हनकडे लक्ष देऊन तो पदार्थ कितपत तयार झाला आहे ते ती बघत होती.

"उगीचच तोडफोड करणारे. कधीतरी तुम्हाला अशा माणसांबद्दलही कळेलच. रोममधल्या प्राचीन ठेव्याची वासलात लावण्याचे काम यांनीच केले. विध्वंसक आणि हन्स. पण हन्स जर्मन होते. आमच्या घरी बहुधा तेच आले होते. आम्ही

उन्हाळ्याच्या सुट्टीत ट्रीपला गेलो होतो ना समुद्रावर, तेव्हा या हन्सनी संधी साधून आमचे घर फोडले. आम्ही परत आल्यावर बघतो तर सगळं लुटलेलं होतं. आम्ही दमूनभागून परतलो, बॅगा वगैरे घेऊन दरवाजा उघडला. हॉलमध्ये आलो तर तिथल्या सगळ्या वस्तू इतस्तत: पडलेल्या दिसल्या. खुर्च्या उलट्यापालट्या केलेल्या होत्या. शेल्फमधली पुस्तकं, ड्रॉवर्समधली कागदपत्रं खाली भिरकावलेली होती. पूर्ण सत्यानाश केला होता," बोलता बोलता तिने ओव्हनमधला पदार्थ बाहेर काढला.

"त्यांनी जाताजाता सगळ्यात वाईट गोष्ट काय केली होती माहितीये? हे बघायला माझे बाबा तेव्हा तिथे नव्हते याचे आईला खूप बरे वाटले होते."

"काय?"

"त्या हलकटांनी पियानोच्या कीजवर जॅम फासून ठेवला होता."

त्यांनी कोणाचातरी खून केला असल्यासारखे ती सांगत होती. माझ्या डोळ्यांसमोर या खुनाचे चित्र उभे राहिले. पियानोच्या हस्तिदंती पट्ट्यांवर लालभडक रक्तासारखा चिकट चिकट जॅम.

"मग माझ्या आईने आणि आजीने स्वत: ती घाण स्वच्छ करायचा प्रयत्न केला होता. पण शेवटी त्यांना कंपनीच्या माणसांना बोलवावे लागले होते. ते लोक आले आणि त्यांनी संपूर्ण कीबोर्ड सुटा करून त्याचा प्रत्येक भाग खाली जमिनीवर पसरला."

निळे डगलेवाले मेकॅनिक्स मोटारीचे भाग सुटे करतात तसे किंवा नॅचरल हिस्ट्री म्युझियममध्ये डायनॉसोअरच्या सांगाड्याची हाडे पसरतात तशा पियानोच्या पट्ट्या आणि इतर भाग खाली पसरून ठेवलेले होते.

"तुझे बाबा घरी येण्यापूर्वी दुरुस्त झाला का तो?"

"झाला बुवा. थँक गॉड! त्यांना हे जे काही झालं त्याबद्दल कोणीही काहीही सांगितलं नाही. त्यांच्यापर्यंत हे कधीही गेलं नाही."

त्या अधिकारीबाईंनी काम करता करता थांबून एक जांभई दिली आणि हळूच वर बघितले. मी अचानक रडकुंडीला आले आहे असे काही माझ्या चेहऱ्यावरून जाणवते होते का? पण माझ्या या मन:स्थितीचे कारण, रशियन भाषेत तर सोडूनच द्या, मी इंग्लिशमध्येसुद्धा सांगू शकले नसते. त्या माझ्याकडे बघून मनाशीच ही आणखी एक रडूबाई असा काहीतरी विचार करत होत्या बहुतेक. पण त्यांच्या चेहऱ्यावर तर सहानुभूती आणि एकंदर मृदू भाव होता.

नाही. मी रडणार बिडणार नव्हते. भूतकाळाविषयी आम्हाला यापेक्षा आणखी

जास्त न सांगण्यातच भलाई होती. करोलिने असो किंवा कॅरोलिन. त्याने काही फरक पडत नव्हता. समुद्र असो वा नसो. त्या क्षणी ती तिथे होती, छान हसत बिसत होती, आमच्याशी गप्पा मारत होती आणि हेच महत्त्वाचे होते.

इथे मला काही सापडेल ही अपेक्षा ठेवून मी आलेच नव्हते. मी निव्वळ ही जागा बघायला आले होते. मला जर ते जर्मन आजोबा भेटलेच नसते तर मला या ऐतिहासिक ठिकाणाविषयी कळलेही नसते. मी जे वाचले त्याला तर काही अर्थच नव्हता. अनेक प्रकारची स्पष्टीकरणे देता आली असती. ओडेवाल्डनी जागा बदलली असण्याची किंवा आपल्या घरावर दुसऱ्याच कोणाचेतरी नाव मालक म्हणून घातले असण्याचीही शक्यता होती.

मी तिथून सुटलेलंच बरं होतं.

पण पाय निघत नव्हता. मनात गाडलेल्या जुन्या भीतीचे भूत पुन्हा उफाळून येत होते– सगळी शोधाशोध... मधल्या रिक्त जागा... नि:शब्दता.

मी थांबले आणि उगीचच फाईली चाळत बसले. पिवळट जीर्ण पाने. त्यावरची गडद काळी अक्षरे. नामावल्या. प्रत्येक नाव एका जित्याजागत्या कुटुंबाचे होते. प्रत्येकाला इतिहास होता. असंख्य फ्रेंझेल्स, हर्मन्स, हॉफ्मन्सचे तर सात कॉलम्स होते. माझ्या आईचे नाव हॉफ्मन असते तर या चारएकशे हॉफ्मन्सपैकी कोणीतरी माझे आजोबा असते. किंवा मग श्वाईझ. त्याची पण दोन पाने होती. एक रकानाभर श्वाईझेस आहेत. दुसऱ्या पानावरच्या पहिल्या नावाकडे माझे लक्ष जाते. सोफिया श्वाईझ. हे नाव माझ्या परिचयाचे आहे. सोफिया श्वाईझ. विटवे. कोगनगास २१.

भूतकाळासंबंधीचे शोध असेच लागतात. अगदीच अनपेक्षितपणे! निव्वळ योगायोगाने! नशिबात असलेच तर!

आधीच्या रकान्यामध्ये साधारण मध्यावर त्याच पत्त्यावरील हेन्रीच श्वाईझ सापडला. विटवे म्हणजे विधवा. घरमालक म्हणून नोंद असलेल्यापैकी बहुतांश महिला विटवे होत्या. विधवा सोफिया श्वाईझ म्हातारी असेल. तिचा मुलगा त्याच इमारतीत रहात असेल. (एकाच कुटुंबाच्या मालकीचे दोन फ्लॅट्स असतील. छान पॉलिश केलेले फर्निचर. काचेभोवती लेस लावलेले जाड पडदे. मोठा पियानो मावेल एवढी जागा.) मी रस्त्यांच्या यादीकडे वळले. *सोफिया श्वाईझ विटवे पाचवा मजला, हेन्रीच श्वाईझ एसएस ओबरस्टर्मबॅनफ्युरर चौथा.*

"एक्सक्यूज मी. मला जरा मदत करता का?"

त्या अधिकारीबाई पुढे आल्या. त्यांना इंग्लिशचे दोनचार शब्द तरी समजू शकत होते आणि आता भाषांतर करायला कोणीही नाही म्हटल्यावर त्यांनी

तोडकंमोडकं इंग्लिश बोलण्याचाही प्रयत्न केला.

"हा रस्ता कुठे आहे? म्हणजे होता? नकाशात दाखवता का?"

एका कॅबिनेटवरील भिंतीवर जुन्या कोनिग्जबर्गचा नकाशा टांगला होता. त्या बाईंनी हातातल्या पेनाने साधारण दिशा दाखवली. पण नकाशा उंच ठिकाणी असल्यामुळे त्यांचा हात नक्की स्थानापर्यंत पोहोचू शकला नाही.

शहराच्या जुन्या मध्यवर्ती भागाकडे त्यांचा रोख होता. तिथून प्रेगेल नदी आणि बंदर जवळ होते. (चित्रात शहराचा हा भाग बघता येत होता. उंच इमारतींची रांग आणि त्यातल्या डोळ्यांसारख्या उभ्या खिडक्या.)

"कोगनगास. नक्की ना?"

"जा. हायेर."

मी कसेबसे हसू दाबले. शेंडाबुडखा नसताना लागलेला शोध. हा धक्का जबर होता. नशीब बलवत्तर म्हणून मी बरोबर तेच पान उघडले आणि मला ते नाव दिसले. त्यावरून ही जागा सापडली. सगळेच अनाकलनीय!

"थँक्यू! आभारी आहे. खूप मदत केलीत. दांके. स्पॅसिबा. आता मी निघते. दस्विदानिया. बाय बाय."

ते स्टीलचे दार माझ्यामागे धाडकन बंद झाले. 'फाइलिंग कॅबिनेटसारखी इमारत' असेच म्हणाल्या होत्या त्या. बाहेरची हवा स्वच्छ, ताजी, मोकळी होती. तिथल्या हवेत धुळीचा लवलेशदेखील नव्हता.

याच रस्त्यावरच्या कोपऱ्यावरच्या कॅफेत मी माझ्या मित्रांना भेटले. कॅफे हे नाव जरा जास्तच होईल. खरेतर ही एक टपरी होती. निगराणीअभावी वेड्यावाकड्या वाढलेल्या झुडपांकडेला असलेला काँक्रीटचा एक कट्टा. एक रंगीबेरंगी छत्री. प्लॅस्टिकच्या खुर्च्या. पण इथे कॉफी मिळाली. दुपारची वेळ अगदीच शांत होती. अशा वेळी इथे थोडेसे ऊन खात बसता आले.

मी संभाषण सुरू करण्याची जरूर नव्हती. आजोबांकडे बोलण्यासारखे भरपूर होते. बोलताना ते शाळकरी मुलासारखे खुसुखुसु हसत होते. आपल्या तोतऱ्या बोलण्याचा त्यांना स्वतःलाच राग येत होता. "आता तू आमचे हे घर पाहू शकशील. त्याचा आताचा दिमाख तरी बघ."

मी गाईडमागून जाणाऱ्या पर्यटकासारखी ते नेतील तेथे त्यांच्या पाठोपाठ गेले.

एक-दोन बागा ओलांडून आम्ही पलीकडच्या रस्त्यावर पोहोचतो. पुढच्या कोपऱ्यावर मला ते घर मला दिसले; पण हे काहीतरी भलतेच माझ्यासमोर उभे ठाकलेले होते. मी जी अपेक्षा केली होती तसे इथे काहीही नव्हते. माझ्या पुढ्यात

उपनगरातील एक नवाकोरा आलिशान बंगला होता. जणू काही एखाद्या आर्किटेक्चरच्या स्वप्नातले घर साकार झाले होते. हा वास्तुशास्त्राचा एक उत्तम नमुना होऊ शकला असता. भोवतालच्या उंच भिंती, भक्कम लोखंडी फाटक, अद्ययावत सुरक्षा व्यवस्था, संगमरवरी खांबांच्या पोर्चमधली चकाचक मर्सिडिझ गाडी.

आम्ही फाटकापाशी पोहोचल्याबरोबर सुरक्षेसाठी बसवलेले कॅमेरे आमच्यावर रोखले गेले.

''दोन वर्षांपूर्वी मी आलो होतो तेव्हा इथे चार कुटुंबे रहात होती आणि त्यांच्या घरात धड टॉयलेटसुद्धा नव्हतं. चक्क परसाकडेला जायचे ते. आता बघा. बेव्हर्ली हिल्सवर आलोय असं वाटतंय.''

ते एकदम खूप मोठ्यांदा हसले. काळा कोट घातलेला एक इसम आवाज ऐकून घरातून बाहेर आला आणि रागारागानेच आमच्याकडे बघितले.

त्याबरोबर तिथला वॉचमन एकदम आमच्यावर खेकसला आणि एखाद्या लुंग्या कुत्र्याला हाडुत हुडुत करावे तसे त्याने आम्हाला तिथून हाकलले.

आजोबांनी खाकरून आपला घसा मोकळा केला. त्यांनी मारलेला जोक चांगलाच अंगाशी आलेला होता.

''मढं बसवलं या रशियनांचं.''

ते पेटले. आजीने त्यांचा हात धरला.

''माझे आजोबा एक प्रतिष्ठित जज्ज होते. हे एका सभ्य माणसाचे घर होते. आता इथे काय घडतंय ते बघायला ते राहिले नाहीत हे बरंच झालं. ते ४३ मध्ये वारले. युद्धाशी काही संबंध नव्हता. ते कॅन्सरने गेले. नंतरचा उत्पात बघता, त्यांचे भाग्य म्हणून ते आधीच सुटले म्हणायचे.''

यावर मी काय बोलणार. माझे विचार तर माझ्याच आजोबांभोवती घुटमळत होते. तेही इथेच कुठेतरी होते. पण ते कोण होते कोण जाणे!

''चला,'' आजीने त्यांची गाडी पुढे ढकलली. आम्ही पुन्हा चालू लागलो.

थोड्या वेळाने जरा शांत झाल्यावर, त्यांनी मला त्या दस्तऐवजांबद्दल विचारले.

''चांगलं झालं. थँक्यू. खूप नवीन मनोवेधक गोष्टी कळल्या. पण मला उपयोगी असं फारसं काही सापडलं नाही. काही मिळेल असं मला वाटलंही नव्हतंच. मुळात माझ्याकडेच इतकी तुटपुंजी माहिती आहे. काही ठोस पुरावा कुठाय?

मी त्यांना काय सांगणार होते? तिथे पाच ओडेवाल्ड होते म्हणून? त्यापैकी कोणीही एक करोलिनेचा बाप असू शकेल. त्या यादीत एक हेन्रिच श्वाईझ होता. त्याला एक सोफी नावाची पियानो वाजवणारी मुलगी असेल. तिची आई, तिचेही नाव सोफीच असेल. वरच्या मजल्यावर रहात असेल. हेन्रिच एसएसमध्ये असेल. मला हे नाव ओळखीचे वाटते. म्हणजे माझा आपला अंदाज होता. इतक्या गोष्टी

एकमेकांत गुंतलेल्या होत्या की त्यांची उकलच करता येत नव्हती.

हे वृद्ध जोडपे कूर्मगतीने चालत होते. त्यांच्या फिरण्यातच काय बोलण्यातसुद्धा खंड पडला होता. प्रश्न, विरामचिन्हे यांच्यासाठी जागा होती. अगदी शांततेसाठीसुद्धा होती.

आम्ही जोपर्यंत या वस्तीत फिरणार होतो, तोपर्यंत कोनिग्जबर्गचे भूत आमच्या मानगुटीवर बसणार होते. पूर्वीच्या हर्मन गोरिंगस्ट्रास रस्त्याचे नाव आता कार्ल मार्क्स रस्ता असे झाले होते. ट्रॅम या मागच्या रस्त्यानेच जाते, आजोबा माहिती पुरवत होते. त्यांच्या बोलण्यातला कडवटपणा हळूहळू कमी झाला होता. त्याच ट्रॅमने ते शाळेत जात. ''या घरांच्या मागून मुख्य चौकात जाते ती ट्रॅम. तिथून पुढे पुन्हा रशिया सुरू होईल.''

युद्धाच्या अखेरच्या बाता वेगळ्या असणार. पुढे काय करायचे ते ठरलेले असणार. युद्ध संपल्यावर रशियन्स आले तेव्हा एक मुलगी काय बोलेल? एका वरिष्ठ एसएस अधिकाऱ्याच्या मुलीला अशा प्रसंगी दुसऱ्या कोणाचे तरी सोंग घेण्यावाचून गत्यंतर नसणार.

आ ईच्या दागिन्यांच्या डबीत पिवळ्या रंगाच्या खड्यांचे दोन नेकलेस होते. (एक गडद, एक फिकट.) शिवाय कल्चर्ड मोत्यांचा एक सर. छोट्या घंटेच्या आकाराची, घातल्यावर नाजूकपणे किणकिणणारी सोन्याची इयररिंग्ज, आणखी अनेक कानातली, काही नुसत्याच दिखाऊ मण्यांच्या माळा असे बरेच काही होते. कधीकधी ती मला ती पेटी उघडून आतला तो खजिना बघायची परवानगी देत असे. पेटीच्या आतल्या बाजूला हिरवे मखमली अस्तर होते. त्यातल्या निरनिराळ्या आकाराच्या कप्प्यात प्रत्येक दागिना अगदी छान शोभून दिसे. झाकणाच्या आत असलेल्या सपाट जागेत एक चोरकप्पा होता. तिथे तिची जपमाळ आणि अशीच इतर काही स्मृतिचिन्हे होती. हा कप्पा पटकन नजरेला पडण्यासारखा नव्हता. नक्की माहीत असल्याशिवाय असा काही कप्पा आहे हेदेखील लक्षात आले नसते. याचे पिटुकले बटण त्या हिरव्या मखमलीत लपलेले होते.

''हे कोणी दिलं तुला? आणि हे? बाबांनी आणलं का हे तुझ्यासाठी?''

मी एकेक दागिना उचलून आरशात बघत होते.

आई मनापासून हसत होती. तिच्या आवाजाप्रमाणेच हसण्यालासुद्धा जर्मन भाषेचा गंध होता.

''सगळं बाबांनी आणलं. जवळजवळ सगळं. मी त्यांना भेटले तेव्हा माझ्याकडे अंगावरच्या कपड्यांशिवाय फारसं काहीही नव्हतं.''

त्या संध्याकाळी ती एका पार्टीसाठी ती काळ्या रंगाचा सुरेख पोशाख घालून तयार झाली होती. नटण्यामुरडण्यात ती तासन्तास घालवे. किंबहुना अशा पार्ट्यांचे निमित्त करून ती नटण्याची संधी शोधत असते असे मला कधीतरी वाटे. तिने मोत्यांचा सेट काढून घातला. ती लांबलचक माळ तिला तिपदरी करून घालावी

लागे. ते पहिल्यांदा इंग्लंडला आले तेव्हा बाबांनी तिला लग्नाची भेट म्हणून हा सेट दिला होता.

तो पिवळा नेकलेस बर्लिनला घेतला होता. आता मी तो उन्हात धरून बघत होते. भिंतीवर त्याचे कवडसे पडत होते. तो फिकट रंगाचा होता. पण जास्त चमकत होता. मलातरी तोच आवडला.

"हे समुद्रात मिळतात. आम्ही सुट्टीला तिथे जायचो."

"पण तू हा तिथे नाही घेतलास ना?"

"नाही. मी सांगितलं होतं ना तुला हे आधी? बाबांनी ते काळ्या बाजारातून विकत घेतलं. एके दिवशी आम्ही असेच जात होतो तेव्हा आम्हाला ही बाई दिसली. ती साधारण ओळखीची होती. ती हे विकत होती. ती माझ्या आईबाबांची, खरंतर आजीआजोबांची मैत्रीण होती. बर्लिनमधल्या रस्त्यावर अचानक ती आम्हाला स्वत:चे दागिने विकताना दिसली. त्यांनी तिला एकदम वाजवी दाम दिले याचे."

"कारण ती तुमची मैत्रीण होती म्हणून. हो ना?"

"नाही, मैत्री वगैरेमुळे नाही. कारण बाबा म्हणजे बाबा आहेत. मी तिला ओळखते हेदेखील त्यांना माहिती नव्हतं. ते मनाने अगदी निर्मळ आहेत. नेहमीच प्रत्येकाला योग्य किंमत अदा करतात."

"मोठी झाल्यावर हे मी घालणार."

"हे पिवळे खडे कसे तयार करतात सांगितलंय का मी कधी तुला? असे दागिने बनवणं किती पुरातन काळापासून सुरू आहे माहितीये का? हजारो, लाखो वर्षांपूर्वी वृक्षांपासून हा पदार्थ मिळवण्याची सुरुवात कशी झाली? आणि आता हा सागरतळाशी केव्हापासून सापडायला लागला?" बोलता बोलता तिने नेकलेसच्या जोडीच्या कुड्या कानात घातल्या.

"तू गेल्यावर पण मी हे घालून बसू का?"

"घाल की तुला हवं तर!"

"त्या चोरकप्प्यात काय आहे मी पाहू?"

"अगं मला निघायचंय लगेच."

तिथे काय असेल ते मला आधीच माहिती होते. याआधी खूप वेळा मी हा कप्पा धुंडाळला होता. बाबांच्या अंगठ्याच्या नखाएवढ्या आकाराचा एक धातूचा बेडूक होता त्यात. तो पॅरिसच्या एका हॉटेलमधून आणला होता. सुट्टीत ते एकदा पॅरिसला गेले होते. तेव्हा ते तिथल्या ला ग्रेनोइल नावाच्या हॉटेलात जेवायला गेले होते. तिथल्या पद्धतीप्रमाणे बिल दिल्यावर त्यांना हॉटेलतर्फे हा बेडूक मिळाला होता. तिच्या जपमाळेत दाण्यांसारखे तपकिरी रंगाचे विचित्र मणी होते. स्वत: पोपने त्या जपमाळेला स्पर्श केला होता, त्यांच्या आशीर्वादाने ती पवित्र झाली होती.

आणखी एक म्हणजे कोठेही प्रवासाला जाताना आई बरोबर असायची ती मनीमाऊ या खणात ठेवली होती. तिच्या घरची, तिच्या लहानपणची अशी ही एकमेव वस्तू होती. काळ्या लोकरीचे, वायरचे हाताळून हाताळून चोळामोळा झालेले मांजर. लुळे पडलेले पाय, वाकडीतिकडी शेपूट, काचेच्या मण्यांचे बटबटीत डोळे, गळ्याभोवतीच्या रिबिनीत ब्रेसलेटसारखे लटकणारे एक पदक. त्या पदकावर त्याचे नाव कोरलेले होते. सोफी श्वाईझ. गोथिक लिपीतली ती अक्षरे वाचणे सोपे नव्हते.

"हे असं काय लिहिलंय?"

"काय म्हणतीयेस बेटा?" माझा पापा घेऊन निघण्याच्या तयारीने ती उठून उभी राहिली होती. बाबा खालून हाका मारत होते.

"हे कुणाचं नाव आहे?"

खाली वाकून तिने माझ्या गालांचा पापा घेतला आणि मग कपाळावर ओठ टेकवले.

"अगं कुणाचं काय, त्या माऊचं."

"माऊचं नाव कधी असं असतं का? विचित्रच आहे."

"त्यात विचित्र काय आहे? छान आहे की! श्वाईझ म्हणजे काळं. काळं मांजर आहे ना ते?"

बाबांच्या पश्चात मी ज्या गोष्टी माझ्याबरोबर आणल्या, त्यात ही दागिन्यांची पेटीपण होती. लहानपणापासून मी हे गृहीतच धरले होते की, ही पेटी एक ना एक दिवस माझी असणार. पीटरची नाही. कारण मी मुलगी होते. ते पिवळे नेकलेस मी पीटरच्या मुलींसाठी हाँगकाँगला पाठवले. त्यांना वाटलेच, तर त्यांचाही भूतकाळाशी काही दुवा सांधला जावा म्हणून मी ते त्याच्याकडे दिले. त्यांनी या भेटवस्तूंचे काय मोल केले कोण जाणे. औपचारिक, पण व्यवस्थित असे आभाराचे पत्र आले होते त्यांचे. पीटर यावर काहीही बोलला नव्हता. त्याने याची दखलही घेतली नव्हती. मग मला वाटले की, मी हा उपद्व्याप करायलाच नको होता. मी ते माझ्या मुलीसाठीच ठेवायला हवे होते.

कालिनग्राडहून पोस्टकार्ड पाठवण्याचे वचन मी पीटरला दिले होते. तशी फारशी कार्डे नव्हती तिथे. त्या म्युझियमपाशी मला एक दुकान सापडले. तिथे युद्धपूर्व काळातल्या कोनिग्जबर्गचा फोटो असलेले कार्ड मिळाले. गतस्मृतींना उजाळा देऊ इच्छिणाऱ्या जर्मनांसाठी रशियनांनी जुने फोटो पुन्हा प्रिंट केले होते. असे वेडे पीरच या हरवलेल्या शहरात पर्यटनासाठी येत असावेत. जुने शहर, कॅथीड्रल, किल्ले,

नदीवरचा साकव, शाळकरी ज्यू मुलींनी जिथे पोज दिली ते सिनेगॉग. पीटरला बहुतेक आवडेल असा एका रस्त्याचा सीन होता. एका बाजूला राजवाडा, दुसरीकडे ट्रॅम आणि आजूबाजूला लोकांची गर्दी. तलवार घेतलेले ऐटबाज प्रशियन सैनिकांचे पुतळे आणि एकोणिसाव्या शतकातल्या व्यावसायिक इमारती यांनी नटलेले स्वत:च्याच मस्तीत मश्गुल असलेले एक शहर.

'डिअर पीटर,' मी लिहिणार होते, *'आता इथे असं फारसं काहीही नाहीये. या शहरात बघण्यासारखी एकही जागा उरलेली नाही.'*

'आपण जायचे का', असे मी विचारल्यावर आई हेच म्हणाली होती. लहान मुलांनी काय बघावे. मुलांनी छान, स्वच्छ, सुंदर गोष्टी पहाव्यात. भकास, उद्ध्वस्त अवशेष, मृत्यूचे थैमान हे सत्य बघू नये. ज्या गोष्टी कधीच काळाच्या बुरख्याआड गेल्या आहेत, त्यांचा ध्यास घेऊ नये.

'डिअर पीटर, इथे बघण्यासारखं काही नाहीये. युद्धात रशियनांनी सगळं नामशेष करून टाकलंय. पण तुला माहितीये मला काय सापडलं?...'

आईच्या थापा अगदी लोणकढ्या होत्या. ते काळे मांजर. तेही खोटेच असेल. आई एखाद्या काचेसारखी भासते. तिचे प्रतिबिंब एकदम स्पष्ट स्वच्छ दिसते. माझ्या तोंडून ब्र जरी निघाला तरी काचेला तडा गेला असता. सगळीकडे काचाच काचा झाल्या असत्या. तिचा तुकडे तुकडे झालेला चेहरा माझ्या पायाशी विखरून पडला असता.

तिथे झोप लागणे मुश्किल होते. माझा जरा डोळा लागतो न लागतो तोच काचा फुटल्याच्या स्वप्नाने मी दचकून जागी झाले. ती हॉटेलची खोली प्रमाणशीर नव्हती, तर अरुंद आणि उंच होती. भिंती आणखी आणखी जवळजवळ येत आहेत असा भास होत होता. पैसे वाचवण्याचा पर्याय म्हणून शेजारच्या मोठ्या खोलीतून हा भाग वेगळा काढला असणार. त्यात पुन्हा बाथरूम बसवली होती. उरलेल्या जागेत एक कॉट टाकली की, बाजूने जेमतेम उभे राहण्याइतकी जागा उरत होती. मी खिडकी उघडी टाकली होती. त्यामुळे रस्त्यावरच्या मोकाट जाणाऱ्या गाड्या, पहाटेपर्यंत भटकणारी चंगीभंगी माणसे यांच्या गोंगाटाने खोली भरून जात होती. थोडा वेळ मी खिडकी बंद केली होती. त्या जाडजूड तावदानामुळे आवाजाचा त्रास कमी झाला, पण मला त्या नाकपुडीएवढ्या बंदिस्त जागेची भीती वाटायला लागली.

थंडी वाजायला लागल्यावर अंथरुणातून बाहेर पडून मी अंगात कोट चढवला. खोलीतला कुबट वास नाकात भिनत होता. खोलीत शिरल्या शिरल्या हा भपकारा

येत होता. इथे राहिलेल्यांनी वापरलेल्या किंवा गैरवापर केलेल्या पदार्थांचा वास, जुनाट कार्पेट, धूर, बंद दरवाजे. बराच वेळ खोलीत बसलो तर आपल्या अंगालासुद्धा हा वास चिकटेल असे मला वाटले. तिथल्या करंगळीएवढी धार असलेल्या पाण्याच्या अंघोळीने न जाणारा असा तो वास होता.

खिडकीसमोर एक टेबलखुर्ची होती. त्यावर हिरव्या शेडचा टेबल लँप होता. माझी पोस्टकार्डे काही लिहून झाली नाहीत. लिहिण्यासारखे खरेतर काहीही नव्हतेच. मी स्वत:साठी नोट्स काढत बसले. त्यामुळे ती रात्र थोडीतरी सत्कारणी लागली.

युद्धापूर्वी कोनिग्जबर्गमध्ये अनेक ओडेवाल्ड रहायचे. पण मला वर्णन करून सांगण्यात आलेल्या घरासारख्या इमारतीत त्यापैकी कोणीही रहात नव्हते. निदान माझ्या माहितीप्रमाणे तरी नाही. कोण एक करोलिने ओडेवाल्ड कोनिग्जबर्गमधून नजर चुकवून पळाली असेल किंवा नसेलही. लढाईच्या वेळी इथून सटकून निरुद्देश भटकून वर्षभराने बर्लिनमध्ये अवतरली असेल.

माझ्यासमोर ज्या घराचे चित्र उभे करण्यात आले होते, तशा प्रकारच्या घरात एक सोफिया श्वाईझ उर्फ करोलिने रहात होती. तिथेच दुसऱ्या मजल्यावर तिचा मुलगा हेन्रिच हा होता. या हेन्रिचला मुलगी असलीच तर आपल्या मुलीचे नाव तिच्या आजीवरून त्याने सोफी किंवा सोफिया असे ठेवले असेल ही शक्यता होती. लढाईच्या वेळी ही लहानगी सोफी वेळेवर सटकली असेल किंवा ती बाहेर पडलीच नसेल. रशियन्स शहरात घुसले तेव्हाही ती तिथेच हजर असेल.

त्यांच्यापैकी एक व्यक्ती वारली असेल आणि ही व्यक्ती करोलिनेआजी असेल, तर सोफीला तिची कागदपत्रे मिळणे सहज शक्य होते आणि फायद्याचेदेखील!

पण यासंदर्भात आणखी एका वेगळ्याच स्वतंत्र मुद्याचा विचार करायला पाहिजे होता.

दोस्त राष्ट्रांनी जी भूमी पादाक्रांत केली होती तिथल्या कायद्यांनुसार १९४७ पर्यंत जर्मन नागरिक ब्रिटिश सैनिकाशी लग्न करूच शकत नसे. त्यानंतर, १९४७ नंतर, आर्मीकडून विशेष परवानगी मिळवून त्याआधारे असे विवाह होऊ शकत. त्यासाठी राजकीय पार्श्वभूमी असलेला एकशेसाठ प्रश्नांचा एक पेपर सोडवावा लागे. जर ही उत्तरे अधिकाऱ्यांना समाधानकारक वाटली तर परवानगी मिळे. एका उच्च श्रेणीय एसएस अधिकाऱ्याच्या मुलीच्या दृष्टीने ही अतिशय कठीण परीक्षा होती. रशियनांनी जिंकून बेचिराख केलेल्या शहरातील एखाद्या निर्वासिताची ओळख आणि भूतकाळ कशा प्रकारे तपासून बघितला जाई ते कधीच प्रकाशात आलेले नाही.

आज माझ्या मुलीचा फोन आला.

''असाच फोन केला. तू कशी आहेस ते विचारायला.''

''मस्त आहे. बरं वाटलं तुझा आवाज ऐकून.''

''काही सापडलं का?''

''नक्की सांगता येणार नाही. बहुतेक हो.''

''काय?''

''कदाचित काहीच नाही. माहिती नाही. पहिल्यांदा वाटलं की, हे महत्त्वाचं आहे. पण आता वाटतंय की, त्यात काही तथ्य नाही.''

''काय ते सांग ना!''

''खूप मोठ्ठी हकिकत आहे.''

''थोडंसं तरी सांग.''

''चिक्कार लांब गोष्ट आहे ग. कुठून सुरुवात करायची तेही समजत नाहीये. उगीच तुझं फोनचं बिल वाढवू नकोस. परत आले की, नीट सविस्तर सांगेन ना.''

''प्रॉमिस?''

''आता सांगेन म्हटलं ना!''

''पण सांगायची वेळ आली की, तू सांगणारच नाहीस. मला माहितीये. एकदम तोंड शिवलेलं असेल तेव्हा तुझं. तू मला कुठलीच गोष्ट कधीच सांगत नाहीस.''

''तू यायला पाहिजे होतंस माझ्याबरोबर.'' मी पटकन बोलून गेले. ती माझ्यासोबत असायला हवी होती हे मला त्याक्षणी फार प्रकर्षाने जाणवले. ''खरंच आली असतीस तर खूप बरं झालं असतं. तू म्हणत होतीस तसं मी थांबायलाच हवं होतं. मग उन्हाळ्याच्या सुट्टीत आपण दोघीही आलो असतो.'' रम्य कल्पनाविलास! 'त्या गावात घालवलेली सुट्टी. आम्ही दोघीच. सुती उन्हाळी कपडे, टोप्या, गॉगल्स घालून झूच्या बाजूच्या कॅफेत आईस्क्रीम खात निवांत बसलो आहोत.'

मे १९४५ नंतर सोव्हिएतव्याप्त जर्मनीत (पुढे यापैकी काही भाग पोलंडमध्ये, काही कालिनग्राडमध्ये तर काही जर्मन डेमोक्रॅटिक रिपब्लिकमध्ये समाविष्ट झाला.) जवळजवळ सोळा हजार माणसांवर अमानुष वर्तन आणि युद्धातल्या इतर गुन्ह्यांसाठी खटले भरले गेले. यात एसएसचे अनेक सभासद असतील. याशिवाय अनेक जर्मनांना लेबर कॅम्प्समध्ये पाठवले गेले.

या कॅम्प्समधले जर्मन्स १९४७ पूर्वी पश्चिम देशात परत आलेले नव्हते. अगदीच विशेष कारण असेल म्हणजे जर त्या बाईने किंवा पुरुषाने रशियनांसाठी

काम करायचे कबूल केले असेल, तर अशा एखाद्या व्यक्तीची थोडी आधी सुटका झालीही असेल.

जर्मनीचे विभाजन झाल्यापासूनच इतर पाश्चिमात्य देशांत रशियन हेर पेरले जात होते असे म्हटले जाते.

बाहेर काहीतरी गडबड होती. करकचून ब्रेक मारल्याचा आवाज आला आणि मग टिपेला पोहोचलेले भांडणाचे स्वर कानावर आले. रस्त्याच्या कडेला दिव्याच्या प्रकाशात चकाकणारी एक काळी गाडी थांबलेली मला दिसली. काही लोक या गाडीच्या पुढ्यात जमा झाले होते. बाकीचे खाली माना घालून तिथून रस्ता ओलांडून घाईघाईने निघून जात होते. हवेत चांगलाच गारठा होता. माझा याच्याशी काही संबंध नव्हता. मी परत खिडकी बंद करून घेतली आणि पडदे सरकवले.

माझी हुडहुडी जात नव्हती. पूर्वी मी जशा तिच्याबद्दल कल्पना रंगवल्या होत्या, तसे आता त्रयस्थपणे स्वत:ला या प्रसंगातून जाताना मी पहात होते. ती ज्या खोलीत आहे अशी कल्पना मी करायचे, अगदी तशीच ही खोली होती. सोव्हिएतमधल्या एका शहरातली पहाटेची वेळ. एका खोलीत कोट घातलेली एक बाई बाहेर पडण्याच्या तयारीत उभी आहे. खिडकीशी जाऊन ती खाली बघते. खाली एक गाडी उभी असते.

ही हेरगिरीची गोष्ट इतकी परिणामकारक होती की, मला स्वत:लासुद्धा अनेकदा ती खरी वाटली होती. या कल्पना करणे सहज शक्य होते. ती चित्रे वापरून वापरून मनावर बिंबलेले ते शब्द. खरेतर या मोठ्या माणसांनी आम्हाला या हेरकथांचे बाळकडू पाजले. ते आमच्या शरीरात कसे आणि किती भिनले हे त्यांनाही कळले नाही.

त्या स्मशानभूमीत हे संपले नाही. पुन्हा कधीतरी फुले वगैरे घेऊन तिथे जावे असे मला वाटे. बागेतून तिच्या आवडीची फुले गोळा करून छानपैकी परडीत ठेवून मी नेली असती. माझे स्वप्नरंजन चालूच राहिले.

पीटरही यानंतर थांबला नव्हता. तो आतल्या आत धुमसत राहिला आणि शेवटी पळून गेला.

''बाबांना काहीही माहिती माहीये. किंवा मग माहिती असले तर ते सोंग तरी घेताहेत. ते सरकारी काम करतात. हो की नाही? त्यांनी कार्यालयीन गुप्ततेची शपथ घेतली असेल. कदाचित ते स्वत:च हेरसुद्धा असतील. आपल्या बाजूचे गुप्तहेर. आपले पितळ उघडे पडू नये म्हणून त्यांना गप्प बसावे लागतेय.''

बाबांनी आम्हाला ते थडगे दाखवले, त्याच्या दुसऱ्याच दिवशी सुंदर ऊन

पडले होते. आधीच्या पावसाचा मागमूसही नव्हता. बाबा नेहमीप्रमाणे भान हरपून आपल्या बागकामात मग्न होते. पीटर हटवादीपणे बाहेर गेला नव्हता. त्याला सूर्यप्रकाशालासुद्धा विरोध करून निषेध नोंदवायचा होता. त्याचे निस्तेज अंग हे त्याच्या निग्रही वृत्तीचे प्रतीक होते. समोरच्या गोष्टी जशा आहेत तशा इतरांनी मान्य केल्या तरी आपण स्वीकारायच्याच नाहीत, हा त्याचा हेका होता.

"तुलासुद्धा काहीही माहिती नाहीये."

शेवटी मी बाबांचीच साथ देणार हे तो जाणून होता. तोच एकटा पडणार होता. मी बाबांसारखीच होते. मनाने तो जिच्या जवळ जाऊ शकला असता, नेमकी ती व्यक्ती आता तिथे नव्हती. (याबाबतीत त्याचे बरोबर होते. नि:शब्द असतानासुद्धा माझे आणि बाबांचे सूर जुळायचे. हा आमचा उपजत स्वभाव होता. आम्ही तो बदलू शकत नव्हतो. तो इथे परका होता.)

"मला ती दिसली. मी पळून गेलो तेव्हा मी तिला बघितलं."

तो एका सुरात सांगत होता. त्या मोठ्या खिडक्या सताड उघड्या होत्या. बाहेरचे आवाज होते, पण तरीही त्याचा आवाज खोलीत घुमला होता.

"तू काहीही बघितलेलं नाहीस. हे खरं नाहीये."

तो रागारागाने वरती आपल्या खोलीत गेला. आपल्या देहबोलीने त्याने आमच्यामध्ये अशी दरी निर्माण केली होती की, अंतर राखण्यासाठी त्याला खोलीचा दरवाजा लावण्याचीही गरज भासली नाही. त्याच्या रेडिओचा आवाज माझ्या कानावर पडला. कोणत्याही प्रकारे आदळआपट न करता तो आमच्यातून बाजूला झाला होता.

ही इतकी मोठी थाप होती की, आता तो आपले शब्द मागेही घेऊ शकत नव्हता.

मी पीटरला पत्र लिहिणार होते. त्याला सत्य परिस्थिती, इतिहास, प्रासंगिक दुवे सांगणार होते. मग त्यातून हवा तो अर्थ काढायला तो मोकळा होता. त्याला कोणतीही कथा गुंफू दे. तो उघड जरी काहीही बोलला नाही तरी त्याच्या मनात काय आहे ते मला जाणवले असते. त्याने आपले नेहमीचे तुणतुणे वाजवले असते. स्वत:लाच पटवत बसला असता. एका परीने त्याचे बरोबरच होते. तिने दुसऱ्याच कोणत्यातरी व्यक्तीचे सोंग घेतल्याचा आमचा अंदाज खरा होता. कुठेतरी पाणी मुरत होते. याचा छडा लावायला हवा होता. ती एक मुद्दामहून पेरलेली निद्रिस्त गुप्तहेर असण्याची शक्यता होती.

पण हे एवढ्यावरच थांबत नव्हते. याला आणखीही अनेक पैलू होते. ते आता

हळूहळू माझ्या लक्षात यायला लागले होते. काही कोड्यांची उकल अंधारातच होते. काळोखात सगळे स्वच्छ दिसू लागते. याचे महत्त्व आता मला कळायला लागले. यापूर्वी कधी या गोष्टीत इतका गहन अर्थ असेल हा विचारही मनाला शिवला नव्हता.

"शाळेत किंवा एरवी कोणी तिच्याबद्दल विचारलं तर सरळ सांग की, ती पोलिश आहे."

शाळेचे पहिली टर्म संपवून तो घरी आला होता तेव्हा त्याच्यात प्रचंड बदल झाला होता. तो मनाने अधिक खंबीर बनला होता. तेव्हा तो फक्त आठ वर्षांचा होता. लवकर शाळेत घातले गेलं असलं, तरी वयाच्या मानाने त्याला जरा जास्तच समज आली होती. खूप महत्त्वाचा सल्ला दिल्याप्रमाणे तो सांगत होता, पण याचा अर्थ माझ्या ध्यानात येत नव्हता.

"पोलिश म्हणजे कोण?"

"तिची बोलण्याची ढब वगैरे त्यांच्या लक्षात येऊ शकते. पोलिशच ठीक आहे. त्याचे कोणाला काही वाटणार नाही. मुळात त्यांना फरकच कळणार नाही."

तिच्या जाण्याच्या जवळजवळ वर्षभर आधीचे हे बोलणे होते. त्यावेळी ती आमच्याबरोबर होती. मला जे समजले नव्हते ते मी सरळ तिलाच विचारू शकत होते. पण मी तसे केले नाही, कारण ही पीटर आणि मी आमच्या दोघांतलीच बात होती.

त्याला शाळा आवडायची नाही. सुट्टीच्या शेवटच्या दिवशी परत जाताना त्याने खूप गोंधळ घातला होता. सगळी तयारी झाल्यावर गाडीपाशी याने सुरुवात केली. सामान बाहेर आणले होते. आम्ही चौघेही गाडीत बसतच होतो. गणवेश घातलेला पीटर मस्त ऐटबाज दिसत होता. तो गाडीच्या दुसऱ्या बाजूला होता. त्यामुळे पहिल्यांदा तो काय म्हणाला ते मला ऐकू आले नाही, पण त्याचा चेहरा आक्रसला. त्याने थयथयाट सुरू केला. आई त्याला आवरायचा प्रयत्न करत होती. मग आईने रस्त्यावर तमाशा नको, शेजाऱ्यांची करमणूक नको म्हणून त्याला ओढत ओढत परत आत घरात नेले. तो रडत ओरडत लाथा झाडत होता. त्यांच्यापाठोपाठ मी आणि बाबापण आत आलो. ते दोघे वर त्याच्या खोलीत गेले. पीटर किंचाळतच होता. त्याच्या खोलीचे दार धाडकन बंद झाले. आम्ही खाली उभे राहून फक्त वरून येणारा पीटरचा आवाज ऐकत होतो.

"नाझी, नाझी!"

"बाबा, तो काय बोलतोय, थांबवा ना त्याला."

पण बाबा जिन्याच्या पायरीशीच खिळल्यासाएखे उभे राहिले.

थोड्या वेळाने आई खाली आली. तिचा चेहरा लालबुंद झाला होता. मी तिला यापूर्वी कधी अशा अवस्थेत पाहिलेले नव्हते. तिचे केस अस्ताव्यस्त झाले होते आणि पीटरने केलेल्या झटापटीत तिचे कपडेही फाटले होते.

तिने भकासपणे आमच्याकडे बघितले. जणू आम्ही एकमेकांना ओळखत नव्हतो. ती बाहेर धावली, गाडीत बसली आणि भरधाव वेगाने निघून गेली.

नंतर खूप वेळाने युगे लोटल्यासारखे वाटल्यावर ती परत आली होती. कुठेतरी रस्त्याच्या कडेला थांबून तिने ड्रायव्हरच्या आरशात बघून केसबीस नीट केले होते. माझ्या कल्पनेप्रमाणे तिने बहुतेक जंगलाच्या बाजूला गाडी उभी केली असणार. पर्समधून कंगवा, पावडर, लिपस्टिक वगैरे काढले असणार आणि त्या चिंचोळ्या आरशात बघून ती पुन्हा माणसात आली असणार. परत घरात पाऊल टाकताना ती अशा काही तोऱ्यात दाखल झाली की, तेव्हा तिच्या फाटक्या पोशाखाकडे कोणाचेही लक्ष गेले नसते. बाबा पीटरला शाळेत सोडायला घेऊन गेले. बरोबर माझे शेपूट होतेच. तेव्हा आणि त्यानंतर कधीही ती त्याच्या शाळेत गेली नाही. प्रत्येक वेळी ती घरीच थांबायची. शाळेच्या क्रीडा महोत्सवासाठीसुद्धा ती आली नाही.

बाबा या सगळ्या प्रसंगात अगदी शांत राहिले होते. खरेतर ते खूप चिडतील असे मला वाटले होते. गाडीत त्यांनी पीटरला बोलते केले. शाळेत प्रत्येक वेळी खेळताना बाकीची मुले पीटरला धारातीर्थी पडलेल्या जर्मन माणसाचे सोंग वठवायला लावत. खेळाच्या सुरुवातीपासून त्याला मेल्याचे नाटक करावे लागे. लढताना मृत्यू वगैरे काही नाही. त्यांनी सांगितलेल्या जागी जमिनीवर चिखलात किंवा टेबलाखाली आपले निपचित पडून रहायचे. "हे बरोबर नाही. माझ्याकडे पिस्तूलपण नाहीये." तो रडवेला होत म्हणाला होता.

लिहायला घेतलेले पोस्टकार्ड मी फेकून दिले. दुसऱ्या एका कार्डवर इम्युनेल कांटच्या अंत्यदर्शनाच्या वेळचे चित्र होते. नव्याने बांधलेल्या कॅथेड्रलच्या वरच्या मजल्यावर मखमलीने लपेटलेल्या एका उभ्या खांबावर ते ठेवले होते.

'पीटर, इथे बघण्यासारखं खरंच काहीही नाहीये. युद्धात रशियनांनी सगळा चुथडा केलाय. थोडेफार भग्नावशेष उरलेत आणि हा बिचारा कांट मागे राहिलाय. फक्त या एका जर्मन माणसाला रशियन राज्यात रहाण्याची परवानगी मिळाली होती.

उद्या बर्लिनला परतणार आहे. बाय. तुझीच ॲना. '

हे अगदी तुटपुंजे झाले. कार्ड जेमतेम अर्धे भरले. पण उद्देश तर साध्य होत होता. बस झाले. पीटर पुढे निघून गेला होता. त्याने दुसरीकडे जाऊन नव्याने आयुष्याला सुरुवात केली होती. तोच खरा तिचा वारस होता. तिच्यासारख्या स्वभावाचा होता.

मी आता झोपेन. निदान तसा प्रयत्न तरी करणार होते. बाहेर ॲम्ब्युलन्सचा आवाज आला होता, पण आता ती गेली असणार. मी गजर लावला. सकाळी लवकर उठून हॉटेलने मागवलेल्या टॅक्सीने मला स्टेशन गाठायला हवे होते. जाता जाता मी सगळ्यावरून शेवटची नजर फिरवणार होते. रात्रीच्या झोपेची थकबाकी ट्रेनमध्ये वसूल करावी लागणार होती. त्यासाठी संपूर्ण पोलंडभर प्रवासात ताणून देता येणार होते.

५

मे महिन्यातला हा पहिला शनिवार, रविवार होता. मी पुन्हा बर्लिनमधल्या त्याच हॉटेलात उतरले होते. पण आज सकाळी बाहेर पडल्यावर मला हे रस्ते वेगळे वाटत आहेत. छान आकर्षक रंगांचे कपडे घालून सायकलीवरून किंवा पायी मजेत फिरणारे अनेकजण दिसत होते. फुटपाथवरचे कॅफे माणसांनी फुलून गेले होते. जवळच्याच एका चौकात लालभडक शर्ट घातलेला एक माणूस आपल्या मुलाबरोबर लुटुपुटीचा फुटबॉल खेळत होता. आजूबाजूच्या बाकांवर आणि हिरवळीवर बसलेल्या माणसांच्या करमणुकीसाठी जणू त्यांचा हा खेळ चालू होता. चौकाच्या कडेच्या गल्ल्यांमध्ये फळवाल्यांचे आणि तयार कपड्यांचे स्टॉल्स होते. एका टपरीवरच्या कॉटनच्या टॉपचा मोह मला आवरला नाही. घालून न बघताच मी तो घेऊन टाकला. मी नेहमी वापरते त्यापेक्षा थोडा झिरझिरीत होता, पण कधीतरी उन्हाळ्यात वापरायला चांगला होता. नाहीतरी येणाऱ्या उन्हाळ्याची चुणूक अनुभवायला मिळत होतीच.

ती विक्रेती वयाने अगदीच लहान होती. आपल्या स्टॉलवरचे कपडे बहुधा ती स्वत:च शिवत असावी.

''काय सुरेख सकाळ आहे.''

''हो तर! आजच हवा जरा बरी आहे. संपूर्ण उन्हाळ्यात पावसाने सुट्टी घेतलेला असा हा पहिलाच शनिवार-रविवार आहे. नाहीतर आठवडा चांगला गेला तरी शेवटी शनिवारपासून पावसाची रिपरिप चालू होत होती.'' ती म्हणाली.

तरीच लोक एवढे आनंदात दिसत होते. माझ्या अपेक्षेपेक्षा वातावरण खूपच प्रफुल्लित का होते, ते माझ्या ध्यानात आले.

ब्रँडनबर्ग गेटसमोर एकजण पूर्णपणे पिवळा पोशाख घालून एकदम निश्चल उभा होता. त्याच्या हातातसुद्धा पिवळाच ट्युलिप होता. येणारे-जाणारे थबकून त्याला बघत होते आणि त्याच्या पायाशी असलेल्या पिवळ्या पिशवीत एखादे नाणे टाकून पुढे जातात.

गेटच्या दुसऱ्या बाजूला एक महाकाय चंदेरी गाडी कोरली होती. गॉगल घातलेली एक मुलगी गाडीत चढून फोटोसाठी पोज देत होती. याच जागी पूर्वी रशियन सैनिक रणगाड्यांसोबत फोटो काढून घेत असत.

नव्याने उभारलेल्या होलोकॉस्ट म्युझियमच्या बाहेरच्या ग्रॅनाईट दगडांच्या जंगलात मुले लपंडाव खेळत होती. तिथे फिरणाऱ्या किंवा ऊन खात बसलेल्या माणसांच्या गप्पांना या मुलांच्या दंग्याची आणि हसण्याची किनार लाभली होती.

टायरगार्टनमध्ये लायलॅक बहरला होता.

आमच्या घरी लायलॅकचे ताटवे होते. ऑर्चर्ड्सकडे जाण्याच्या वाटेवरच ही रोपे होती. त्या टपोऱ्या कळ्या पूर्ण उमलून त्यांचे रंग दिसू लागण्यापूर्वीच आई त्या खुडायची. उबदार हवेत त्या लवकर उमलायच्या. असाच एकदा उन्हाळ्यातला एक दिवस होता. इतके प्रसन्न वातावरण नव्हते. इंग्लंडमधल्या मे महिन्याचा नेहमीसारखा एक दिवस. आम्ही हॉलमध्ये बसलो होतो. आई एका फ्लॉवरपॉटमध्ये लायलॅकची पुष्परचना करत होती.

तिने फुलांचे दांडे सुटेसुटे करून वर्तमानपत्रावर पसरले. प्रत्येकाचे खालचे टोक तिने कापून टाकले आणि मग उरलेला बुडखा थोडासा चेचला. असे केल्यामुळे पाणी पटकन वरपर्यंत चढते, असे तिने मला सांगितले होते. काम करताना ती एक सरगम गुणगुणत होती. यात नुसतेच सूर असल्यामुळे मूळ गाणे इंग्लिश आहे का जर्मन याचा पत्ता लागत नव्हता.

शब्द आपल्या स्मृतीत असतात. (नीट विचार केला तर शब्द आठवतात, पण ते आपल्या डोक्यात होते का आपण कल्पनाशक्तीच्या जोरावर ते उभे केलेत तेच आपल्याला कधीकधी कळत नाही.)

''ॲना, तुला माहितीये आमच्या लग्नात पांढऱ्याशुभ्र लायलॅकच्या फुलांची आरास होती.''

''तुझा ड्रेसपण शुभ्र पांढराच होता ना?''

''नाही गं! कोणीतरी दिलेला दुसऱ्याच कुठल्यातरी रंगाचा पोशाख होता. रात्रभर जागून मी तो माझ्या मापाचा बनवला होता.''

"म्हणजे पांढरा नव्हता."

"फक्त फुलं पांढरी होती आणि मस्तपैकी शुभ्र बर्फ होता. सुरेख होतं दोन्ही. डिसेंबर महिना होता ना. बर्फ पडत होतं. आमचा साखरपुडा मे मध्ये झाला. पण सगळी कागदपत्रं पूर्ण होऊन येईपर्यंत थांबावं लागलं. बाबांनी फुलांची व्यवस्था बघायचं अंगावर घेतलं होतं. त्यांना ही फुलं मिळण्याची खात्री वाटत होती, पण मला समजत नव्हतं की, ते हे डिसेंबरमध्ये कसं काय जमवणारेत आणि त्यांनी लायलॅक मिळवले. एखाद्या ग्रीनहाऊसमधे लागवड केलेली असणार. वर्षअखेरीला बर्लिनमध्ये लायलॅक पैदा होऊ शकेल असा विचारही आला नसता कोणाच्या मनात."

नुकतेच मी कोठेतरी वाचले की, *१९४३ च्या हिवाळ्यात त्या मोठ्या आगीनंतर हॅंबर्ग येथे अनेक झाडाझुडपांना, विशेषकरून चेस्टनट आणि लायलॅकला चक्क दुसऱ्यांदा बहर आला होता. युद्ध, बॉम्बवर्षाव या सगळ्या विध्वंसानंतर झाडे अवेळी फुलली होती.* हा विचारच अतिशय सुखद होता. पण तेव्हा मला त्याचे कारण समजले नव्हते.

जेव्हा ती मुलगी, नाही, मुलगी नाही, कधी काळी माझी आई ही एक मुलगी होती ही कल्पनाच मी करू शकत नव्हते. तिच्या वर्तणुकीवरून तेव्हा ती नवयौवना असेल असे वाटते. ती शहरात आली त्यावेळी हिवाळा सुरू होता. १९४६-४७ साल असेल. तिच्या लग्नापूर्वीचा हिवाळा. हवामान अतिशय वाईट होते. कोणत्यातरी तळघरात किंवा अशाच एखाद्या आडोशाला रात्र काढण्याच्या इराद्याने झोपलेल्या माणसांपैकी थंडीने काकडून मृत्युमुखी पडलेल्यांची प्रेते रोज सकाळी फुटपाथवर जमवली जात. त्या थंडीचा एकमेव फायदा म्हणजे मागे राहिलेल्या अवशेषांची भीषणता, तिथल्या मूळ आकृतीचा सत्यानाश थोडातरी कमी जाणवे. कारण सगळे जगच बर्फाच्या आवरणाखाली झाकले जाई. बर्फाच्या छोट्या छोट्या टेकड्या तयार होत. उघड्या खिडक्यांतून लोंबणारे बर्फाचे स्फटिक काळ्या बाजारात विकायला ठेवलेल्या मौल्यवान खड्यांसारखे दिसत.

डोक्यावर खूप खालपर्यंत ओढून घेतलेली फेल्ट हॅट, गळ्याभोवती गुरफटलेला स्कार्फ, व्यवस्थित पट्टा लावलेला मोठा लोकरी कोट असा तिचा वेश असे. बर्फावरूनही ती अतिशय भरभर आणि ठामपणे चालत असे. तिच्या चालण्याच्या वेगामुळे रस्त्यावरची इतर माणसे मागे पडत. जणू तिथे तिच्याशिवाय आजूबाजूला कोणीही नाहीये अशा आविर्भावात ती झपाझप पुढे जात असे. सकाळी सकाळी सगळीकडे भुकेलेल्यांच्या रांगा लागलेल्या असत. पण तिला कोणीही दिसत नसत. तिच्याखेरीज प्रत्येकाच्या हातात एखादी रिकामी पिशवी, खोके, बादली असे काहीतरी असे. तिच्याकडे मात्र फक्त एक काखोटीला मारलेली छोटीशी पर्स असे.

ती एका इमारतीच्या प्रवेशद्वाराशी आली. खिशातून एक चिठ्ठी काढून पत्ता वाचून ती आपण योग्य ठिकाणी आल्याची तिने खात्री करून घेतली. या इमारतीनेही

मारा सोसलेला होता, पण तो वरवरचा होता. इमारतीच्या क्रमांकाची पाटी नाहीशी झाली होती. फक्त नावाची पाटी पुन्हा उभारली गेली होती. ही इमारत चांगलीच मोठी आहे. एक सुरेख कमान, आतमध्ये हॉल, दोन्ही बाजूला जिना, कमानीखालच्या बॉम्बच्या माऱ्यातून बचावलेल्या रंगीत काचांच्या खिडक्या. कमानीच्या पुढे एक मोकळे अंगण. मागच्या बाजूला दुसरी कमान आणि छोटीशी मोकळी जागा. ही मागची बाजू इतकी अरुंद होती की, त्यामुळे पुढच्या भागाची उंची एकदम नजरेत भरत होती.

जिन्याच्या पायथ्याशी एक टेबल होते.तिथल्या बाईने तिची कागदपत्रे तपासून तिला दुसऱ्या मजल्यावर पाठवले. हिच्याकडची कागदपत्रे तर एकदम नवीन कोरी करकरीत होती. आता या शहरात सतत होणाऱ्या तपासण्या रांगा, कूपन्स, पासेस या जंजाळात ते कागद इतक्या वेळा हाताळले गेले असते की, त्यांचा स्पर्श जुन्या कापडासारखा मऊ झाला असता.

जिन्यावर तिच्या पावलांचा आवाज आला.वर कोणीतरी इंग्लिशमध्ये बोलत होते.ती त्या आवाजाच्या रोखाने गेली आणि तिथल्या ऑफिसमध्ये पोहोचली. ती आत गेल्यावरही तिच्याकडे लगेच कोणाचे लक्ष गेले नाही.ती तशीच उभी राहीली. तिथली व्यवस्था, एकंदर रचना, फाईलींचे ढीग, टाईपरायटरचा आवाज, कॉफी-सिगारेटचा वास आणि मुख्य म्हणजे एकूण उबदार वातावरण बघून तिला वाळवंटातल्या मृगजळाचा भास झाला. थोड्या वेळाने त्या टायपिस्टने वर बघितले. ‘‘हॅलो, तू ती, ते पाठवणार होते ती नवीन मुलगी असणार. हो ना? कोट तिथे काढून ठेव आणि तू कोण, कुठली ते सांग.’’

कोटाखाली तिने सुरेख तपकिरी सूट घातला होता. तो तसा विशेष भारी वगैरे नव्हता. पण टायपिस्टने नजरेने दाद दिल्यामुळे आपण या सुटात छान दिसतो हे तिच्या लक्षात आले. एटीसच्या गणवेशापेक्षा हा जरा ऐटबाज होता, पण याचाही हेतू तोच होता. ती जिथून आली होती तिथली पार्श्वभूमी समजून घेतली तर चांगल्या प्रकारे शिवलेल्या कपड्यांचे महत्त्व ध्यानात आले असते. त्यावर एखाद्याची पत अवलंबून होती. ओळख होती. सावळ्यागोंधळात एखाद्याने दाखवलेला खंबीरपणा होता. यावरूनच माणसाला आजमावले जात असे.

तिथे चहा-बिस्किटे होती. तिने एक बिस्कीट उचलले. तिला आणखी बिस्किटे घ्यायचा आग्रह झाला. टायपिस्टने एका बशीत अर्धा डझन बिस्किटे काढून तिच्या पुढ्यात ठेवली. ‘‘तुला भूक लागली असणार. घे ना. या शहरातला प्रत्येकजण आधीच भुकेलेला आहे. आणि त्यात शिवाय ही थंडी आहे. त्यामुळे हालत आणखीनच वाईट होते. हो की नाही?

तिला ही भाषा आता बऱ्यापैकी अवगत झाली होती. त्या बाईचे बोलणे तिला

समजू शकले, पण उत्तर देताना अजून तिची गाडी हो-नाही यापलीकडे जात नव्हती. थोड्याच दिवसांत तिचे हे अवघडलेपण गेले असते. औपचारिक भाषा बोलता आली असती. तिच्या बोलण्यावरचा जर्मन उच्चारांचा पगडा मात्र कोणाच्याही लक्षात येण्याइतपत रहाणारच होता. खिडकीजवळच्या टेबलाशी बसलेल्या उंच माणसाची तिला या कामात मदत होणार होती. तो तिला इंग्रजी भाषेतले शब्द, वाक्प्रचार, बोलीभाषेच्या खुब्या स्पष्ट करून सांगणार होता. व्याकरणातल्या चुका समजावणार होता. पण ती ऑफिसमध्ये आली आहे याकडे त्याक्षणी त्याचे सर्वांत जास्त दुर्लक्ष होते. मागच्या खिडकीतून येणाऱ्या प्रकाशात पुढे झुकून आपले काम करण्यात तो गुंग होता.

जेवणाच्या सुट्टीत खालच्या मजल्यावरच्या कँटीनमध्ये ती पहिल्यांदा त्याच्याशी बोलली. तो खरा चांगलाच उंच होता, पण आपली उंची कोणाच्या लक्षात येऊ नये म्हणून तो पोक काढून उभा रहायचा.मधेच पुसटसं हसून शून्यात नजर लावण्याची त्याची खास लकब होती. त्याने सुपाचा बाऊल त्याच्या हातात दिला. तिच्याशी तो जवळजवळ बिनचूक जर्मन भाषेत बोलत होता. युद्धापूर्वी तो शिकायला जर्मनीत होता. तिला भेटणाऱ्यांपैकी ज्या अगदी थोड्या ब्रिटिशांना जर्मन देश, तिथला निसर्ग, ते नागरिक यांच्याबद्दल सहानुभूती वाटायची, त्यांच्यापैकी हा एक होता. पण तिला अजून याची कल्पना नव्हती. त्याने ज्या प्रकारे तो बाऊल धरलेला होता, ते बघून तिच्या मनात येते की, जर याने आपल्याला स्पर्श केला तर हे हात अतिशय हळुवारपणे एखाद्या जखमी पक्ष्याला हाताळावे, तितक्याच नाजूकपणे आपल्यालाही स्पर्श करतील.

त्याने तिला कोणतेही प्रश्न विचारले नाहीत हे चांगलेच झाले. इकडच्या तिकडच्या निरुद्देश गप्पा मारताना मधेच थांबून त्याने आपल्या हातातल्या ब्रेडचा तुकडा सुपात टाकला. त्या शांततेत तिच्या मनात अनेक विचार आले, पण ती बोलली नाही. जागा, स्थळे, घरे, घटना, चेहरे अशा तिला माहीत असलेल्या भूतकाळासंबंधी ती सांगू शकली असती. तोही स्वत:विषयी बोलू शकला असता. त्यांची एकमेकांच्या भूतकाळाशी नाळ जुळू शकली असती. तिच्या माहितीच्या इतर गोष्टी एखाद्या विशिष्ट नावाशी संबंधित घडलेल्या गोष्टी हे तिला फक्त एका जंत्रीच्या स्वरूपात ज्ञात होते.तिने न सांगितलेल्या माहितीबद्दल त्याने आक्षेप घेतला नाही. कदाचित हा एकमेव माणूस होता, ज्याला प्रत्येक गोष्टीचे स्पष्टीकरण द्यायची गरज तिला भासणार नव्हती. तिची सोबत त्याच्यासाठी पुरेशी ठरली असती. तो पुढे काहीतरी बोलत होता, मला गणवेश घालायला लावला असला तरी मी काही खरा सैनिक नाहीये. युद्धातही माझा जास्तीत जास्त वेळ माझ्या टेबलापाशीच गेला. पहिली दोन वर्षे तर मी इथल्या एका गावात चक्क जर्मन शिकवत होतो. त्याने

सांगितलेल्या गावाचे नावही तिने ऐकलेले नव्हते. तिथे टेकड्या आणि हिरवळ असेल अशी कल्पना तिच्या मनाला चाटून गेली.

मनातल्या मनात ती त्याच कल्पनेशी चाळा करत राहीली. एकदा तरी या गावी जायचेच असा तिने निश्चय केला. तिथे ती स्वत:च्या भूतकाळापासून अनेक योजने दूर गेली असती.

* * *

हे असे घडले होते का? जर कशाला काही अर्थ असलाच तर तो वर्तमानाला आणि भविष्याला होता. बाकीचे सगळे काळाच्या ओघात नष्ट झाले होते. ती कोण होती, इतरत्र न जाता बरोबर या शहरात याच ऑफिसमध्ये ती कशी आली हे महत्त्वाचे नव्हते. अशा निर्वासितांना सगळे मदत करत होते. युद्धसमाप्तीनंतर मजूर स्त्रीदेखील रस्त्यावर साफसफाई करत होती. तिथल्या त्या ढिगाऱ्यांमधून त्यातल्या त्यात धड विटा झटकून बाजूला नीट रचून ठेवत होती. त्यातूनच पुन्हा बांधकाम होऊ शकले असते. ती आली त्या वाटेवर अशा विटांच्या रांगा होत्या. सगळ्या जगानेच झाले गेले विसरून जाऊन सफाई आणि नवनिर्माणाच्या मोहीमेची जबाबदारी स्वीकारली होती.

टायरगार्टन हे शहराच्या मध्यभागी वसलेले होते आणि युद्धाची सगळ्यात जास्त झळ इथेच पोहोचली होती. आजूबाजूच्या प्रदेशापेक्षा हा भाग जास्त उजाड वैराण झाला होता. बॉम्बच्या पाठोपाठ चालून येणाऱ्या फौजांनी शिस्तीत सगळे जमीनदोस्त केले होते. पहिल्यांदा गोळीबारासाठी आणि नंतर हिवाळ्यात सरपणासाठी त्यानी झाडे तोडली. थडग्यांवरच्या क्रुसांसारखे हे निष्पर्ण खुंट दूरपर्यंत उभे होते. सैनिकांनी कुदळफावडे घेऊन चर खणले. असे मुद्दामहून खणून झाडांची मुळे उपटून काढून जाळून टाकली गेली आणि मधला काही भाग बटाट्याच्या लागवडीसाठी तयार केला गेला. बर्फ वितळल्याबरोबर शेतकऱ्यांनी या मध्यवर्ती जमिनीचा ताबा घेतला. कोट घातलेली, स्कार्फ लपेटलेली, एप्रन लावलेली माणसे आली. त्यांनी कमरेचा काटा ढिला होईपर्यंत मेहनत केली. जमीन नीट खणली. वाफे तयार केले. बटाटे लावले. एवढ्या थंडीत भुकेने कळवळतानासुद्धा त्यांनी नवीन लागवडीसाठी बीबियाणे राखून ठेवले होते. ईस्टरच्या सुमारास पेरणी झाली. पेरणीसाठी रोपांच्या पुनरुत्थानासाठी ईस्टरचा मोसम अतिशय योग्य होता.

साधारणपणे महिन्या दीड महिन्यात म्हणजे मे मध्ये जमिनीलगत कोवळे

अंकुर दिसायला लागले. (धरणीमातेच्या पोटात या दिसामासांनी वाढणाऱ्या कंदाचे अप्रूप पसरत गेले.) स्वच्छ सूर्यप्रकाशात टायरगार्टनच्या जखमांवर खपली धरू लागली होती. दूरवर प्राणिसंग्रहालयाची हिरवी रेखा दृष्टीस पडत होती. या प्राणिसंग्रहालयातल्या प्राण्यांची वाताहत झाली. उपासमारीने अनेक जनावरे मृत्युमुखी पडली. काहींनी आपला जीव वाचवण्यासाठी कमजोर प्राण्यांना भक्ष्य बनवले. पण तिथल्या तळ्याच्या अवतीभोवती काही वृक्ष व सखल भागात थोडीशी हिरवळ आणि तुरळक झुडपे मात्र तग धरून राहिली. याचा परिणाम म्हणजे एकंदरीत जी वृक्षहानी झाली, जे छत्र हरपले त्याची अधिकधिक प्रकर्षाने जाणीव होऊ लागली. काही काळाने नेचा, लाजाळू, काही पाणवनस्पती, मऊ मुलायम मखमलीसारखी सुखद गवताची पाती वाऱ्यावर डोलू लागली.

तो ब्रिटिश गृहस्थ त्या मुलीबरोबर जात होता. खरेतर तो तिच्यापासून व्यवस्थित अंतर राखून चालत होता. पण त्यांची पावले अशी तालात पडत होती की त्यांचे जुळलेले भावबंध, एकमेकांविषयीच्या कोमल भावना स्पष्ट होत होत्या. जणू त्याने आपला हात तिच्या कमरेभोवती लपेटला होता. ती बोलत असताना तो तिच्या दिशेला झुकायचा. कदाचित त्याच्या उंचीमुळे असे वाटत असेल. तिच्यापेक्षा तो खूपच उंच होता. तो तिचा प्रियकर तर होताच, पण तिला फुलासारखे जपण्याची त्याची धडपड दिसून येत होती. ती अतिशय उत्फुल्लपणे आजूबाजूला बघत होती. मधेच कधीतरी त्याच्या नजरेला नजर देत होती. तो तिच्याकडे ज्या प्रकारे लक्ष पुरवत होता त्या झोतात ती अतिशय दिमाखात नर्तन करत आहे असे वाटत होते. इतरही अनेक सैनिक आपापल्या मैत्रिणींबरोबर तिथे फिरत होते, पण हा जोडा सर्वांत शोभून दिसत होता. ही मुलगी अतिशय आकर्षक होती. तिच्या कुरळ्या बटा चेहऱ्यावर खुलून दिसत होत्या. (उकाडा असल्यामुळे तिने हॅट घातली नव्हती.) त्या सैनिकाने आपला गणवेश घातला असला तरी त्यातला त्याचा नवखेपणा लपत नव्हता, कारण त्याने रणभूमीचे दर्शनही घेतलेले नव्हते. युद्धाच्या कालावधीत तो कायम आपल्या टेबलाच्या मागे बसून काम करीत असे. त्यामुळे त्याच्या चेहऱ्यावर एका ऑफिसबाबूचे भाव होते आणि म्हणूनच तो वेगळा उठून दिसत होता.

काही रशियन सैनिकांच्या बाजूने ते पुढे गेले. या रस्त्यावर इथल्या बागांमध्ये रशियन, अमेरिकन नौजवान मोठ्या संख्येने एकत्र जमत. काही रशियन तर वयाने इतके लहान होते की, ते फुटबॉल खेळाडूंसारखे किंवा कधीकधी तर चक्क शाळकरी विद्यार्थ्यांसारखे दिसत. ब्रिटिश आणि फ्रेंच मात्र, दोघांचा किंवा फारतर तिघांचा गट करून भटकत. रशियनांनी त्या मुलीकडे रोखून पाहिले, पण त्यांच्या नजरेत तिच्या सौंदर्याची तारीफ होती. बुभुक्षितपणा नव्हता. तिला बघून त्यांनी कदाचित ती खूप

सुंदर आहे असे म्हटले असेल किंवा मग इतक्या सुंदर मुलीने ह्या सामान्य मुलाशी मैत्री केल्याबद्दल थोडासा हेवा वाटल्याचे आपापसात कबूल केले असेल. त्या मुलीला त्यांची भाषा समजली असली, तिला ती बोलता येत असली तरी तिने आपल्या चेहऱ्यावर काहीही दर्शवले नाही. पूर्वी कधी तिला या माणसांचा वाईट अनुभव आला असला, तरी तिने ते पण दिसू दिले नाही. जणू तावूनसुलाखून तिच्या शरीरावर आता वेगळेच कवच चढले होते. त्यात तिच्या सगळ्या भावभावना दडल्या होत्या. ज्यावेळी ती एखाद्या स्पर्शाला, वासाला, दृश्याला, चवीला सामोरे जाऊ इच्छित असेल त्याच वेळी फक्त तिच्या जाणिवा जागृतावस्थेत येणार होत्या. व्यक्त होणार होत्या.

"कसला विचार करतोयस ॲलेक? दिवास्वप्न बघणं, असंच म्हणता ना तुम्ही ब्रिटिश लोक?" (तिचे बोलणे अगदी पुस्तकी वळणाचे होते.)

"आम्ही असं बोलतो, असं ते म्हणतात. पण असं कोणी बोललेलं तुला आताशा ऐकायला नाही मिळणार. मी खरंतर बटाट्यांचा विचार करत होतो."

तिचे हसू अगदी निखळ, निरागस होते. त्यावरून तिच्या कणखरपणाची पुसटशी शंकादेखील कोणाला आली नसती.

"अगं खरंच." तो म्हणाला. ती एकदम त्याच्या पुढ्यात येऊन वळली आणि त्याच्या चेहऱ्यावरचे भाव निरखले.

"माझ्या मनात आलं की, ही जमीन बटाट्यांसाठी योग्य नाही. इथे खूप वाळू आहे. चार्लोटेनबर्गला ते पीक जास्त चांगलं येतं. मला कुणीतरी सांगितलं की, तिकडे बागा निर्माण केल्या तेव्हा त्यांनी बाहेरून खास माती मागवली होती."

"म्हणजे मी इतका वेळ काय सांगत होते, ते तू ऐकतच नव्हतास."

"नाही, मी नाही ऐकलं. एवढं महत्त्वाचं होतं का?"

"नाही. खास काही नव्हतं." आपण काय बोललो ते तिच्या स्वतःच्याही लक्षात राहिले नव्हते. त्याचे वागणे असेच असणार होते हे ती समजून चुकली. तिचे बोलणे ऐकायला त्याला आवडले तरी तिच्या शब्दांकडे त्याचे लक्ष असेलच असे नव्हते.

या फारकतीमुळे तिला एक अनिर्बंध स्वातंत्र्य मिळणार होते.

पुढे ते एका तळ्यापाशी आले. पाण्याभोवती लायलॅकचे ताटवे होते.

"इतके सुंदर बहरलेले लायलॅक मी यापूर्वी कधी बघितलेले नाहीत," तो म्हणाला. त्यावर्षी त्या गावातल्या वसंत ऋतूचे रूपडेच अनोखे होते. कदाचित भोवतालच्या परिस्थितीमुळे ते नजरेत भरत होते. तिथे औषधालादेखील पक्षी उरले नव्हते. या शांततेमुळेसुद्धा तो वसंत वेगळा वाटत होता. पक्ष्यांनी स्थलांतर केले होते किंवा हल्ल्यांत त्यांची आहुती पडली होती. काही पक्षी उपाशी माणसांच्या

भक्ष्यस्थानी पडले होते. "अगं लायलॅकसाठी ही जागा अगदी योग्य आहे. युरोपमध्ये हे पीक गवतासारखे माजते." ती शहरी मुलगी होती. साहजिकच तिने हे फारसे बघितलेले नव्हते.

त्याच्या आवडीच्या विषयांवरील त्याचे निरीक्षण त्या वसंत ऋतूत बागेत उमललेली ती फुले, हा बहर कसा आला, कधी आला सगळ्याभोवती त्याच्या समान विचारांचे सूत्र होते. नंतर त्यांचे वैवाहिक आयुष्य सुरू झाल्यावर त्याची ही बागकामाची आवड, माळ्याची कसबी नजर सर्वांच्याच लक्षात आली. त्याच्या पत्नीला त्याच्या या छांदिष्टपणाचे कधी हसू येई तर कधी ती याच्यावर चिडे. पण सगळे उद्ध्वस्त, बेचिराख झालेले असताना या राखेतूनच जमिनीला आवश्यक घटक मिळून पुन्हा नव्याने अंकुर फुटतील, या त्याच्या बोलण्यात तेव्हा तिला आशेचा सूर सापडला होता.

"जरा डोळे बंद कर आणि खोल श्वास घे. ही फुले, ही ताजी हवा... बाकी सगळ्याचा विसर पडेल बघ," ती म्हणाली.

थोड्या वेळाने तिने डोळे उघडले तरी त्याचे डोळे मिटलेलेच होते. एखादा माणूस मनोभावे प्रार्थना करताना जसा दिसेल, तसेच भाव असतील याच्या चेहऱ्यावर बघून त्या परिस्थितीतही तिला हसू फुटले.

तळ्याचे पाणी अतिशय शांत होते. उन्हामुळे काही ठिकाणी ते पिंगट दिसत होते. या भयानक आपत्तीतून वाचलेल्या एका चेरीच्या रोपट्याची पाने आणि पाकळ्या पाण्यावर तरंगताना दिसत होत्या. कुजलेला काळा पालापाचोळा कडेला जमा झाला होता.काही कारणाने पाणी ढवळले गेले तर हा गाळही घुसळला जात होता आणि कुजका सडका वास आसमंतात भरत होता. काहीतरी गमतीशीर दिसल्यामुळे एक सोनेरी केसांचा बारकासा मुलगा हातातली काठी पाण्यात बुडवून खेळत होता. तळ्याच्या अगदी काठावर उभे राहून गाळात रुतलेली एक वस्तू काढण्याचा त्याचा प्रयत्न होता.तिथून जाणाऱ्या एका माणसाने मुद्दाम थांबून याचं काय चाललंय ते बघितलं. त्या दोघांना पाहून इतर काहीजणसुद्धा तिथे थबकले. ॲलेक, ते बघ." त्याचे लक्ष तिकडे वेधण्यासाठी तिने त्याचा हात पकडला.

बाकीच्या माणसांनी जाताजाता कुतूहलाने काय चालले आहे त्यावर सहज नजर टाकली. नंतर वेळ आलीच तर आपण हे सुरुवातीपासून बघितल्याचे त्यांना आठवले असते. तेवढ्यात मोठी हॅट आणि जाडाजुडा कोट घातलेली एक वयस्कर बाई पुढे आली. एकदम अधिकारवाणीने ती त्या मुलाला हटकले. तिच्या स्वरावरून आणि आविर्भावावरून ती पूर्वी शिक्षिका असावी असे वाटले. त्या मुलाने वर बघितले आणि खेळ थांबवला. तिने त्याच्या जवळ जाऊन मान हलवून तावातावाने त्याला काहीतरी सांगितले. पाण्यात बुडवलेली आपली काठी त्याने हळूच बाहेर काढली. निथळणाऱ्या

त्या काठीबरोबर काही सडकी पाने चिकटून बाहेर आली. ती त्याने फेकून दिली. गढूळलेले पाणी पुन्हा संथ झाल्यावर लांबूनच मजा बघणारी काही माणसे जवळ आली. सगळा गाळ स्थिर झाल्यावर त्यात त्यांना धातूच्या कवचासारखे काहीतरी दिसले.

ही जोडगोळी तिथून पुढे निघाली. पुढच्या वाटेवर दुतर्फा जांभळी आणि थोडी फिकट रंगाची लायलॅकची झुडपे दिसत होती. मघाच्या प्रसंगाने दोघेही थोडे एक्साईट झाले होते. नेमकी उन्हाची तिरीप येत असलेल्या ठिकाणी दोघे थांबले. आजूबाजूला छान हिरवळ होती. तिथेपण लोकांची वर्दळ होतीच. त्यांनी थोड्याशा निर्जन जागेचा शोध घेतला, पण या तशा उजाड झालेल्या बागेत एका ब्रिटिश इंटेलिजन्स ऑफिसरला एका जर्मन मुलीशी प्रेमाच्या दोन गोष्टी बोलण्यासाठी एकांत काही मिळला नाही. ती त्याला आणखी पुढे घेऊन गेली. तिथून ते ट्रॅमने गावाबाहेर तिच्या घरी जाऊ शकत होते. तिचे दुसऱ्या मजल्यावरचे घर अगदी छोटे दोनच खोल्यांचे असते. तिच्या मालकीचे असे तिथे काहीही नसते. पण तिथे त्या डुगडुगत्या जिन्याने वर गेल्यावर त्यांना हवाहवासा एकांत लाभतो.

ही नुकतीच सुरू झालेली कहाणी या प्रवासातच संपण्याची शक्यता दाट असते. ट्रॅमच्या स्टॉपजवळच बाजार असतो. फुटपाथवर चादरी पसरून विक्रेते त्यावर आपला माल मांडून बसलेले असतात. चिनी वस्तू, दागिने, घड्याळे, सिगारेट्सची हाताळून हाताळून चुरगळलेली पाकिटे, खास गावरान शेंगभाजी अशा असंख्य चिजा तिथे उपलब्ध असतात. तिच्यासाठी काहीतरी भेटवस्तू घ्यायचे त्याच्या मनात असते. थांबून खाली वाकून तो दागिन्यांपैकी एक नग उचलतो. अजूनही तिने त्याचा घट्ट धरलेला हात सोडलेला नाही. ती त्याला मागे ओढते. तो हसतो. मागे वळून तो आपला हात तिच्या कमरेभोवती लपेटला. "हे बघ. हा कसा वाटतोय पिवळ्या खड्यांचा नेकलेस. स्फटिकासारखा निर्मळ आहे."

"केवढ्याला दिला?" त्याने तिथल्या बाईला विचारले. तिने त्या बाईकडे धड बघितलेलेही नव्हते. ती एक मध्यमवयीन पोक्त बाई होती. विकण्यासाठी मांडायच्या गोष्टी तिने एका बॅगेत भरून आणलेल्या होत्या आणि स्वत:ला बसायला एक घडीची खुर्चीपण आणलेली होती. बॅगेच्या झाकणावर तिने आपले दुकान मांडलेले होते. तिच्याकडे मोजकेच सामान होते. नेकलेसव्यतिरिक्त तिने पिवळ्या खड्यांचा एक ब्रूच, स्कार्फ, लेस लावलेल्या काही शोभिवंत गोष्टी, घड्याळ, एक मौल्यवान कपबशी अशा सुरेख वस्तू ठेवलेल्या होत्या. इतर विक्रेत्यांप्रमाणेच ती पोक काढून अलिप्तपणे बसून राहिलेली होती. यात कंटाळ्याचाही भाग होताच. आता काहीतरी विकले जाण्याची आशा पल्लवित झाल्यावर ती जणू खडबडून जागी झाली. त्या मुलीने तिचा चेहरा बघितला आणि तिला ओळखले.

त्या बाईनेही आपल्याला ओळखले आहे याची तिला खात्री वाटली. ती बाई तिला आत्तापर्यंत दुसऱ्याच नावाने ओळखत होती. पण ती काहीही बोलली नाही. तिने फक्त त्या ब्रिटिश माणसाकडे बघून तोंडाला येईल ती किंमत सांगितली. प्रेमात पडलेला इंग्लिश सैनिक बघून तिने किंमत अव्वाच्या सव्वा वाढवलेली होती. त्याने अजिबात घासाघीस केली नाही, ते पाहून तिने आपल्या पर्समधून एक वापरलेला टिश्यू पेपर काढला. तो हातावर साफ करून त्या नेकलेसची पुरचुंडी केली आणि त्याने दिलेले पैसे पर्समध्ये टाकून नेकलेस त्याच्याकडे दिला. ती मुलगी आता, नवीन नावाने वावरायला मोकळी होती. या बाईने मुद्दामहून आपले बिंग फोडले नाही का तिला स्मृतिभ्रंश झाला होता हे तिला कळलेच नाही.

तो काठी घेतलेला मुलगा तिथेच उभा राहून पाण्याकडे बघत होता. दोन रोलर स्केट्स लावलेली दांडगट मुले त्याच्या दिशेने वेगाने आली. त्याच्यापैकी एक मुलगा त्याला अगदी घसटून गेला. धक्का चुकवण्यासाठी त्याने एक पाऊल पुढे टाकले आणि जवळजवळ पाण्यातच पडला. काठी उगारून त्याने त्या मुलांना शिव्या घातल्या. मग तो, मी बसलेल्या बाकाच्या बाजूने मग शांतपणे हात खिशात घालून माघारी वळला.

www.ingramcontent.com/pod-product-compliance
Lightning Source LLC
Chambersburg PA
CBHW030412020726
47493CB00003B/1036
* 9 7 8 8 1 8 4 9 8 4 3 8 5 *